ഗ്രീൻ ബുക്സ്

കേരളത്തിലെ നീർപ്പക്ഷികൾ

ഡോ. ടി.ആർ. ജയകുമാരി

തിരുവനന്തപുരം ജില്ലയിലെ കിളിമാനൂരിനടുത്തുള്ള കൊടുവഴനൂരിൽ ജനനം.
വിദ്യാഭ്യാസം: കേരളാ യൂണിവേഴ്സിറ്റിയിൽ നിന്ന് എം.എസ്സ്സി., എം.ഫിൽ., പിഎച്ച്. ഡി.
പത്തനംതിട്ട ആസ്ഥാനമായി പ്രവർത്തിക്കുന്ന സ്പാരൊ നേച്ചർ കൺസർവേഷൻ ഫോറത്തിന്റെ പ്രഥമ പരിസ്ഥിതി സാഹിത്യ പുരസ്കാരം 2016-ൽ ലഭിച്ചു.
തിരുവനന്തപുരം ഗവ. വിമെൻസ് കോളേജിലെ ബോട്ടണി വിഭാഗം മേധാവിയും വൈസ് പ്രിൻസിപ്പലും പ്രിൻസിപ്പലുമായി സേവനമനുഷ്ഠിച്ചു.
വനം-വന്യജീവി-പരിസ്ഥിതി വിഷയങ്ങളിൽ നിരവധി ഗ്രന്ഥങ്ങൾ പ്രസിദ്ധീകരിച്ചിട്ടുണ്ട്.

ആർ. വിനോദ്കുമാർ

1972-ൽ കൊല്ലം ജില്ലയിലെ പുന്തലത്താഴം എന്ന ഗ്രാമത്തിൽ ജനനം.
കൊല്ലത്തും തിരുവനന്തപുരത്തുമായി വിദ്യാഭ്യാസം.
കൊല്ലം സുജാതാ സ്മാരക ട്രസ്റ്റിന്റെ പ്രത്യേക പുരസ്കാരം ലഭിച്ചു. പത്തനംതിട്ട ആസ്ഥാനമായി പ്രവർത്തിക്കുന്ന സ്പാരൊ നേച്ചർ കൺസർവേഷൻ ഫോറത്തിന്റെ പ്രഥമ പരിസ്ഥിതി സാഹിത്യ പുരസ്കാരം 2016-ൽ ലഭിച്ചു. തിരുവനന്തപുരത്ത് ഒരു ടിംബർ ഡിപ്പോയിൽ ജോലി നോക്കുന്നു.
പരിസ്ഥിതി വിഷയമായി നിരവധി കൃതികളും ഒരു നോവലും പ്രസിദ്ധീകരിച്ചിട്ടുണ്ട്.

ഗ്രീൻ ബുക്സ് പ്രസിദ്ധീകരിച്ച ഗ്രന്ഥകർത്താക്കളുടെ ഇതര കൃതി

കേരളത്തിലെ വന്യജീവികൾ

വൈജ്ഞാനികം
കേരളത്തിലെ നീർപ്പക്ഷികൾ

ഡോ.ടി.ആർ. ജയകുമാരി
ആർ. വിനോദ് കുമാർ

ഗ്രീൻ ബുക്സ്

green books private limited
gb building, civil lane road, ayyanthole,
thrissur- 680 003, kerala, ph: +91 487-2381066, 2381039
website: www.greenbooksindia.com
e-mail: info@greenbooksindia.com

malayalam
keralathile neerpakshikal
reference
by
dr. t.r. jayakumari
r. vinod kumar

first published march 2018
copyright reserved

cover design : rajesh chalode
cover photo: suppixz/istockphoto

branches:
thrissur 0487-2422515
palakkad 0491-2546162
kannur 0497-2763038
thiruvananthapuram 0471-2335301

isbn : 978-93-87331-67-9

---

no part of this publication may be reproduced,
or transmitted in any form or by any means,
without prior written permission of the publisher.

GBPL/999/2018

മുഖക്കുറി

പ്രകൃതിശാസ്ത്രത്തിൽ പ്രാവീണ്യരായ ഡോക്ടർ ടി.ആർ. ജയകുമാരിയും ശ്രീ. ആർ. വിനോദ്കുമാറും നടത്തിയ ഒരു തീവ്രശ്രമത്തിന്റെ പരിണതഫലമാണ് നീർപ്പക്ഷികളെക്കുറിച്ചുള്ള ഈ ഗ്രന്ഥം. അർപ്പണ ബോധമുള്ള ഫോട്ടോഗ്രാഫർമാരുടെ സംഭാവനകൾ ഈ പുസ്തകത്തിന്റെ ചാരുത വർദ്ധിപ്പിക്കുന്നു. കേരളത്തിലെ നീർത്തടപ്പക്ഷികളെക്കുറിച്ച് ആധികാരിക വിവരണം നൽകുന്ന ഈ അപൂർവഗ്രന്ഥം വൈജ്ഞാനിക മേഖലയ്ക്ക് മുതൽക്കൂട്ടാണ്.

കൃഷ്ണദാസ്
മാനേജിങ് എഡിറ്റർ

മനുഷ്യൻ പ്രകൃതിയുടെ ഭാഗമാകയാൽ പ്രകൃതിക്കെതിരെ അവൻ നടത്തുന്ന ഓരോ യുദ്ധവും അവൻ അവനോടു തന്നെ ചെയ്യുന്ന യുദ്ധമായിരിക്കും. റേച്ചൽ കാഴ്സണിന്റെ ഈ വാക്കുകൾ ശരിയാണെന്ന് പ്രകൃതി നമ്മെ ബോദ്ധ്യപ്പെടുത്തിക്കൊണ്ടിരിക്കുന്നു. മഴമേഘങ്ങൾ ഒഴിഞ്ഞുപോയിരിക്കുന്നു. കടുത്ത വേനലിൽ കാടും നാടും വരണ്ടുണങ്ങുന്നു. നീർത്തടങ്ങൾ ശോഷിച്ച കേരളം ദാഹജലത്തിനായി കേഴുകയാണ്. പ്രകൃതിയുടെ വൃക്കകളായ നീർത്തടങ്ങളെ മാത്രം ആശ്രയിച്ച് ജീവിക്കുന്ന പക്ഷികളുടെ നിലനില്പ് ചോദ്യചിഹ്നവുമായി ആശങ്ക യുണർത്തുന്നു. ദേശാടകരായെത്തുന്നവയും സ്ഥിരവാസികളായവയും നാശോന്മുഖമാകുന്ന നീർത്തടങ്ങളിലെ നൊമ്പരക്കാഴ്ചകളാണ്.

ഈ അവസ്ഥയിൽ വിലാപങ്ങളല്ല പ്രവർത്തനങ്ങളാണ് നമുക്കു വേണ്ടത്. പ്രവർത്തനങ്ങളുടെ ആരംഭം തിരിച്ചറിവാണ്. അവബോധമാണ്. ആ വഴിക്കുള്ള ഒരു എളിയ ശ്രമമാണ് ഈ ഗ്രന്ഥം. നമ്മുടെ നാട്ടിലുള്ളതും വിരുന്നെത്തുന്നതുമായ നീർപ്പക്ഷികളുടെ ലഭ്യമായ വിശദാംശങ്ങളെല്ലാം ഇതിൽ ക്രോഡീകരിച്ചിട്ടുണ്ട്. ഇതിനാവശ്യമായ മനോഹരചിത്രങ്ങൾ നൽകി സഹായിച്ച ശ്രീ.അശോകൻ മാഷ്, ശ്രീ.പ്രവീൺ എളായി, ശ്രീ. സജുരാജ് എന്നിവരോടുള്ള നന്ദിയും സ്നേഹവും ഞങ്ങളിവിടെ രേഖപ്പെടുത്തുന്നു. ഈ പുസ്തകം ആകർഷകമായി

അണിയിച്ചൊരുക്കിയ ഗ്രീൻ ബുക്സിനും ഞങ്ങളുടെ അകൈതവമായ നന്ദി.

പക്ഷിസ്നേഹികളായ പൊതുജനങ്ങൾക്കും വിദ്യാർത്ഥികൾക്കും പ്രയോജനപ്രദമാകുന്ന ഈ ഗ്രന്ഥം നീർപ്പക്ഷികളുടെയും അവയുടെ ആവാസസ്ഥാനങ്ങളായ നീർത്തടങ്ങളുടെയും സംരക്ഷണം സാദ്ധ്യമാക്കുമെങ്കിൽ ഞങ്ങൾ കൃതാർത്ഥരാകും.

സ്നേഹപൂർവ്വം

ഡോ. ടി.ആർ. ജയകുമാരി
ആർ. വിനോദ്കുമാർ

ഉള്ളടക്കം

ആളച്ചിന്നൻ/ചെറിയ ആള 15

ആറ്റുമണൽക്കോഴി 16

കടലാണ്ടി/വലിയ കടൽക്കള്ളൻ 17

കടലുണ്ടി ആള 19

കാട്ടുകൊക്ക് 20

കടൽ ആള 21

കടൽക്കാട 22

കടൽ മണ്ണാത്തി 23

കരി ആള 24

കരിങ്കൊച്ച/കൈതക്കൊക്ക് 25

കരിന്തലയൻ മീൻകൊത്തി 27

കരിതപ്പി/വിളനോക്കി 28

കരിമ്പൻ കാടക്കൊക്ക് 29

കരിവയറൻ ആള 30

കരുവാരക്കുരു /
വെള്ളക്കഴുത്തൻ/കരിംകൊക്ക് 31

കറുത്ത കടലാള 32

കറുപ്പ് അരിവാൾക്കൊക്കൻ/
ചെന്തലയൻ അരിവാൾക്കൊക്കൻ 33

കാക്ക മീൻകൊത്തി 34

കായൽപ്പരുന്ത് 36

കാലിമുണ്ടി 37

കിന്നരി നീർക്കാക്ക/
കിന്നരി മീൻകാക്ക 38

കുളക്കൊക്ക് 39

കുളക്കോഴി/മുണ്ടക്കോഴി 41

കുറിത്തലയൻ വാത്ത് 42

കൃഷ്ണപ്പരുന്ത് 43

ഗാഡ്‌വാൾ എരണ്ട 44

ചട്ടുകക്കൊക്കൻ/സ്പൂൺ
കൊക്ക്/കരണ്ടിക്കൊക്കൻ 45

ചതുപ്പൻ 47

ചന്ദനക്കുറി എരണ്ട 48

ചായമുണ്ടി 49

ചാരമുണ്ടി/ചാരക്കൊക്ക്/
നീലക്കൊക്ക് 50

ചിന്ന കടലാണ്ടി/
ചിന്ന കടൽക്കള്ളൻ 51

ചിന്നക്കൊക്ക് 52

ചിന്നമുണ്ടി 53

ചുവന്ന നെല്ലിക്കോഴി 55

ചൂളൻ എരണ്ട/
ചെറിയചൂളൻ എരണ്ട 56

ചെങ്കണ്ണിത്തിത്തിരി/
ചോരക്കണ്ണി/ ഇറ്റീറ്റിപ്പുള്ള് 57

ചെമ്പൻ ഐബിസ്/
ചെറിയ അരിവാൾക്കൊക്കൻ 59

ചെറിയ കടൽക്കാക്ക 60

ചെറിയ കടലാള 61

ചെറിയ ചുണ്ടൻകാട 62

ചെറിയനീർകാക്ക/
കാക്കത്താറാവ് 63

ചെറിയ നെല്ലിക്കോഴി 64

ചെറിയ മീൻപരുന്ത് 65

ചെറിയ മീവൽക്കാട 67

ചെറുമണൽക്കോഴി 68

ചെറുമുണ്ടി 69

ചേരക്കോഴി 70	മീൻകുമൻ 106
ചേരാക്കൊക്കൻ/	വയൽ നായ്ക്കൻ 107
ഞവുഞ്ഞിപ്പൊട്ടൻ 72	വരി എരണ്ട 108
ചോരക്കാലി 73	വലിയ കടൽക്കാക്ക 109
ചോരക്കാലി ആള 74	വലിയ കടലാള 110
ടെമ്മിങ്കി മണലൂതി 75	വലിയ നീർക്കാക്ക 111
തവിടൻ നെല്ലിക്കോഴി 77	വലിയ മണൽക്കോഴി 112
തവിട്ടുതലയൻ കടൽക്കാക്ക 78	വലിയ മീവൽക്കാട 113
തിരക്കാട 79	വലിയ രാജഹംസം/വലിയ
തിരമുണ്ടി 80	അരയന്നക്കൊക്ക്/പുന്നാര 114
തെറ്റിക്കൊക്കൻ 82	വലിയ വാലുകുലുക്കി/ചതുപ്പൻ 116
നാടൻ താമരക്കോഴി/ഈർക്കിലി	വരവാലൻ ഗോഡ്‌വിറ്റ് 117
ക്കാലൻ/ചവറുകാലി 83	വർണ്ണക്കൊക്ക്/വർണ്ണബകം 118
നീലക്കോഴി 84	വാലൻ എരണ്ട 119
നീലമാറൻ കുളക്കോഴി 85	വാലൻ താമരക്കോഴി/
നീർക്കാട 86	ഈർക്കിലിക്കാലൻ 121
നീലപ്പൊന്മാൻ/പൊന്മാൻ/	വാൾക്കൊക്കൻ 122
ചെറിയ മീൻകൊത്തി 87	വിശറിവാലൻ ചുണ്ടൻ കാട 123
പച്ച എരണ്ട 88	വെള്ള അരിവാൾകൊക്കൻ/
പച്ചക്കാലി 89	കഷണ്ടിക്കൊക്ക് 124
പട്ടക്കണ്ണൻ എരണ്ട 90	വെള്ളക്കണ്ണി എരണ്ട 125
പവിഴക്കാലി 92	വെള്ളക്കൊക്കൻ കുളക്കോഴി 126
പാതിരാക്കൊക്ക്/പകലുണ്ണാൻ/	വെള്ളവയറൻ കടൽപ്പരുന്ത് 128
തൊപ്പിക്കൊക്ക് 93	വെൺകൊതുമ്പന്നം/
പുള്ളിക്കാടക്കൊക്ക് 94	വെൺബകം 129
പുള്ളിച്ചുണ്ടൻ കൊതുമ്പന്നം 95	വെൺബകം 130
പുള്ളിച്ചുണ്ടൻ താറാവ് 96	മഴക്കൊച്ച/സന്ധ്യക്കൊക്ക് 131
പുള്ളിമീൻകൊത്തി 97	മംഗോളിയൻ മണൽക്കോഴി 132
പുഴആള 98	മീൻകൊത്തിച്ചാത്തൻ 133
പെരുങ്കൊക്കൻ പ്ലോവർ 99	മീൻകൊത്തിച്ചിന്നൻ/
പെരുമുണ്ടി 100	മേനിപ്പൊന്മാൻ 134
പൊടിപ്പൊന്മാൻ 101	മീൻപരുന്ത് 135
പൊൻമണൽക്കോഴി 102	മുങ്ങാങ്കോഴി 137
മുൾവാലൻ കടൽക്കാക്ക 103	മുഴയൻ താറാവ് 138
മഞ്ഞക്കൊച്ച 105	മുൾവാലൻ ചുണ്ടൻകാട 140

നീർപ്പക്ഷികൾ

ഭൂമിയിൽ ആകാശം അതിരാക്കി ജീവിക്കുന്ന ജീവിവർഗ്ഗമാണ് പക്ഷികൾ അഥവാ പറവകൾ. അന്യാദൃശമായ രൂപഭംഗിയും കൗതുകം ജനിപ്പിക്കുന്ന ചേഷ്ടകളും സവിശേഷ ജീവിതരീതികളുമുള്ള ഇവയെ, അന്റാർട്ടിക്ക ഭൂഖണ്ഡത്തിന്റെ ചില ഭാഗങ്ങളിലൊഴികെ ആഗോളവ്യാപകമായി കാണാം. മുൻകാലുകൾക്ക് രൂപപരിണാമം വന്നുണ്ടായിട്ടുള്ള ഒരു ജോടി ചിറകുകളുടെ സഹായത്താൽ അതിരുകളില്ലാത്ത ലോകത്ത് സ്വതന്ത്രമായി പാറിനടക്കാനുള്ള കഴിവാണ് പക്ഷികുലത്തിന്റെ ഏറ്റവും പ്രധാനമായ സവിശേഷത. ഭാരം കുറഞ്ഞ ശരീരവും നാല് കാൽവിരലുകളും മുട്ടകളിട്ട് അടയിരുന്ന് കുഞ്ഞുങ്ങളെ ഉല്പാദിപ്പിക്കുന്ന രീതിയും എല്ലാ പക്ഷികളുടെയും പൊതുസ്വഭാവമാണ്. നാനാത്വത്തിൽ ഏകത്വം എന്ന തത്ത്വം ഇവയെ സംബന്ധിച്ചും അർത്ഥവത്താണ്. ലോകത്ത് പതിനായിരത്തോളം പക്ഷികളുണ്ടെന്നാണ് ഏകദേശ കണക്ക്. സമാനമായ അടിസ്ഥാന സ്വഭാവങ്ങളുണ്ടെങ്കിലും ഇവയിലെ ഓരോ ഇനവും മറ്റുള്ളവയിൽ നിന്ന് വിഭിന്നമാണ്. ഈ വൈജാത്യങ്ങൾ രൂപത്തിലും ആകൃതിയിലും വലുപ്പത്തിലും നിറത്തിലും സ്വഭാവങ്ങളിലും ആഹാരസമ്പാദനരീതികളിലും പ്രജനനകാല സ്വഭാവങ്ങളിലും കുഞ്ഞുങ്ങളെ പരിപാലിക്കുന്ന രീതികളിലും വാസസ്ഥാനം തെരഞ്ഞെടുക്കുന്നതിലും കൂടുകൂട്ടുന്ന രീതികളിലുമൊക്കെ ദൃശ്യമാണ്.

പക്ഷികളുടെ കൂട്ടത്തിൽ, ജീവിതത്തിൽ ഏറിയ പങ്കും ആകാശത്ത് പറന്നുകൊണ്ട് കഴിച്ചുകൂട്ടുന്നവരും പറക്കാനാകുമെങ്കിലും നിലം വിട്ട് പറക്കാൻ ഇഷ്ടപ്പെടാത്തവയും മരങ്ങളിൽ മാത്രം ചേക്കേറുന്നവയും മരച്ചുവട്ടിൽ അന്തിയുറങ്ങുന്നവയുമുണ്ട്. ചിലത് മരപ്പൊത്തുകളിലും മാളങ്ങളിലും പാറയിടുക്കുകളിലും കഴിയുമ്പോൾ, ചിലത് തുറസ്സായ സ്ഥലങ്ങളും മറ്റു ചിലത് സസ്യങ്ങൾ ഇടതിങ്ങി വളരുന്ന പ്രദേശങ്ങളും ഇഷ്ടപ്പെടുന്നു. അതിരാവിലെ തീറ്റതേടിയിറങ്ങുന്ന പക്ഷികളും സൂര്യൻ എരിഞ്ഞടങ്ങിയാൽ മാത്രം ചേക്ക വിട്ടിറങ്ങുന്നവയുമുണ്ട്. പക്ഷികളിൽ ചിലയിനങ്ങൾ സ്ഥിരമായി ഒരു പ്രദേശത്തുതന്നെ കഴിയുന്നവയാണ്. എന്നാൽ, ചിലത് ഋതുഭേദങ്ങൾക്കനുസരിച്ച് വാസസ്ഥലം മാറ്റും. ദേശാടനപ്പക്ഷികളെന്ന് വിളിക്കപ്പെടുന്ന ഇക്കൂട്ടരിലധികവും തണുപ്പു കൂടിയ

മേഖലകളിൽ വസിക്കുന്നവയാണ്. കൊടുംതണുപ്പിൽ നിന്ന് രക്ഷനേടാനാണ് പ്രധാനമായും ഇവ താൽക്കാലികമായി സ്വന്തം വാസഭൂമി വിടുന്നത്. കൂടുതൽ ഭക്ഷണലഭ്യതയും അനുയോജ്യമായ പ്രജനനമേഖലകളും തേടിയും ദേശാടനയാത്രകൾ നടത്തുന്ന പക്ഷികളുണ്ട്.

പക്ഷികളിലെ ഒരു പ്രധാന വിഭാഗമാണ് നീർപ്പക്ഷികൾ. ജലത്തെ ആശ്രയിച്ച് ജീവിക്കുന്ന പറവകളെയാണ് പൊതുവെ നീർപ്പക്ഷികളെന്ന് പറയുന്നത്. ഇവയിൽ കടലിനെ ആശ്രയിക്കുന്നവയും ശുദ്ധജലാശയങ്ങളെ ആശ്രയിക്കുന്നവയും ഉൾപ്പെടും. കടലിൽ നിന്ന് തീറ്റതേടുന്നവയ്ക്ക് കടൽപ്പക്ഷികളെന്നാണ് പൊതുനാമധേയം. കടൽത്തീരങ്ങളിൽ വിഹരിച്ച് അവിടെ നിന്നുതന്നെ ഇരതേടുന്ന തീരദേശ പക്ഷികൾ, കരയിൽ വസിക്കുകയും വെള്ളത്തിൽ നിന്ന് തീറ്റതേടുകയും ചെയ്യുന്നവ ചതുപ്പുകളിൽ ഒളിച്ചുജീവിക്കുന്നവ, ആഴം കുറഞ്ഞ ജലാശയങ്ങളിൽ ഇറങ്ങിനടന്ന് ഇരതേടുന്നവ, വെള്ളത്തിന് മുകളിലൂടെ പറക്കുകയും ഇരയെക്കണ്ടാൽ മിന്നൽവേഗത്തിൽ അവയെ റാഞ്ചിയെടുക്കുകയും ചെയ്യുന്നവ, കരയിലെ മരങ്ങളിൽ കാത്തിരുന്ന് മത്സ്യങ്ങളെ കണ്ടാലുടനെ വെള്ളത്തിൽ മുങ്ങാങ്കുഴിയിട്ട് പിടിച്ചെടുക്കുന്നവ എന്നിങ്ങനെ പോകുന്നു നീർപ്പക്ഷികളിലെ വൈവിധ്യം.

നീർപ്പക്ഷികൾക്ക് ജലത്തിൽ ജീവിക്കാനാവശ്യമായ ചില സവിശേഷ സ്വഭാവങ്ങളുണ്ട്. നീന്താനും മുങ്ങാംകുഴിയിടാനുമുള്ള കഴിവാണ് ഇവയിൽ പ്രധാനം. നീന്തുന്ന പക്ഷികൾക്ക് ചർമ്മബന്ധിതമായ വിരലുകളായിരിക്കും. വിരലുകൾ നേർത്ത ചർമ്മം കൊണ്ട് ബന്ധിപ്പിച്ച രീതിയിൽ കാണുന്ന കാലുകൾ തുഴ പോലെ പ്രവർത്തിപ്പിച്ചാണ് ഇത്തരം പക്ഷികൾ നീന്തുക. താറാവുകൾക്കും അരയന്നങ്ങൾക്കും വാത്തകൾക്കും ആളകൾക്കും മറ്റും മുന്നിലെ വിരലുകൾ മാത്രം ചർമ്മബന്ധിതമായിക്കാണുമ്പോൾ പെലിക്കനുകൾ, നീർക്കാക്കകൾ, ബൂബികൾ മുതലായവയ്ക്ക് എല്ലാ വിരലുകളും ചർമ്മബന്ധിതമായിരിക്കും. മുന്നിലെ രണ്ടു വിരലുകൾ തമ്മിൽ മാത്രം ചർമ്മബന്ധിതമായ ജലപക്ഷികളുമുണ്ട്. ചിലയിനം മണൽക്കോഴികളും കാടകളും ഈ വിഭാഗത്തിലാണ് വരുന്നത്. അന്തരീക്ഷത്തിൽ നിന്നോ മരക്കൊമ്പുകളിൽ നിന്നോ വെള്ളത്തിലേക്ക് കൂപ്പുകുത്തി വെള്ളത്തിനടിയിലേക്ക് ഊളിയിട്ടിറങ്ങി മത്സ്യങ്ങളെ പിടിക്കാൻ ചില നീർപ്പക്ഷികൾക്ക് പ്രത്യേക വിരുതുണ്ട്. മത്സ്യങ്ങളെ കൊക്കിലൊതുക്കി ഊളിയിട്ടിറങ്ങിയ അതേ വേഗതയിൽ കുതിച്ചുയരും ഇവ. ചിലതിന് അതേ മരക്കൊമ്പിൽത്തന്നെ തിരിച്ചെത്തുന്ന ശീലവുമുണ്ട്. വെള്ളത്തിലും ചതുപ്പിലും മറ്റും നടന്ന് ഇരതേടുന്നവയ്ക്ക് നീളം കൂടിയ കാലുകളും വിരലുകളും സവിശേഷതകളാണ്. ചെളിയും ചവറുകളും വെള്ളവും മറ്റും അരിച്ചു മാറ്റി ഇരകളെ മാത്രം തിന്നാൻ സഹായകമായ ചുണ്ടുകൾ ചില ജലപക്ഷികളിൽ കാണാറുണ്ട്. പൊതുവെ നീർപ്പക്ഷികളുടെ കൊക്കിന് നീളം കൂടിയിരിക്കും.

ഇവ കൂടുനിർമ്മിക്കുന്നത് പ്രധാനമായും ജലാശയതീരങ്ങളിലാണ്. ചിലത് മണ്ണിലുണ്ടാക്കുന്ന കുഴികളിലും ചിലത് തീരത്തെ പാറക്കൂട്ടങ്ങൾ ക്കിടയിലും പാറയിടുക്കുകളിലും മാളങ്ങളിലും കൂടൊരുക്കും. മറ്റു ചില പക്ഷികൾ തീരങ്ങളിലെ കുറ്റിച്ചെടികൾക്കും പൊന്തകൾക്കുമിടയിലോ മരങ്ങളുടെ മുകളിലോ ആണ് കൂടുകെട്ടുക. ജലോപരിതലത്തിൽ പൊങ്ങി ക്കിടക്കുന്ന കൂടുകളുണ്ടാക്കുന്നവയുമുണ്ട്.

സ്വാഭാവിക ആവാസകേന്ദ്രങ്ങൾ ശിഥിലമാകുന്നതിനാലും മലിനീ കരണവും വേട്ടയും കൂടുന്നതിനാലും കാലാവസ്ഥാവ്യതിയാനങ്ങൾ മൂലവുമൊക്കെ പക്ഷികളുടെ എണ്ണത്തിലും വൈവിധ്യത്തിലും വൻ കുറവ് വന്നുകൊണ്ടിരിക്കുന്നതായി പഠനങ്ങൾ വെളിപ്പെടുത്തുന്നു. നില നില്പിനായുള്ള പോരാട്ടത്തിനിടയിൽ പക്ഷിവംശത്തിലെ ഏതെങ്കി ലുമൊന്ന് ദിനംപ്രതി ഭൂമിയിൽനിന്ന് അപ്രത്യക്ഷമായിക്കൊണ്ടിരിക്കുക യാണ്. നാല്പത്തിനാല് നദികളുടെയും എണ്ണമറ്റ പാടശേഖരങ്ങളുടെയും മറ്റു നീർത്തടങ്ങളുടെയും നാടായിരുന്ന കേരളം നീർപ്പക്ഷികളുടെയും കേദാരഭൂമിയായിരുന്നു. നീർത്തടങ്ങൾക്കുണ്ടായ നാശം ഇവയുടെ ജീവിതത്തെയും പ്രതികൂലമായി ബാധിച്ചു. ആഹാരം തേടാനും വിഹരി ക്കാനും സുരക്ഷിതമായ കൂടുകളൊരുക്കാനും സാഹചര്യങ്ങൾ പരിമിത മായതോടെ ഇവയിൽ പലതും എണ്ണത്തിൽ കുറഞ്ഞു. ദേശാടനപ്പക്ഷി കളിൽ പലതിനെയും കാണാനില്ലാതായിട്ടുണ്ട്.

കേരളത്തിൽ അഞ്ഞൂറോളം പക്ഷികളുള്ളതായി കണ്ടെത്തിയിട്ടുണ്ട്. ഇതിൽ ദേശാടനപ്പക്ഷികളും നീർപ്പക്ഷികളും ഉൾപ്പെടും. പ്രകൃതിയുടെ താളക്രമങ്ങൾ കാത്തുസൂക്ഷിക്കുന്ന നൂറിലധികം നീർപ്പക്ഷികളെ ഇവിടെ പരിചയപ്പെടാം. ഇന്നത്തെ ഈ പക്ഷികൾ നാളത്തെ ജീവ ശാസ്ത്രപുസ്തകങ്ങളിലെ നിറമുള്ള ചിത്രങ്ങൾ മാത്രമായി മാറാതിരി ക്കാൻ അവയോടുള്ള സമീപനത്തിൽ മാറ്റം വരുത്തുകയും അവയുടെ സംരക്ഷണത്തിന് വഴിയൊരുക്കുകയും വേണം. കൃഷിയിടങ്ങളിലെ കീടനാശിനിപ്രയോഗവും സ്വാഭാവിക ആവാസസ്ഥാനങ്ങളിലേക്ക് മനുഷ്യ രുടെ കടന്നുകയറ്റവും വേട്ടയും എല്ലാം പക്ഷികുലത്തിന് വെല്ലുവിളി സൃഷ്ടിക്കുന്നുണ്ട്. പ്രകൃതിയുടെ താളം നിലനില്ക്കണമെങ്കിൽ പക്ഷി കളുടെ സംരക്ഷണത്തിന് നാം മുൻകൈയെടുക്കണം.

■

ആളച്ചിന്നൻ/ചെറിയ അള

Saunders's tern / Little tern/Black shafted tern

ശാസ്ത്രനാമം: *സ്റ്റെർണാ സോണ്ടേഴ്സി*

Sterna saundersi Hume, 1877

കുടുംബം: സ്റ്റെർണിഡേ

ഇന്ത്യ, ശ്രീലങ്ക, ഇറാൻ, മഡഗാസ്ക്കർ, സൗദി അറേബ്യ, പാക്കിസ്ഥാൻ, യെമെൻ, ഒമാൻ, ഇസ്രയേൽ, കെനിയ, ടാൻസാനിയ തുടങ്ങിയ രാജ്യങ്ങളിൽ കാണപ്പെടുന്ന ഒരു പക്ഷിയാണ് ആളച്ചിന്നൻ. കേരളത്തിൽ ശിശിരകാലത്ത് ഇവ ദേശാടനത്തിനെത്തുന്നു. ആളകളിൽ ഏറ്റവും ചെറുതായതിനാലാണ് അതുമായി ബന്ധപ്പെട്ട് മലയാള-ഇംഗ്ലീഷ് പേരുകൾ ഉണ്ടായത്. കേരളത്തിലെ തീരപ്രദേശങ്ങളിലാണ് ഇവയെ കാണപ്പെടുന്നത്. ഉൾനാടുകളിലെ പുഴകളിലും ജലാശയങ്ങളിലും അപൂർവമായി കാണാറുണ്ട്.

ഈ ചെറിയ പക്ഷിക്ക് മൈനയുടെ വലുപ്പമുണ്ടാവും. 20–27 സെ.മീ. നീളം വരും. ചിറകുവിസ്താരം 50–55 സെ. മീ. തൂക്കം 40–45 ഗ്രാം. ദേഹം ഏറക്കുറെ നരച്ച ചാരനിറമാണ്. നെറ്റിയും അടിവശങ്ങളും തൂവെള്ള. തലയിൽ കറുത്ത വരകൾ കാണും. ചിറകിന്റെ അഗ്രം നീണ്ട് കൂർത്തിരിക്കും. ഇവയിലെ 3–4 വലിയ തുവലുകൾക്ക് കറുപ്പുനിറമായിരിക്കും. അതിനാൽ, പറക്കുമ്പോൾ ചിറകിന് ഒരു കറുത്ത വക്കുള്ളതായിക്കാണും. കൂർത്ത കൊക്കിനു കറുപ്പുനിറം. കാലുകൾക്ക് ഭംഗിയില്ലാത്ത ചുവപ്പു കലർന്ന കാപ്പിനിറമോ ഒലിവുപച്ചനിറമോ ആയിരിക്കും. പ്രജനനകാലത്ത് ഇവയ്ക്ക് ഒരു കറുത്ത തൊപ്പി രൂപപ്പെടും. നെറ്റിയിൽ ത്രികോണാകൃതിയുള്ള ഒരു വെള്ളപ്പാടും കാണാം. കൊക്ക് മഞ്ഞനിറമാകും. കൊക്കിന്റെ അറ്റം കറുപ്പുനിറമായിരിക്കും. കണ്ണിൽ നിന്ന് പിടലി വഴി മറുഭാഗത്തെ കണ്ണിലെത്തി നിൽക്കുന്ന ഒരു കറുത്ത വര ഇവയ്ക്കുണ്ടാവും.

ചെറുസംഘമായിട്ടാണ് സഞ്ചാരവും ഇരതേടലും. ക്രസ്റ്റേഷ്യനുകളും മൊളസ്കുകളുമാണ് ഇവയ്ക്കിഷ്ടം. മത്സ്യങ്ങൾ, തവളകൾ, പ്രാണികൾ, വിരകൾ തുടങ്ങിയ ജലജീവികളെയും ഇരയാക്കും. ജലാശയത്തിനു

മുകളിൽ ശബ്ദിച്ചുകൊണ്ട് ഇരയെ തേടി വട്ടമിട്ട് പറക്കാറുണ്ട്. ഇരയെ കണ്ടാൽ താഴ്ന്ന് പറന്ന് വെള്ളത്തിൽ ഊളിയിട്ട് അവയെ പിടികൂടും.

ഒരുതരം പരുക്കൻ ചെക്കെക്ക്...ചെക്കെക്ക്... ശബ്ദമാണിവയ്ക്ക്. പൊതുവെ ശബ്ദിച്ചുകൊണ്ടാണ് പറന്നു തുടങ്ങുന്നതും ഇരതേടുന്നതുമെല്ലാം. ഇവ ചിറകടിച്ച് പറന്നുയരുന്നത് മനോഹരമായ കാഴ്ചയാണ്. ജലനിരപ്പിൽ പാറിക്കിടന്ന് ഇരതേടാനും കുളിക്കാനും കഴിവുണ്ട്. പക്ഷേ, നീന്താൻ കഴിയില്ല.

കേരളത്തിൽ ഇവ പ്രജനനം നടത്തുന്നതായി കണ്ടെത്തിയിട്ടില്ല. പക്ഷേ ലക്ഷദ്വീപിലും തമിഴ്നാട്ടിലും ഇവയുടെ കൂടുകൾ കണ്ടെത്തിയിട്ടുണ്ട്. ഫെബ്രുവരി-മേയ് ആണ് പ്രജനനകാലം. 5-30 ജോടി പക്ഷികൾ കോളനിയായാണ് കൂടുകൂട്ടുന്നത്. ചെളിത്തട്ടുകളാണ് കൂടുണ്ടാക്കാൻ തെരഞ്ഞെടുക്കുക. ചെറിയ കുഴികളുടെയും മൃഗങ്ങളുടെ കാല്പാടുകളുടെയും ചുറ്റും ചെറുകല്ലുകൾ നിരത്തിവച്ചും ചപ്പുചവറുകളുടെയും സസ്യങ്ങളുടെയും ചുറ്റും മണൽ കൂട്ടിവച്ചുമാണ് മുട്ടയിടാനുള്ള സ്ഥലമൊരുക്കുക. ഒരു സീസണിൽ 2 മുട്ടകളിടും.

ആറ്റുമണൽക്കോഴി

Little ringed plover

ശാസ്ത്രനാമം: ചാരാഡ്രിയസ് ഡ്യൂബിയസ്

Charadrius dubius jerdoni , 1880

കുടുംബം: ചാരാഡ്രീഡേ

ഇന്ത്യയിൽ ഏറെക്കുറെ എല്ലാ പ്രദേശങ്ങളിലും കാണപ്പെടുന്ന മനോഹരമായ ഒരു ശിശിരകാല പറവയാണ് ആറ്റുമണൽക്കോഴി. പൊതുവെ കടൽത്തീരങ്ങളിലും അഴിമുഖങ്ങളിലും തണ്ണീർത്തടങ്ങളിലും നദീതീരങ്ങളിലുമാണ് ഇവയെ കാണാറ്. കേരളത്തിൽ ദേശാടനക്കാരായി എത്തുന്ന ഇവ ചെറുസംഘമായും അല്ലാതെയും സഞ്ചരിക്കാറുണ്ട്.

വലുപ്പം ഏതാണ്ട് 18 സെ.മീ. വരും. മോതിരക്കോഴിയെക്കാൾ ചെറുതായ ഇവയുടെ ശരീരത്തിന്റെ ഉപരിഭാഗം തവിട്ടുനിറവും അടിവശം തൂവെള്ളനിറവുമാണ്. കണ്ണിനു ചുറ്റും ആകർഷകമായ ഒരു മഞ്ഞ വളയമുണ്ട്. തല ചെറുതാണ്. തലയിൽ കൊക്കിനോട് ചേർന്ന് വീതി കുറഞ്ഞ ഒരു കറുത്ത പട്ടയും അതിന് മുകളിലായി ഒരു വെള്ളപ്പട്ടയും അതിനോട് ചേർന്ന് മൂർദ്ധാവിൽ വീണ്ടും കറുപ്പ് നിറത്തിലുള്ള വീതി കൂടിയ ഒരു പട്ടയും കാണാം. താടി വെള്ളനിറം. തൊണ്ട കറുപ്പ്. കഴുത്തിൽ താടിയുടെയും തൊണ്ടയുടെയും തുടർച്ചയായി വെളുപ്പും കറുപ്പുമായ രണ്ട്

മാലകൾ കാണാം. നെറ്റിയിലുള്ള കറുപ്പിനും തലയിലെ തവിട്ടു നിറ ത്തിനുമിടയ്ക്ക് ഒരു വെള്ളപ്പട്ടയുണ്ട്. കാലുകൾക്ക് മങ്ങിയ മഞ്ഞനിറ മാണ്.

ഉച്ചത്തിൽ ആരംഭിച്ച് നേർത്തു വരുന്ന രീതിയിൽ മനോഹരമായി ഈ പക്ഷി ചൂളം വിളിക്കാറുണ്ട്. ട്രിക്ക്...ട്രിക്ക്... എന്നും ട്രൂയി...ട്രൂയി... എന്നുമാണ് ശബ്ദം. മനുഷ്യസാമീപ്യം വളരെ അടുത്തുണ്ടായാൽ മാത്രമേ ഇവ ഓടി അകലുകയുള്ളൂ. അല്ലാതെയുള്ളപ്പോൾ മനുഷ്യരെ അവഗണിക്കുകയാണ് പതിവ്.

ഇരതേടുന്നത് നിലത്ത് നടന്നാണ്. ഇരതേടുമ്പോൾ കാലുകൊണ്ട് തുരുതുരെ താളം പിടിക്കുന്ന സ്വഭാവം ഇവയ്ക്കുണ്ട്. ഇത് മണ്ണിൽ ഒളി ഞ്ഞിരിക്കുന്ന ഇരകളെ പുറത്തു കൊണ്ടുവരാൻ വേണ്ടിയാണെന്ന് കരു തുന്നു. ജലജീവികളായ വിരകൾ, ഒച്ചുകൾ തുടങ്ങിയവയാണ് മുഖ്യ മായും ആഹരിക്കുന്നത്.

കേരളത്തിൽ ഇവ കൂടുണ്ടാക്കുന്നത് വിരളമായാണ്. നദീതീരങ്ങളിലെ മണ്ണിൽ ചെറിയ കുഴികളുണ്ടാക്കി അതിലാണ് മുട്ടയിടുക. 3-4 മുട്ടകളിടും. മുട്ടയ്ക്ക് മണ്ണിന്റെ നിറമാണ്. ആൺ-പെൺപക്ഷികൾ മാറിമാറി അടയി രിക്കും. പെൺപക്ഷി അടയിരിക്കുമ്പോൾ അരികിൽത്തന്നെ ആൺപക്ഷി യുമുണ്ടാവും. ശത്രുസാന്നിധ്യമുണ്ടായാൽ ആൺപക്ഷി പ്രത്യേക സ്വര ത്തിൽ ചൂളമടിച്ച് മുന്നറിയിപ്പ് നൽകുകയും പെൺപക്ഷി വേഗത്തിൽ ഓടിമറയുകയുമാണ് പതിവ്. 22-28 ദിവസം കൊണ്ട് മുട്ടകൾ വിരിയും. 46-47 ദിവസമാകുമ്പോൾ കുഞ്ഞുങ്ങൾ പറക്കമുറ്റും. മാതാപിതാക്കളെ ക്കൂടാതെ മറ്റു പക്ഷികളും കുഞ്ഞുങ്ങളെ തീറ്റിപ്പോറ്റുന്നത് കാണാറുണ്ട്. ഇവ മിക്കവാറും ഇതേ പക്ഷികളുടെ സന്തതികളായിരിക്കും.

കടലാണ്ടി/വലിയ കടൽക്കള്ളൻ
Great frigate bird

ശാസ്ത്രനാമം: *ഫ്രിഗാറ്റാ മൈനർ*
Fregata minor Mathews, 1914
(*പെലിക്കാനസ് മൈനർ* - *Pelecanus minor* Gmelin, 1789)
കുടുംബം: ഫ്രിഗാറ്റിഡേ

ഇന്ത്യൻ മഹാസമുദ്രത്തിലും പസഫിക്, അറ്റ്ലാന്റിക് മഹാസമുദ്ര ങ്ങളിലും വസിക്കുന്ന ഒരു വലിയ കടൽപ്പക്ഷിയാണ് കടലാണ്ടി. 8-9 വർഷം കഴിഞ്ഞാലേ പെൺപക്ഷികൾ പ്രായപൂർത്തിയെത്തൂ. ആൺ

പക്ഷികൾക്കാകട്ടെ, ഇത് 10–11 വർഷമാണ്. ഇവയ്ക്ക് ആയുസ്സും കൂടുതലാണ്. 44 വർഷം പ്രായമുള്ള പക്ഷികളെ വരെ കണ്ടെത്തിയിട്ടുണ്ട്.

ഇതിന് 85–105 സെ.മീ. നീളവും 640–1550 ഗ്രാം ഭാരവും വരും. ചിറകുവിസ്താരം 205–230 സെ.മീ.കാണും. ആണിനും പെണ്ണിനും വലുപ്പവ്യത്യാസമുണ്ടാവും. ആൺപക്ഷി താരതമ്യേന ചെറുതാണ്. ഇതിന് 1000–1450 ഗ്രാമും പെൺപക്ഷിക്ക് 1215–1590 ഗ്രാമും ആണ് ഭാരം. ശരീരത്തിന് പൊതുവെ കരിം കറുപ്പുനിറമാണ്. കണ്ണിനു ചുറ്റും ഒരു ചുവന്ന വലയം കാണാം. നരച്ച കറുപ്പുനിറമുള്ള കൊക്ക് നീണ്ടതും അറ്റം വളഞ്ഞതുമാണ്. പെൺപക്ഷിയുടെ തൊണ്ടയും നെഞ്ചും വെള്ളനിറമായിരിക്കും. ആണിന്റെ ചുണ്ടിന് താഴെ തൊണ്ടയിൽ ഒരു ചുവന്ന സഞ്ചി കാണാം. പ്രജനനകാലത്ത് ഇത് കടും ചുവപ്പ് നിറത്തിൽ ബലൂൺ പോലെ വീർത്തു വരും. ചിറകുകൾ നീണ്ടതും വീതി കുറഞ്ഞ് അറ്റം കൂർത്തതുമാണ്. വാലും അതുപോലെ വീതി കുറഞ്ഞ് നീണ്ടിരിക്കും. വാലിന്റെ അറ്റം 'വി' ആകൃതിയിൽ കാണാം. കുഞ്ഞുങ്ങൾക്കും കറുപ്പുനിറമായിരിക്കും. ഇവയുടെ മുഖവും തലയും തൊണ്ടയും ചെമ്പു കലർന്ന വെള്ളനിറത്തിലാണ് കാണുക.

മത്സ്യങ്ങളാണ് ഇവയുടെ പ്രധാന ഇരകൾ. പറന്നുകൊണ്ടാണ് ഇരതേടുന്നത്. ഉപരിതലത്തിലെത്തുന്നവയെയും വെള്ളത്തിന് മുകളിലേക്ക് ചാടുന്നവയെയുമാണ് പിടികൂടുക. കടൽപ്പക്ഷികളുടെ കുഞ്ഞുങ്ങളെയും ഇവയിലെ പെൺപക്ഷികൾ അപൂർവ്വമായി പിടികൂടാറുണ്ട്. മറ്റു പക്ഷികളെ ഓടിച്ചുപിടിച്ച് അവ വായിലാക്കിയ ഇരകളെ തികട്ടിപ്പിച്ച് തട്ടിയെടുക്കുന്ന സ്വഭാവം ഇവയ്ക്കുണ്ട്. കടൽക്കള്ളനെന്ന പേരിനാധാരം ഈ സ്വഭാവമാണ്.

ചെറുചെടികൾക്കിടയിലോ മരത്തിലോ ആണ് കൂടൊരുക്കുന്നത്. പെൺപക്ഷിക്കാണ് ഈ ചുമതല. ആൺപക്ഷി കൂടുനിർമ്മാണത്തിനുള്ള വസ്തുക്കൾ ശേഖരിച്ച് കൊണ്ടുവരും. ചുള്ളികളും വള്ളികളും കടലിൽ നിന്ന് കപ്പൽച്ചേതത്തിന്റെ അവശിഷ്ടങ്ങളായിക്കിട്ടുന്ന വസ്തുക്കളുമൊക്കെ ക്രമമില്ലാതെ കൂട്ടിവച്ച ഒരു പീഠമായിരിക്കും കൂട്. മറ്റു പക്ഷികളുടെ കൂടും കൂടുനിർമ്മാണവസ്തുക്കളുമൊക്കെ തട്ടിയെടുക്കുന്ന സ്വഭാവവും ഇവയ്ക്കുണ്ട്. കൂടിരിക്കുന്ന സ്ഥലം സംരക്ഷിക്കുമെങ്കിലും കൂട് സംരക്ഷിച്ച് സൂക്ഷിക്കാറില്ല. കൂടുണ്ടാക്കി അധികനാൾ കഴിയും മുമ്പെ അത് വിസർജ്ജ്യത്താൽ മൂടപ്പെടും. പ്രജനനകാലം കഴിയും മുമ്പു തന്നെ കൂടുകൾ തകർന്നുപോകുന്നതും പതിവാണ്.

ഒരു സീസണിൽ ഒരു മുട്ടയാണിടുക. മുട്ടയ്ക്ക് അടഞ്ഞ വെള്ളനിറം. ഇത് നഷ്ടപ്പെട്ടാൽ ഇണകൾ പിരിയുകയും പുതിയ ഇണയെ കണ്ടെത്തി അതേ സീസണിൽത്തന്നെ മുട്ടയിടുകയും ചെയ്യും. ആണും പെണ്ണും മാറിമാറി അടയിരിക്കുകയും കുഞ്ഞുങ്ങളെ തീറ്റിപ്പോറ്റുകയും ചെയ്യും. മുട്ട വിരിയാൻ 55 ദിവസം വേണം. വിരിഞ്ഞിറങ്ങുന്നതിനു മുമ്പുതന്നെ

കുഞ്ഞുങ്ങൾ കരഞ്ഞുതുടങ്ങും. കുഞ്ഞുങ്ങൾക്ക് ആദ്യം തൂവലുകളുണ്ടാവില്ല. രണ്ടാഴ്ച കഴിയുമ്പോൾ ഇവയുടെ ശരീരം വെള്ളത്തൂവലുകളാൽ മൂടപ്പെടും. മാതാപിതാക്കൾ തിന്നു തികട്ടിച്ച ഭക്ഷണം, അവയുടെ വായ്ക്കകത്തേക്ക് സ്വന്തം ചുണ്ടുകൾ കടത്തിയാണ് കുഞ്ഞുങ്ങൾ ഭക്ഷിക്കുക. കുഞ്ഞുങ്ങളെ വളരെക്കാലം മാതാപിതാക്കൾ തീറ്റിപ്പോറ്റാറുണ്ട്.

കടലുണ്ടി ആള
Sandwich tern

ശാസ്ത്രനാമം: *സ്റ്റേർണ സാൻഡ്‌വിസെൻസിസ്*
Sterna sandvicensis Latham,1787
(*തലാസ്സിയസ് സാൻഡ്‌വിസെൻസിസ്*
Thalasseus sandvicensis Latham,1787)

കുടുംബം: സ്റ്റേർണിഡേ

കേരളത്തിലെത്തുന്ന ഒരു വിരുന്നുകാരി കടൽപ്പക്ഷിയാണ് കടലുണ്ടി ആള. ഈ പക്ഷിയെ കൂടുതൽ കാണപ്പെടുന്നത് കടലുണ്ടി മേഖലയിൽ ആയതിനാലാണ് ഈ വിളിപ്പേര് ലഭിച്ചത്. വിരളമായി അഴിമുഖങ്ങളിലും മണലും ചെളിയും നിറഞ്ഞ തീരങ്ങളിലുമെല്ലാം ഈ പക്ഷിയെ കാണുന്നുണ്ട്. മനോഹരമാണ് ഈ പക്ഷിയുടെ നേർക്കാഴ്ച. ഇവയുടെ ലാവണ്യം അസാധാരണമാണ്. ജലപ്പരപ്പിൽ പാറിപ്പറക്കുന്ന ഇവ ആരുടെയും ശ്രദ്ധയാകർഷിക്കും.

37–43 സെ.മീ. ശരീരനീളമുള്ള ഇവയ്ക്ക് 85–97 സെ.മീ. ചിറകുവിസ്താരം കാണും. കാലുകൾ കുറുകിയതാണ്. ചുണ്ടുകൾ കൂർത്തതും അറ്റത്ത് മഞ്ഞയുള്ള കറുപ്പുനിറമുള്ളവയുമാണ്. ദേഹത്തിന്റെ മുകൾവശം നരച്ച ചാരം കലർന്ന വെള്ളയും അടിവശം തൂവെള്ളയുമാണ്. തലയിൽ കറുത്ത തൊപ്പിയുണ്ടാവും. നീണ്ട വാലിന്റെ അഗ്രത്തിന് കറുപ്പാണ്. കൊക്കും കാലുകളും കറുപ്പ്. കൊക്ക് മെലിഞ്ഞതും അറ്റം മഞ്ഞനിറത്തിലുള്ളതുമാണ്. പ്രജനനകാലത്ത് നിറങ്ങളിൽ നേരിയ വ്യത്യാസങ്ങളുണ്ടാകും. കുഞ്ഞുങ്ങൾക്ക് ദേഹമാസകലം അടയാളങ്ങളുണ്ടാവും.

ഇവ പരുക്കൻ സ്വരത്തിൽ ഉച്ചത്തിൽ ശബ്ദിക്കാറുണ്ട്. കീയറിക്... കെറിക്ക്... എന്നൊക്കെയാണ് ശബ്ദം. ചെറുസംഘമായിട്ടാണ് സഞ്ചാരം.

മീനാണ് മുഖ്യാഹാരം. എന്നാൽ മറ്റ് കടൽവിഭവങ്ങളും ഭക്ഷിക്കാറുണ്ട്. ജലപ്പരപ്പിനു മീതെ പാറിപ്പറക്കുന്ന ഇവ ഇരയുടെ സാന്നിധ്യമറിഞ്ഞാൽ ശരവേഗത്തിൽ താഴേക്ക് പതിക്കും. മറ്റ് ആളകളെപ്പോലെ

ഇവയ്ക്കും നീന്താൻ കഴിയില്ല. എന്നാൽ, ജലപ്പരപ്പിലൂടെ അല്പദൂരം തെന്നി മുന്നോട്ട് പോകാൻ സാധിക്കും. സാധാരണ, ജലത്തിൽ മുങ്ങി, ഇരയുമായി അതേ വേഗത്തിൽ ഉടൻ പൊങ്ങുകയാണ് പതിവ്. ആൺ പക്ഷികൾ പെൺപക്ഷികൾക്ക് മീൻ നൽകുന്നത് കാണാറുണ്ട്.

കടൽത്തീരത്തോടടുത്തുള്ള ശുദ്ധജലതടാകങ്ങളിൽ കൂട്ടമായി തമ്പടിച്ചാണ് പ്രത്യുല്പാദനം നടത്തുന്നത്. 1-3 മുട്ടകളാണ് പതിവ്. അറ്റ്ലാന്റിക്കിന്റെയും മെഡിറ്ററേനിയന്റെയും തീരങ്ങളിലാണ് ഇവയുടെ പ്രജനന കേന്ദ്രങ്ങൾ.

കാട്ടുകൊക്ക്

Malayan night heron

ശാസ്ത്രനാമം: *ഗോർസാക്കിയസ് മെലനോഫസ്*
Gorsachius melanolophus Raffles, 1822
കുടുംബം : ആർഡിഡേ

ദക്ഷിണേഷ്യയിലും പൂർവ്വേഷ്യയിലും കാണപ്പെടുന്ന കാനനവാസിയായ ഒരു പക്ഷിയാണ് കാട്ടുകൊക്ക്. ഇന്ത്യ, തായ്ലന്റ് , ചൈന, ഫിലിപ്പൈൻസ് തുടങ്ങിയ രാജ്യങ്ങളിലാണ് ഇവയുടെ പ്രത്യുല്പാദനം നടക്കുന്നത്. കേരളത്തിലെ കാടുകളിലാണ് ഇവയുടെ സാന്നിധ്യമുള്ളത്. നിത്യഹരിത വനങ്ങളിലും അർദ്ധനിത്യഹരിത വനങ്ങളിലും ഇടതൂർന്ന കണ്ടൽക്കാടുകളിലും ഇതിനോടുചേർന്ന ചതുപ്പുകളിലും ഇവയെ കണ്ടതായി രേഖപ്പെടുത്തിയിട്ടുണ്ട്. കാടിനുപുറത്ത് ഇവയെ നിരീക്ഷിച്ചതായി സൂചനകളില്ല. സ്ഥിരവാസിയായ ഒരു പക്ഷിയാണിത്.

നാട്ടിൽക്കാണുന്ന കുളക്കൊക്കിന്റെ വലുപ്പമുള്ള ഒരു മനോഹര കാട്ടുപക്ഷിയാണിത്. ഇതിന് ശരാശരി 47 സെ.മീ. ഉയരം കാണും. ആണും പെണ്ണും കാഴ്ചയിൽ ഒന്നു പോലെയായിരിക്കും. ഇവയുടെ ദേഹം ഏറക്കുറെ നരച്ച ഇഷ്ടികനിറമാണ്. ദേഹത്തിന്റെ അടിവശത്ത് വരകളുണ്ടാവും. തലയിൽ കറുപ്പുനിറത്തിൽ മകുടം പോലെ എഴുന്നുനിൽക്കുന്ന ചില തൂവലുകളുണ്ടാവും. ചിറകിന്റെ അടിവശം കറുപ്പാണ്. ഇവയുടെ കഴുത്തിന് നീളം കുറവാണ്. കൊക്ക് തടിച്ചുരുണ്ടതാണ്. കാലുകൾക്ക് നേരിയ പച്ചനിറം. കുഞ്ഞുങ്ങൾക്ക് ദേഹമാസകലം നരച്ച ചാരം കലർന്ന തവിട്ടുനിറമായിരിക്കും. അതിൽ കറുപ്പും വെളുപ്പും നിറമുള്ള ധാരാളം കുത്തുകളും പുള്ളികളും ഉണ്ടായിരിക്കും. പ്രായപൂർത്തിയായ പക്ഷികൾക്ക് തലയിലും മൂർദ്ധാവിലും കറുപ്പ് നിറമുണ്ട്. മൂർദ്ധാവിൽ അടുക്കിവച്ചിരിക്കുന്നതുപോലെ വെള്ളപ്പുള്ളികളുണ്ടായിരിക്കും.

ഏകാന്തവാസികളായ ഇവയെ പ്രജനനകാലത്ത് ഇണയോടൊപ്പം കാണും. മണ്ണിര, മത്സ്യം, തവള, ഞണ്ട് എന്നിവയാണ് ഇവയ്ക്ക് ഇഷ്ടപ്പെട്ട ഇരകൾ. നിലത്ത് നടന്നാണ് ഇരതേടുന്നത്. എന്നാൽ വിശ്രമം വലിയ മരങ്ങളിലാണ്.

വലിയ മരങ്ങളിൽ നിർമ്മിക്കുന്ന കൂടിന് ചുള്ളികൾ, നാരുകൾ, ഇലകൾ എന്നിവ ഉപയോഗിക്കുന്നുണ്ട്. ഏപ്രിൽ-മേയ് മാസങ്ങളിലാണ് കൂടൊരുക്കുന്നത്. 3-4 മുട്ടകൾ ഉണ്ടാവും. വെള്ളനിറമാണിവയ്ക്ക്.

കടൽ ആള

White-cheeked tern

ശാസ്ത്രനാമം: *സ്റ്റെർണാ റിപ്രസ്സ*
Sterna repressa Hartert, 1916
കുടുംബം: സ്റ്റെർണിഡേ

ചെങ്കടലിന്റെ തീരങ്ങൾ, ആഫ്രിക്കൻ മുനമ്പു മുതൽ കെനിയ വരെയുള്ള പ്രദേശങ്ങൾ, പേർഷ്യൻ ഉൾക്കടൽ, ഇറാൻ മുതൽ പാക്കിസ്ഥാൻ വരെയുള്ള തീരപ്രദേശങ്ങൾ, ഇന്ത്യയുടെ പശ്ചിമതീരങ്ങൾ എന്നിവിടങ്ങളിൽ കണ്ടുവരുന്ന ഒരു കടൽപ്പക്ഷിയാണ് കടൽആള. ഉഷ്ണമേഖലാ കടൽത്തീരങ്ങളും തീരത്തോടടുത്ത ജലാശയങ്ങളുമാണ് ഇവയുടെ ആവാസകേന്ദ്രങ്ങൾ. കടലോരത്താണ് സാധാരണയായി ഈ പക്ഷിയെ കാണപ്പെടുന്നത്. കേരളത്തിൽ കടൽആള ദേശാടനക്കാരായി തീരപ്രദേശങ്ങളിലും വിരളമായി കായലോരങ്ങളിലും എത്തുന്നതായി കണ്ടെത്തിയിട്ടുണ്ട്. നമ്മുടെ തീരപ്രദേശങ്ങളിൽ ഇവയുടെ സാന്നിധ്യമുണ്ടാകുന്നത് ഒക്ടോബർ മുതൽ മാർച്ച് വരെയാണ്.

32-34 സെ.മീ. വലുപ്പമുണ്ടാവും ഇവയ്ക്ക്. കടൽക്കാക്കയുടേതുപോലെയാണ് ഇവയുടെ ശരീരം. ശരീരത്തിന്റെ ഉപരിഭാഗം മങ്ങിയ ചാരനിറം. തലയിൽ കറുപ്പ് നിറത്തിൽ തൊപ്പിയുണ്ട്. വാലിന്റെ അഗ്രത്തുള്ള തൂവലുകൾക്കും കറുത്ത നിറമാണ്. പ്രജനനകാലത്ത് കൊക്കും കാലും ചുവപ്പുനിറമാകും. മറ്റു കാലങ്ങളിൽ കറുത്തനിറം. ആ സമയം ദേഹത്തിന് ചാരം കലർന്ന വെള്ളനിറമായിരിക്കും. മെലിഞ്ഞ ചിറകുകൾ നീണ്ടു കൂർത്തതാണ്. വലുപ്പമുള്ള ചിറകുകളാണ്.

സാധാരണ സംഘമായി ജീവിക്കുന്ന പക്ഷികളാണ് കടൽആളകൾ. ചിലച്ചുകൊണ്ടായിരിക്കും ഈ പക്ഷികൾ പറക്കുന്നത്.

ജലാശയത്തിൽ നിന്നാണ് ഇവ ഇരയെ കണ്ടെത്തുന്നത്. ജലാശയത്തിന് മുകളിലൂടെ പറന്ന് ഇരയുടെ സാന്നിധ്യം മനസ്സിലാക്കിയ ശേഷം

അവിടേക്കു പറന്നെത്തുകയാണ് പതിവ്. വെള്ളത്തിൽ മുങ്ങിയാണ് ഇര പിടിക്കുന്നത്. കൂർത്ത കൊക്കുകളും ചിറകുകളും ഇതിനു സഹായിക്കുന്നു. വെള്ളത്തിൽ നിന്ന് വേഗത്തിൽ ഉയർന്ന് പറക്കാനും ഇവയ്ക്ക് സാധിക്കും. ഞണ്ടുകളും മത്സ്യങ്ങളുമാണ് മുഖ്യഭക്ഷണം.

കേരളത്തിൽ ഇവയുടെ പ്രജനനം നടക്കുന്നില്ല. ഇന്ത്യയുടെ മറ്റു ഭാഗങ്ങളിൽ കൂടൊരുക്കുന്നതായി ചില പക്ഷിനിരീക്ഷകർ അഭിപ്രായപ്പെടുന്നുണ്ട്.

കടൽക്കാട

Curlew sandpiper

ശാസ്ത്രനാമം: *കാലിഡ്രിസ് ഫെറുജീനിയ*
Calidris ferruginea Pontoppidan, 1763

(*എറോലിയ ഫെറുജീനിയ* - *Erolia ferruginea* Vieillot, 1816)

കുടുംബം : സ്കോലോപാസിഡേ

സൈബീരിയയിലെ തുന്ദ്രകളിൽ വസിക്കുകയും പ്രജനനം നടത്തുകയും ചെയ്യുന്ന ഒരു പക്ഷിയാണ് കടൽക്കാട. ദേശാടനസ്വഭാവമുള്ള ഇവ മഞ്ഞുകാലം ചെലവിടാൻ ആഫ്രിക്കയിലും ദക്ഷിണപൂർവ്വേഷ്യയിലും ദക്ഷിണേഷ്യയിലുമെത്തും. ദേശാടനകാലത്ത് കേരളത്തിലും ഇവയെത്താറുണ്ട്. പൊതുവെ വിരളമായ ഇവ കടലുണ്ടി പോലുള്ള തീരങ്ങളിലാണ് എത്താറുള്ളത്. കരിമ്പൻ കാടക്കൊക്കിന്റെ വലുപ്പമുള്ള ഈ പക്ഷിയെ ഒക്ടോബർ-ഫെബ്രുവരി മാസങ്ങളിലാണ് നമ്മുടെ നാട്ടിൽ കാണുക. ഇവയുടെ ആവാസമേഖലകൾ തീരപ്രദേശങ്ങളും അഴിമുഖങ്ങളുമാണ്. പ്രജനനകാലത്ത് വർണ്ണശബളമാകുന്ന ഇവ നദീതീരങ്ങളുടെ ലാവണ്യമാണ്.

ഇവയ്ക്ക് 18-23 സെ. മീ. ശരീരവലുപ്പം കാണും. താഴേക്കല്പം വളഞ്ഞതും നീളമുള്ളതുമായ കൊക്ക് ഇവയുടെ പ്രത്യേകതയാണ്. ശരീരത്തിന് ആനുപാതികമായി നോക്കിയാൽ കൊക്കുകൾ നീണ്ടതാണ്. ദേഹത്തിന്റെ ഉപരിവശം ചാരനിറമാണ്. അടിവശം ഒഴികെ മുകൾഭാഗത്താകെ പുള്ളികളുണ്ടായിരിക്കും. അടയാളങ്ങളോ, പുള്ളികളോ ഇല്ലാത്ത അടിവശം വെള്ളനിറമാണ്. കഴുത്തിലും ചെറിയ വരകളോ, പുള്ളികളോ ഉണ്ടാവും. കൊക്കും കാലും കറുപ്പാണ്. കണ്ണിന് വെള്ളനിറമുള്ള ഒരു പുരികമുണ്ടാവും. കഴുത്തിനും ഉദരത്തിനും നേരിയ രീതിയിൽ മഞ്ഞനിറം കാണും. കുഞ്ഞുങ്ങൾക്കും കൺപുരികം ഉണ്ടായിരിക്കും. മുതിർന്ന പക്ഷിയോട് സാമ്യമുള്ളവയാണ് കുഞ്ഞുങ്ങളും. പ്രജനനകാലത്ത് ഈ

പക്ഷിയുടെ നിറം പൊതുവെ ചെങ്കൽ നിറമായിമാറുന്നു. ഈ സമയത്ത് കൺപുരികം കാണില്ല. ഗുദഭാഗത്തിന് വെള്ളനിറമായിരിക്കും.

ഒറ്റയ്ക്കും ഇണയോടൊപ്പവും ചെറുസംഘങ്ങളായും ഇവ സഞ്ചരിക്കാറുണ്ട്. ചിറകുകൾ അനക്കാതെ തികച്ചും ആയാസരഹിതമായിട്ടാണ് ഇവ ആകാശത്തു പറക്കുന്നത്. ദേശാടനം നടത്തുന്നത് മിക്കവാറും സംഘമായിട്ടാണ്.

ഈർപ്പമുള്ള ചെളിയിലൂടെ നടന്നാണ് ഇരതേടുന്നത്. തിരയടിച്ചു കയറുമ്പോൾ കരയിലെത്തുന്ന ചെറുജീവികളെ ഓടിനടന്ന് പിടികൂടുകയാണ് പതിവ്. തിന്നുന്നതിന് മുമ്പ് ഇരയെ വെള്ളത്തിൽ കഴുകിയെടുക്കുന്നതായി ചില പഠിതാക്കൾ സൂചിപ്പിക്കുന്നുണ്ട്. ഷഡ്പദങ്ങളെയും ഭക്ഷിക്കാറുണ്ട്. രാത്രിയും പകലും ഇരതേടും.

ഇണചേരുന്നതും കൂടുക്കൂട്ടുന്നതും കരയിലാണ്. കേരളത്തിന് പുറത്താണ് ഇവയുടെ കൂട്ടുകൂട്ടലും മറ്റും നടക്കുന്നത്. ഒരു സീസണിൽ 3-4 മുട്ടകളിടും. അടഞ്ഞ വെള്ളനിറമോ നേർത്ത തവിട്ടുനിറമോ ഉള്ള മുട്ടയിൽ ഇരുണ്ട തവിട്ടുനിറത്തിലുള്ള പുള്ളികൾ കാണും.

കടൽ മണ്ണാത്തി

Eurasian oyster catcher/ Common pied oyster catcher

ശാസ്ത്രനാമം: *ഹീമാറ്റോപ്പസ് ഓസ്ട്രാലെഗസ്*

Haematopus ostralegus Linnaeus, 1758

കുടുംബം: ഹീമാറ്റോപോഡിഡേ

കേരളത്തിൽ ദേശാടനത്തിനെത്തുന്ന ഒരു പക്ഷിയാണ് കടൽമണ്ണാത്തി. കേരളത്തിലെ അഴിമുഖങ്ങളിലും പാറകളും മണലും ചെളിയും നിറഞ്ഞ തീരങ്ങളിലും വലിയ ജലാശയങ്ങളുടെ തീരങ്ങളിലുമെല്ലാം ഈ പക്ഷിയെ കാണുന്നുണ്ട്. പവിഴപ്പുറ്റുകളുള്ള പ്രദേശങ്ങളും ഇവയുടെ ആവാസമേഖലകളാണ്. കുളക്കോഴിയോളം വലുപ്പമുള്ള ഈ പക്ഷി, പേര് സൂചിപ്പിക്കും പോലെ നാട്ടിലെ മണ്ണാത്തിപ്പുള്ളിനെപോലെ വെള്ളയും കറുപ്പും നിറങ്ങളിലാണ് കാണപ്പെടുന്നത്. പൊതുവെ വടക്കൻ കേരളത്തിലാണ് ഇവയുടെ സാന്നിധ്യം കൂടുതലായി കാണപ്പെടുന്നത്. തെക്കൻ കേരളത്തിൽ വിരളമാണ്.

ഇവയ്ക്ക് 40-45 സെ.മീ. നീളം വരും. ഇവയുടെ നേർക്കാഴ്ച മനോഹരമാണ്. തല, കഴുത്ത്, ചിറകുകൾ, ദേഹം എന്നിവ തിളക്കമുള്ള കറുപ്പ് നിറമാണ്. അടിവശം തൂവെള്ള. പ്രജനനകാലമൊഴികെയുള്ള സമയങ്ങളിൽ കഴുത്തിൽ ഒരു വെള്ളമാലയുണ്ടായിരിക്കും. കണ്ണുകൾക്കും നീളം

കൂടിയ കൊക്കിനും ചുവപ്പ് നിറം. കൊക്കുകൾക്ക് 8-9 സെ.മീ. നീള മുണ്ടാകും. ചിറക് വിരിക്കുമ്പോൾ 80-85 സെ.മീ. വ്യാപ്തി വരും. കാലു കൾക്ക് കടും റോസ് നിറമായിരിക്കും. ഹീമാറ്റോപ്പസ് എന്ന ജീനസ് നാമം ഇതാണ് സൂചിപ്പിക്കുന്നത്. പക്ഷിക്കുഞ്ഞുങ്ങൾക്ക് അടഞ്ഞ നിറമാണ്.

ഇവ ഉച്ചത്തിൽ പിപ്... പിപ്... എന്ന് ശബ്ദിക്കാറുണ്ട്. കടൽക്കാടയെ പോലെ ചിറകുകൾ അനക്കാതെ തികച്ചും ആയാസരഹിതമായി ഇവ യ്ക്ക് ആകാശത്തു പറക്കാൻ സാധിക്കും. ഒറ്റയ്ക്കും ഇണകളായും സഞ്ചരിക്കാറുണ്ട്. നിലത്ത് നടന്നാണ് ഇരതേടുന്നത്. ഞണ്ടുകളും മത്സ്യങ്ങളും വിരകളും മറ്റ് ചെറുജീവികളുമാണ് ആഹാരം.

കല്ലുകളുടെ മുകളിലാണ് നഗ്നമായ കൂടുകൾ ഉണ്ടാക്കുന്നത്. തീര ദേശജലാശയങ്ങളോ ഉൾനാടൻ ജലാശയങ്ങളോ ആണ് ഇതിനായി തെരഞ്ഞെടുക്കുന്നത്. വർഷത്തിൽ ഒരു തവണയാണ് മുട്ടയിടീൽ. 2-4 മുട്ടകളാണ് പതിവ്. ശത്രുക്കളുടെ കണ്ണിൽപ്പെടാത്ത വർണ്ണവിന്യാസ മാണിവയ്ക്ക്. ഇളം മഞ്ഞയോ ക്രീമോ നിറത്തിൽ ഇരുണ്ട തവിട്ടുപുള്ളി കളുള്ളവയാണ് മുട്ടകൾ. 24-27 ദിവസം കൊണ്ട് ഇവ വിരിയും. ആൺ-പെൺ പക്ഷികൾ മാറിമാറി അടയിരിക്കും. കുഞ്ഞുങ്ങളെ പോറ്റുന്നതും മാതാപിതാക്കൾ ഒരുമിച്ചാണ്. കുഞ്ഞുങ്ങൾക്ക് ജീവഹാനി സംഭവിച്ചാൽ ഒരിക്കൽക്കൂടി മുട്ടയിടും. കുഞ്ഞുങ്ങൾ 34-37 ദിവസം കൊണ്ട് സ്വതന്ത്ര മായി ജീവിക്കാനാരംഭിക്കും. കുഞ്ഞുങ്ങൾക്ക് ശത്രുക്കളിൽ നിന്ന് മറ ഞ്ഞിരിക്കാൻ യോജിച്ച വിധമാണ് ശരീരത്തിലെ വർണ്ണവിന്യാസം.

കരി ആള
Whiskered tern

ശാസ്ത്രനാമം: *ക്ലിഡോണിയാസ് ഹൈബ്രിഡസ്*
Chlidonias hybridus Pallas, 1811

(*ക്ലിഡോണിയാസ് ഹൈബ്രിഡസ് ഇൻഡിക്കസ്*
Chlidonias hybridus indicus Stephens, 1826)

കുടുംബം: സ്റ്റെർണിഡേ

ഏഷ്യയിലെയും യൂറോപ്പിലെയും ഉഷ്ണമേഖലകളിൽ കണ്ടുവരുന്ന ഒരിനം നീർപ്പക്ഷിയാണ് കരിആള. കേരളത്തിൽ ഇവ ദേശാടനക്കാരായി എത്തുന്നു. അഴിമുഖങ്ങൾ, പാടശേഖരങ്ങൾ, ജലസംഭരണികൾ, പാറ കളും ചെളിയും നിറഞ്ഞ തീരങ്ങൾ എന്നിവിടങ്ങളുടെ പരിസരങ്ങളി ലെല്ലാം ഈ പക്ഷിയെ കാണാറുണ്ട്. പവിഴപ്പുറ്റുകളുള്ള പ്രദേശങ്ങളും ഇവയുടെ ആവാസമേഖലകളാണ്. ഒക്ടോബർ മുതൽ ഏതാണ്ട് ഏപ്രിൽ

വരെ ഇവയെ കേരളത്തിലെ തീരപ്രദേശങ്ങളിൽ കാണാം. ജൂൺ ആദ്യ മാകുമ്പോഴേയ്ക്കും ഇവ കേരളം വിട്ടിരിക്കും. ചതുപ്പുനിലങ്ങളിൽ കോളനികളായിട്ടാണ് ഇവ ജീവിക്കുന്നത്. തൂവലിന്റെ സ്വഭാവങ്ങളിലും ശരീരവലുപ്പത്തിലും മറ്റും വ്യത്യാസങ്ങളുള്ള പല പ്രാദേശിക ഉപയിന ങ്ങൾ ഇതിനുണ്ട്.

ഇതിന് 80-100 ഗ്രാം ഭാരം വരും. 74-78 സെ.മീറ്ററാണ് ചിറകു വിസ്താരം. വാൽ ഉൾപ്പെടെയുള്ള മുകൾഭാഗമെല്ലാം ഇളം ചാരനിറ മാണ്. വാൽ കുറുകിയതാണ്. മുഖം, നെറ്റി, കഴുത്ത് എന്നിവയും അടി ഭാഗവും തൂവെള്ള. തലയിൽ തവിട്ടുനിറമുള്ള തൊപ്പി കാണാം. കണ്ണിൽ നിന്നാരംഭിക്കുന്ന കറുത്ത പട്ട തൊപ്പിയിൽ ചെന്നു ചേരും. പ്രജനന കാലത്ത് ഇവയ്ക്ക് നിറവ്യത്യാസം വരും. കൊക്കും കാലുകളും ചുവപ്പു നിറവും തൊപ്പിയും മുഖവും കറുത്തനിറവും ആയിരിക്കും. ദേഹത്തിന്റെ അടിവശം നീല കലർന്ന ഇളം കറുപ്പു നിറമാകും. കുഞ്ഞിന് ദേഹത്ത് ചെറിയ പുള്ളികളുണ്ടാവും.

ചെറുസംഘമായി സഞ്ചരിക്കുന്ന ഇവയുടെ ശബ്ദം പരുക്കനാണ്. ക്രെക്ക്...ക്രെക്ക്... എന്നാണ് ശബ്ദം. ചെറുമീനുകളാണ് മുഖ്യാഹാരം. എന്നാൽ വിരകൾ, ഉഭയജീവികൾ, ക്രസ്റ്റേഷ്യനുകൾ, പ്രാണികളുടെ ലാർവകൾ തുടങ്ങിയവയെയും ഭക്ഷിക്കാറുണ്ട്.

അപൂർവ്വമായി മാത്രം കേരളത്തിലെത്തുന്ന കരിആളകൾ ഇവിടെ പ്രജനനം നടത്താറില്ല. ദക്ഷിണ യൂറോപ്പിലും ദക്ഷിണേഷ്യയിലും ദക്ഷിണാഫ്രിക്കയിലും ആസ്ട്രേലിയയിലും, ന്യൂസിലാൻഡിലും മറ്റുമാണ് ഇവ പ്രജനനം നടത്തുക. ജലാശയങ്ങളോടടുത്ത പ്രദേശങ്ങളിൽ കൂട്ട മായി തമ്പടിച്ചാണ് പ്രത്യുല്പാദനം നടത്തുന്നത്.

കരിങ്കൊച്ച/കൈതക്കൊക്ക്
Black bittern

ശാസ്ത്രനാമം: *ഡ്യൂപ്പെറ്റർ ഫ്ളേവികോളിസ്*
Dupetor flavicollis Latham, 1790

(*ഇക്സോബ്രിക്കസ് ഫ്ളേവികോളിസ്*
Ixobrychus flavicollis Latham, 1790)
കുടുംബം: അർഡീഡേ

ഇന്ത്യ, പാക്കിസ്ഥാൻ, ശ്രീലങ്ക, ചൈന, ഇന്തോനേഷ്യ, ആസ്ത്രേലിയ എന്നിവിടങ്ങളിലെല്ലാം കാണപ്പെടുന്ന ഒരു നീർപ്പക്ഷിയാണ് കരിങ്കൊച്ച.

കേരളത്തിലും വിരളമായി ഇവയെക്കാണാം. ചതുപ്പുനിലങ്ങളിലും സസ്യങ്ങൾ ഏറെയുള്ള ജലാശയതീരങ്ങളിലുമാണ് ഈ പക്ഷിയുടെ ആവാസസ്ഥാനങ്ങൾ.

കൈതക്കാടുകളോട് ഇവയ്ക്ക് പ്രത്യേക ഇഷ്ടമുണ്ട്. അതിനാൽ, കൈതക്കൊക്ക് എന്നൊരു പേർ കൂടി ഇവയ്ക്കുണ്ട്. മഴക്കൊച്ച എന്ന പക്ഷിയെ കാണാൻ സാധിക്കുന്ന മിക്കവാറും സ്ഥലങ്ങളിൽ കരിങ്കൊച്ച യെയും കാണാൻ കഴിയും.

ഏറെക്കുറെ മഴക്കൊച്ചയെപ്പോലെയുള്ള കരിങ്കൊച്ചയ്ക്ക് ശരാശരി 53–58 സെ.മീ. നീളമുണ്ടാവും. പേരിലെ സൂചന പോലെ ഈ പക്ഷി യുടെ ശരീരത്തിനും ചിറകുകൾക്കും കറുത്ത നിറമാണ്. കഴുത്തിന്റെ വശങ്ങളിൽ നരച്ച ഓറഞ്ചു നിറമുള്ള വീതികൂടിയ പട്ടയുണ്ട്. ഇത് ചില സമയങ്ങളിൽ അവ്യക്തമായിരിക്കും.

ആൺപക്ഷിയെക്കാൾ മങ്ങിയ നിറമാണ് പെൺപക്ഷികൾക്ക്. നീണ്ടുകൂർത്ത കൊക്കും നീണ്ട കഴുത്തും കാലുകളും ഇവയുടെ പ്രത്യേകതകളാണ്.

സൂര്യപ്രകാശം നേരിട്ടെത്താത്ത സ്ഥലങ്ങളാണ് ഇവയുടെ ഇഷ്ട താവളങ്ങൾ. പൊതുവെ സന്ധ്യക്കും മഴക്കാറുള്ള സമയങ്ങളിലുമാണ് ഇവ സജീവമാകുന്നത്. നിശ്ശബ്ദസഞ്ചാരികളായിട്ടാണ് ഇവ അറിയ പ്പെടുന്നത്. പകൽസമയത്ത് ഇവ നിശ്ശബ്ദരായിരിക്കും. എന്നാൽ സന്ധ്യ യ്ക്കും രാത്രിയും ശബ്ദമുണ്ടാക്കുന്നതായി സൂചനകളുണ്ട്. ക്രെക്ക് എന്നാണ് ശബ്ദിക്കുക.

നാണം കുണുങ്ങികളായ പക്ഷികളാണിവ. ശത്രുഭയമുണ്ടായാൽ കഴുത്ത് നീട്ടി നിശ്ചലമായി നില്ക്കുന്ന ഒരു പ്രവണത ഈ പക്ഷികൾ ക്കുള്ളതായി നിരീക്ഷകർ അഭിപ്രായപ്പെടുന്നുണ്ട്. കഴുത്ത് കഴിയുന്നത്ര നീട്ടി, കണ്ണുകൾ തുറന്ന്, കൊക്ക് നേരെ മുകളിലേക്ക് ചൂണ്ടിപ്പിടിച്ച്, ദേഹം വടി പോലെയാക്കിപ്പിടിച്ചാണ് ഈ സമയത്ത് ഇവ നിൽക്കുക. ചുറ്റുപാടി നിണങ്ങുന്ന ദേഹപ്രകൃതമായതിനാൽ ഇപ്രകാരം നിൽക്കുന്ന കരിങ്കൊ ച്ചയെ പെട്ടെന്ന് കണ്ടെത്താൻ സാധിക്കില്ല. ശത്രുവിന്റെ ഗതിക്കനുസരണ മായി ദേഹം തിരിക്കുകയും സദാ ശത്രുവിനെ തന്നെ നിരീക്ഷിക്കുകയും ചെയ്യുന്നതും പതിവാണ്.

പ്രാണികൾ, മത്സ്യങ്ങൾ, തവളകൾ, വിരകൾ തുടങ്ങിയവയാണ് പ്രധാന ഇരകൾ. മഴക്കാലം അടുപ്പിച്ചാണ് പ്രജനനം നടക്കുന്നത്. പൊതുവെ ജൂൺ മുതൽ സെപ്തംബർ വരെ ഇതു നീളാറുണ്ട്. കൈത പ്പൊന്തകളിലാണ് കൂടുണ്ടാക്കുന്നത്. ചുള്ളികളും കൈതയുടെ ഓലക ളുമൊക്കെയാണ് കൂട്കെട്ടാൻ ഉപയോഗിക്കുന്നത്. ആൺ–പെൺ പക്ഷി കൾ ചേർന്നാണ് കൂടൊരുക്കുന്നതെങ്കിലും അടയിരിക്കുന്നത് പെൺപ ക്ഷി മാത്രമാണ്. പക്ഷേ, ആൺപക്ഷി പരിസരത്തുതന്നെയുണ്ടാവും. ഒ രു തവണ 3–4 മുട്ടകൾ കാണും. വെള്ളനിറമാണിവയ്ക്ക്.

കരിന്തലയൻ മീൻകൊത്തി

Black capped kingfisher

ശാസ്ത്രനാമം: *ഹാൽസിയോൺ പൈലിയേറ്റ*

Halcyon pileata Boddaert, 1783

കുടുംബം: ഹാൽസിയോണിഡേ

ഏഷ്യയിലെ ഉഷ്ണമേഖലാ രാജ്യങ്ങളിൽ വ്യാപകമായി കാണപ്പെടുന്ന ഒരു പക്ഷിയാണ് കരിന്തലയൻ മീൻകൊത്തി. തീരപ്രദേശങ്ങളിലും കണ്ടൽക്കാടുകളിലും തണ്ണീർത്തടങ്ങളിലുമെല്ലാം ഇവയെക്കാണാം. തലയിൽ ഒരു കറുത്ത തൊപ്പി കാണുന്നതിനാലാണ് ഇതിന് അതു സൂചിപ്പിക്കുന്ന ഇംഗ്ലീഷ്-മലയാളം വിളിപ്പേരുകൾ ലഭിച്ചത്. കേരളത്തിലെ അപൂർവ്വ പക്ഷിയാണിത്. ഇവ സ്ഥിരവാസിയാണോ എന്ന കാര്യത്തിൽ വ്യക്തതയില്ല. ചില കാലങ്ങളിൽ ഇവ അപ്രത്യക്ഷമാകുന്നതായി പറയപ്പെടുന്നുണ്ട്. ഇതുമായി ബന്ധപ്പെട്ട് കൂടുതൽ പഠനങ്ങൾ നടക്കുകയാണ്.

നാട്ടിൽ സാധാരണയായി കാണപ്പെടുന്ന മീൻക്കൊത്തിച്ചാത്തന്റെ വലുപ്പമുണ്ടായിരിക്കും ഇവയ്ക്ക്. 28-30 സെ.മീ. നീളം വരും. മുതിർന്ന പക്ഷികളുടെ തല കറുപ്പ് നിറത്തിലും കഴുത്ത് വെള്ളനിറത്തിലും കാണുന്നു. ഒരു വെള്ളക്കോളർ കഴുത്തിനെ ചുറ്റി പിടലി വഴി കടന്നുപോകുന്നുണ്ട്. ദേഹത്തിന്റെ മുകൾവശം തവിട്ടു കലർന്ന ഓറഞ്ചുനിറമാണ്. അടിവശം വെള്ള കലർന്ന തവിട്ടുനിറമായിരിക്കും. ചിറകുകൾക്ക് കറുപ്പും നീലയും കലർന്ന നിറമാണ്. പറക്കുമ്പോൾ ചിറകിൽ ഒരു വെള്ളപ്പൊട്ടു കാണാവുന്നതാണ്. കൊക്കിനും കാലുകൾക്കും ചുവപ്പ് നിറം. ആൺ-പെൺ പക്ഷികൾ കാഴ്ചയ്ക്ക് സമാനരാണ്. കുഞ്ഞുങ്ങൾക്ക് നിറവ്യത്യാസമുണ്ടാകും.

പറക്കുമ്പോൾ ശബ്ദിക്കാറുണ്ട്. കി..കി..കി... എന്നാണ് ശബ്ദം. പൊതുവെ ഏകാന്തവാസികളാണ്. പ്രജനനകാലത്ത് ഇണ ഒപ്പമുണ്ടാകും.

കടൽക്കരകളിലുള്ളവയുടെ ഇഷ്ടഭക്ഷണം മീനും ഞണ്ടും വിരകളും മറ്റുമാണ്. മറ്റിടങ്ങളിലുള്ളവ വലിയ പ്രാണികളെയും തവളകളെയും ഉരഗങ്ങളെയും പിടികൂടാറുണ്ട്. ഇരയ്ക്കു വേണ്ടി ക്ഷമയോടെ കാത്തിരിക്കാൻ ഇവയ്ക്ക് മടിയൊന്നുമില്ല.

വേനൽക്കാലത്താണ് പ്രജനനം. നദീതീരങ്ങളിലെ മണ്ണിലാണ് കൂടുകൾ നിർമ്മിക്കുന്നത്. മാതാപിതാക്കൾ ചേർന്ന് മണ്ണിലുണ്ടാക്കുന്ന ചെറുതുരങ്കങ്ങളാണ് കൂടുകൾ. ഒരു പ്രജനന സീസണിൽ 4-5 മുട്ടകളുണ്ടാവും. മുട്ടകൾ വെളുത്തതും ഉരുണ്ടതുമാണ്.

തണ്ണീർത്തടങ്ങളും കണ്ടലുകളും നാശമാകുന്നതും ഇവയിൽ വിഷാംശം കലരുന്നതും ഇവയുടെ നിലനില്പിനെ ബാധിച്ചിരിക്കുകയാണ്.

കരിതപ്പി/ വിളനോക്കി
Western marsh harrier

ശാസ്ത്രനാമം: *സെർക്കസ് ഏറുജിനോസസ്*
Circus aeruginosus Linnaeus,1758
കുടുംബം: *ആക്സിപിട്രിഡേ*

കേരളത്തിൽ ദേശാടകരായി എത്തുന്ന ഒരിനം പരുന്താണ് കരിതപ്പി. ചെളിയും വെള്ളവും ചതുപ്പും നിറഞ്ഞ സ്ഥലങ്ങളാണ് ഇവയുടെ ആവാസമേഖലകൾ. പാടശേഖരങ്ങളിലും ജലാശയങ്ങളിലെ മരക്കുറ്റികളിലും അവിടെയുമിവിടെയും നോക്കി വെറുതെയിരിക്കാൻ ഇഷ്ടപ്പെടുന്നതിനാലാണ് ഇവയ്ക്ക് വിളനോക്കി എന്ന പേർ ലഭിച്ചത്. ചക്കിപ്പരുന്തിനോട് സാമ്യമുള്ള ഇതിന് വലുപ്പവും ഏതാണ്ട് അത്രത്തോളമുണ്ടാവും. യൂറോപ്പ് മുതൽ സൈബീരിയ വരെയുള്ള പ്രദേശങ്ങളിൽ നിന്ന് ശൈത്യകാലത്ത് ഏഷ്യയുടെ ദക്ഷിണ പ്രദേശങ്ങളിൽ ഇവ എത്തിച്ചേരുന്നു. ആ സമയത്താണ് ഇന്ത്യയിലും വിശിഷ്യാ കേരളത്തിലും എത്തുന്നത്.

ഇതിന് 115–130 സെ.മീ. ചിറകുവിസ്താരം കാണും. ആൺപക്ഷികൾക്ക് 400–650 ഗ്രാം ഭാരവും രേഖപ്പെടുത്തിയിട്ടുണ്ട്. പെൺപക്ഷികൾ താരതമ്യേന വലുതാണ്. ഇവയ്ക്ക് 500–800 ഗ്രാം ഭാരം വരും. ആൺ-പെൺ പക്ഷികൾക്ക് പ്രകടമായ നിറവ്യത്യാസമുണ്ടാകും. ആണിന് ചുവപ്പ് കലർന്ന തവിട്ടുനിറമാണ്. ഇതിൽ ഇളം മഞ്ഞനിറത്തിലുള്ള വരകൾ കാണും. വരകൾ അടിവശത്താണ് കൂടുതൽ പ്രകടമായി കാണുന്നത്. തലയും ചുമലുകളും നരച്ച ചാരം കലർന്ന മഞ്ഞനിറമാണ്. ചിറകുകൾക്ക് തവിട്ടുനിറം. കാലുകളും വിരലുകളും കൃഷ്ണമണിയും മഞ്ഞനിറത്തിലാണ് കാണുക. കൊക്കുകൾക്ക് കറുപ്പ് നിറം. പെൺപക്ഷിക്ക് ചോക്കലേറ്റ് നിറമാണ്. മഞ്ഞനിറമുള്ള ഭാഗങ്ങൾ മിക്കവാറും ആണിന്റേതുപോലെയാണെങ്കിലും കണ്ണിനു ചുറ്റും കടുത്ത നിറമായിരിക്കും. കുഞ്ഞുങ്ങൾ പെൺപക്ഷിയെപ്പോലെയായിരിക്കും. ഇവയുടെ ചുമലുകളിൽ മഞ്ഞനിറം കുറവായിരിക്കും.

ചിറകുകൾ അന്തരീക്ഷത്തിൽ വി ആകൃതിയിൽ പിടിച്ചുകൊണ്ടാണ് പറന്നുയരുന്നത്. ചിറകുകൾ പലതവണ പൊക്കിത്താഴ്ത്തിയ ശേഷം ചിറകു വിടർത്തിപ്പിടിച്ച് പറക്കുന്നു. അലസതയോടെയാണ് പറക്കുന്നത്. ഏകാന്തവാസികളാണ്. എന്നാൽ രാത്രികാലത്ത് ഇവ സംഘം ചേർന്ന് പാറയിലോ, നിലത്തോ ആയിരിക്കും ഉറങ്ങുന്നത്. മരങ്ങളിൽ വിശ്രമിക്കുന്നത് വിരളമായാണ്.

ഉരഗങ്ങളും ഉഭയജീവികളും മറ്റുമാണ് ഇരകൾ. ഒരിക്കൽ കിട്ടിയ ഇരയെ മുഴുവനും അകത്താക്കിയ ശേഷമേ അടുത്ത വേട്ട ആരംഭിക്കുകയുള്ളൂ.

വേനൽക്കാലത്താണ് ഇവയുടെ പ്രജനനം നടക്കുന്നത്. ഈ പക്ഷികൾ കൂടുകൂട്ടുന്നത് ഹിമാലയത്തിനിപ്പുറം വ്യക്തമായി നിരീക്ഷിക്കപ്പെട്ടിട്ടില്ലെന്നാണ് അറിവ്.

കരിമ്പൻ കാടക്കൊക്ക്
Green sandpiper

ശാസ്ത്രനാമം: *ട്രിംഗാ ഒക്രോപ്പസ്*

Tringa ochropus Linnaeus, 1758

കുടുംബം: സ്ക്കോലോപ്പാസിഡേ

കൊക്കിന്റെ വർഗ്ഗത്തിൽപ്പെട്ട ഒരു ദേശാടനപ്പക്ഷിയാണ് കരിമ്പൻ കാടക്കൊക്ക്. ദീർഘദൂര ദേശാടനക്കാരാണിവ. മോസ്കോ ബേഡ് ബാൻഡിങ്ങ് ബ്യൂറോ വളയമിട്ട് വിട്ട ഒരു കരിമ്പൻ കാടക്കൊക്ക് 5600 കി.മീ. താണ്ടി കേരളത്തിൽ എത്തിയതായി രേഖപ്പെടുത്തിയിട്ടുണ്ട്. തെക്കുകിഴക്കനേഷ്യൻ രാജ്യങ്ങളിലും ട്രോപ്പിക്കൽ ആഫ്രിക്കയിലും മറ്റും ഈ പക്ഷിയെ കാണപ്പെടുന്നതായി പറയുന്നുണ്ട്. ഇന്ത്യ, ശ്രീലങ്ക, മലേഷ്യ. മ്യാൻമാർ എന്നിവിടങ്ങളിൽ ഇതിനെ കണ്ടെത്തിയിട്ടുണ്ട്. ശിശിരകാലത്താണ് ഇവയെ കേരളത്തിൽ കാണുന്നത്. പുള്ളിക്കാടക്കൊക്കിന്റെ അടുത്ത ബന്ധുവാണിത്. തടാകക്കരകളിലാണ് ഇവയെ കൂടുതലായി കാണുക. കൂടാതെ, അഴിമുഖങ്ങളിലും വെള്ളം നിറഞ്ഞ വിശാലമായ പാടങ്ങളിലും ചെറുതോടുകളിലും ചതുപ്പുകളിലും മറ്റും കാണപ്പെടുന്നുണ്ട്.

ഇവയ്ക്ക് 75–85 ഗ്രാമാണ് ഭാരം. വിടർത്തിയ ചിറകുകൾക്ക് 39–44 സെ.മീ. വിസ്താരം വരും. 20–25 സെ.മീ. നീളം വരുന്ന ഇവയുടെ ശരീരത്തിന്റെ ഉപരിഭാഗം ഇരുണ്ട പച്ച കലർന്ന തവിട്ടു നിറവും അടിവശം വെളുപ്പുമാണ്. കഴുത്തിലും മാറിടത്തിലും തവിട്ടുനിറത്തിലുള്ള നേരിയ വരകളുണ്ടാവും. പൃഷ്ഠഭാഗവും ചെറിയ വാലും തൂവെള്ളനിറമാണ്. ഇവിടെ, വളരെയടുത്തു കണ്ടാൽ മാത്രം ശ്രദ്ധയിൽപ്പെടുന്ന രീതിയിലുള്ള നേരിയ കറുത്ത വരകളുണ്ടാകും. കണ്ണിൽക്കൂടി വീതി കുറഞ്ഞ ഒരു കറുത്ത പട്ടയും അതിനു മുകളിൽ വെളുത്ത പുരികവും കാണാം. കാലുകൾക്ക് ഇരുണ്ട പച്ചനിറമാണ്. നീണ്ട് കനം കുറഞ്ഞ കൊക്കിന് പച്ച കലർന്ന തവിട്ടുനിറം. കണ്ണുകൾക്ക് ഇരുണ്ട തവിട്ടുനിറമായിരിക്കും. ആണും പെണ്ണും കാഴ്ചയിൽ ഒന്നുപോലെയായിരിക്കും.

ഒറ്റയ്ക്കോ, ഇണയോടൊപ്പമോ ചെറുസംഘമായോ സഞ്ചരിക്കും. പറന്നു തുടങ്ങുമ്പോഴും പറക്കുമ്പോഴും ടി-ടി-ടി എന്ന് ചിലയ്ക്കാറുണ്ട്.

കൃമികീടങ്ങൾ, മത്സ്യങ്ങൾ, വാൽമാക്രികൾ, ഒച്ച് തുടങ്ങിയവയെല്ലാമാണ് ഇര. ചെളിയിൽ ഓടിയും നടന്നുമാണ് ആഹാരം സമ്പാദിക്കുന്നത്.

ആഴം കുറഞ്ഞ വെള്ളമുള്ള ഭാഗങ്ങളിൽ നീന്താറുമുണ്ട്. കഴുത്തു വരെ വെള്ളത്തിൽ മുങ്ങിയും ഇര തേടാറുണ്ട്.

മറ്റു പക്ഷികൾ ഉപേക്ഷിച്ച കൂടുകളും അണ്ണാന്റെ കൂടുകളും മറ്റുമാണ് ഇവ മുട്ടയിടുന്നതിന് ഉപയോഗിക്കുന്നത്. ഒരു സീസണിൽ 4 മുട്ടകൾ വരെയിടും. ആൺ-പെൺ പക്ഷികൾ മാറിമാറി അടയിരിക്കും. 20–23 ദിവസം കൊണ്ട് മുട്ട വിരിയും. മൂന്നാഴ്ച കഴിയുമ്പോൾ കുഞ്ഞുങ്ങൾ പറന്നുതുടങ്ങും. കേരളത്തിൽ ഇവ മുട്ടയിടുന്നതായി നിരീക്ഷിച്ചിട്ടില്ല.

കരിവയറൻ ആള
Black bellied tern

ശാസ്ത്രനാമം: *സ്റ്റെർണ അക്യൂട്ടിക്കോഡ*

Sterna acuticauda Gray,1831

കുടുംബം: സ്റ്റെർണിഡേ

ഇന്ത്യാ ഉപഭൂഖണ്ഡത്തിലെ വലിയ നദീതീരങ്ങളിൽകാണപ്പെടുന്ന സ്ഥിരവാസിയായ ഒരു നീർപ്പക്ഷിയാണ് കരിവയറൻ ആള. പാലക്കാട്, തൃശൂർ, മലപ്പുറം ജില്ലകളുടെ അതിരുകൾ സംഗമിക്കുന്നയിടത്തെ ഭാരതപ്പുഴയുടെ ഭാഗങ്ങളിലാണ് ഇവയെ കാണാറുള്ളത്. നദിയിലും അനുബന്ധ ജലാശയങ്ങളിലും ഇവയെ കണ്ടെത്തിയിട്ടുണ്ട്. IUCN ചുവന്ന പട്ടികയിൽ വംശനാശഭീഷണി നേരിടുന്ന ജീവജാലങ്ങളുടെ കൂട്ടത്തിലാണ് ഇതിനെ ഉൾപ്പെടുത്തിയിരിക്കുന്നത്.

ഇതിന് 32–35 സെ.മീ. നീളം വരും. ഇതിന് ചാരനിറമുള്ള മുതുകും ചിറകുകളുമാണ്. കറുത്ത ഒരു തൊപ്പിയുണ്ട്. തൊണ്ടഭാഗം വെള്ളനിറത്തിലും നെഞ്ച് നരച്ച ചാരനിറത്തിലും ഉദരം കറുപ്പ് നിറത്തിലും കാണും. വിളിപ്പേരിനടിസ്ഥാനം ഉദരത്തിന്റെ കറുപ്പ് നിറമാണ്. നീണ്ട വാലാണിതിന്. വെള്ളനിറമുള്ള ഇതിന് കത്രികത്തലപ്പു പോലെയുള്ള രണ്ട് കർണ്ണങ്ങൾ കാണും. വലിയ ചിറകുകൾ നീണ്ടതും കൂർത്തതുമാണ്. കൂർത്ത കൊക്കിന് കടും മഞ്ഞനിറമോ ഓറഞ്ചു കലർന്ന മഞ്ഞനിറമോ ആയിരിക്കും. കാലുകൾ ചുവപ്പ്. കണ്ണുകൾ കറുപ്പ്.

പ്രാണികളും ചെറുമത്സ്യങ്ങളുമാണിവയുടെ ഭക്ഷണം. പ്രാണികളെ വായുവിൽ പറന്നും മത്സ്യങ്ങളെ വെള്ളത്തിൽ ഊളിയിട്ട് മുങ്ങിത്തപ്പിയും പിടികൂടും.

ഫെബ്രുവരി-ഏപ്രിലാണ് പ്രജനനകാലം. കേരളത്തിൽ ഒരേയൊരിടത്തേ ഇതിന്റെ പ്രജനനകേന്ദ്രം കണ്ടെത്തിയിട്ടുള്ളൂ. കുറ്റിപ്പുറം മള്ളൂർക്കടവ് പ്രദേശത്ത് 2004ലാണ് ഇത് കണ്ടെത്തിയത്.

കരുവാരക്കുരു /വെള്ളക്കഴുത്തൻ / കരിംകൊക്ക്

White-necked stork / Bishop stork / Woolly-necked stork

ശാസ്ത്രനാമം: *സിക്കോണിയ എപ്പിസ്ക്കോപ്പസ്*

Ciconia episcopus Boddaert, 1783

കുടുംബം: *സിക്കോണിഡേ*

ആഫ്രിക്കയിലെയും ഏഷ്യയിലെയും ഒട്ടുമിക്ക തീരപ്രദേശങ്ങളിലും കണ്ടുവരുന്ന ഈ പക്ഷിയെ ഭാരതത്തിലുടനീളം കണ്ടെത്തിയിട്ടുണ്ട്. കേരളത്തിൽ കാണപ്പെടുന്ന വലുപ്പം കൂടിയ നീർപ്പക്ഷികളിലൊന്നാണിത്. ഇവ ദേശാടനപ്പക്ഷികളാണ്. കേരളത്തിൽ ഇപ്പോൾ ഇവയുടെ വരവ് വിരളമായി മാറിയിരിക്കുന്നു. ചതുപ്പുകൾ, നദികൾ എന്നിവിടങ്ങളാണ് ഇവയുടെ ഇഷ്ടമേഖലകൾ. എന്നാൽ, വെള്ളം കെട്ടിനില്ക്കുന്ന വിശാല മായ പാടങ്ങളിലും ഇവയെ കാണാവുന്നതാണ്. അണക്കെട്ടുകളോട് ഇവ യ്ക്ക് പ്രത്യേക പ്രതിപത്തിയുള്ളതായി പറയപ്പെടുന്നുണ്ട്.

പേര് സൂചിപ്പിക്കും പോലെ ഇവയുടെ തലയും ദേഹവും തിളക്ക മുള്ള കറുപ്പ് നിറമാണ്. തലയിലെ കറുപ്പ് നിറം ഒരു തൊപ്പി പോലെ തോന്നും. എന്നാൽ, കഴുത്ത് തൂവെള്ളയാണ്. ഇതുമൂലമാണ് ഇംഗ്ലീഷിലെ വിവിധ വിളിപ്പേരുകൾ കിട്ടിയത്. സംസ്കൃതത്തിലെ ശിതികണ്ഠ എന്ന പേരും മഞ്ഞിന്റെ നിറമുള്ള കഴുത്തിനെ സൂചിപ്പിക്കുന്നു.

ഇതൊരു വലിയ പക്ഷിയാണ്. കഴുകനോളം വലുപ്പം വരും. ശരീര ത്തിന് 90 സെ.മീ. വരെ ഉയരം കാണും. ആൺ-പെൺ പക്ഷികളെ തിരി ച്ചറിയാൻ ബുദ്ധിമുട്ടാണ്. കറുപ്പുനിറമുള്ള കൊക്ക് തടിച്ച് നീണ്ടതും അഗ്രം കൂർത്തതുമാണ്. കീഴ്ക്കൊക്കിന്റെ അറ്റം അല്പം വളഞ്ഞിരിക്കും. പാദം ചെറുതും വിരലുകൾ നീണ്ടതുമാണ്. നരച്ച ചുവന്നനിറത്തിലുള്ള കാലുകൾക്ക് നീളമുണ്ടായിരിക്കും. ഗുദവും അതിനോട് ചേർന്ന വാൽ ഭാഗവും വെള്ള നിറമാണ്. ഇവയുടെ ചിറകുകൾ നീണ്ട് വീതിയേറിയ വയും വാൽ കുറുകിയതുമാണ്. ചിറകുകൾക്ക് കറുപ്പ് നിറം. കുഞ്ഞു ങ്ങൾക്ക് നിറത്തിൽ നേരിയ വ്യത്യാസമുണ്ടായിരിക്കും.

ഇവ സാധാരണ ഗതിയിൽ ശബ്ദമുണ്ടാക്കാറില്ല. അപൂർവ്വമായി കൊക്കുകൾ കൂട്ടിയിടിച്ച് ശബ്ദമുണ്ടാക്കാറുണ്ട്. വേഗത്തിൽ പറക്കാൻ സാധിക്കും. വളരെ ഉയരത്തിൽ പറക്കും. മിക്കവാറും ഒന്നിൽക്കൂടുതൽ എണ്ണം ചേർന്നാണ് പറക്കുന്നത്. കാലുകൾ പിന്നിലേക്ക് നീട്ടിയും കഴുത്തും തലയും മുന്നോട്ട് നീട്ടിപ്പിടിച്ചുമാണ് പറക്കുന്നത്. ഒരുതരം അലസത സദാ ഇവയിൽ പ്രകടമാണ്.

അധികം ആഴമില്ലാത്ത ജലാശയങ്ങളിൽ നിന്നാണ് ഇരതേടുന്നത്. ഇതിനായി മിക്കവാറും ഒരു സ്ഥലത്ത് തന്നെ നിൽക്കുകയാണ് ചെയ്യുന്നത്.

വിരളമായി ഓരോ കാലുകളും അലസമായി എടുത്തുവച്ച് നടന്നും ഇര പിടിക്കാറുണ്ട്. മത്സ്യങ്ങൾ, ഒച്ചുകൾ, കക്കകൾ, തവളകൾ, മറ്റ് ജലജീവികൾ എന്നിവയാണ് ഭക്ഷണം.

ഇതിന് സ്ഥിരതയുള്ള ഒരു പ്രജനനസമയമില്ല. മരങ്ങളുടെ മുകളിൽ ചുള്ളിക്കമ്പുകൾ കൊണ്ടാണ് കൂടുണ്ടാക്കുക. അധികം ബലമൊന്നുമില്ലാത്ത കൂടിന്റെ അകത്ത് വൈക്കോൽ വിരിച്ചിരിക്കും. ഒരു സീസണിൽ 3-4 മുട്ടകളിടും. മുട്ടകൾക്ക് വെള്ളനിറം. മുട്ട വിരിഞ്ഞ് പുറത്തുവരുന്ന കുഞ്ഞുങ്ങൾക്ക് മിക്കവാറും കടുംതവിട്ടുനിറമായിരിക്കും. മാതാപിതാക്കൾ കഴിച്ച ഭക്ഷണം ഉച്ഛിച്ചാണ് കുഞ്ഞിന് നൽകുന്നത്. പറക്കാറാകുമ്പോൾ പലവട്ടം നിലത്ത് നിന്ന് റബ്ബർപ്പന്തുപോലെ ഉയർന്ന് താഴെ വീണാണ് പറക്കൽ പഠിക്കുന്നത്. കേരളത്തിൽ ഈ പക്ഷി കൂട് കൂട്ടുന്നതും മറ്റും വളരെ വിരളമാണ്. ആവാസവ്യവസ്ഥാനാശവും കീടനാശിനി മലിനീകരണവുമെല്ലാം ഇവയുടെ നാശത്തിന് കാരണമാകുന്നുണ്ട്.

കറുത്ത കടലാള
Sooty tern

ശാസ്ത്രനാമം: *ഒണിക്കോപ്രിയോൺ ഫസ്ക്കേറ്റസ്*
Onychoprion fuscatus Linnaeus, 1766

(*സ്റ്റെർണ ഫസ്ക്കേറ്റ* - *Sterna fuscata* Linnaeus, 1766)
കുടുംബം: *സ്റ്റേർണിഡേ*

ഇതൊരു കടൽപ്പക്ഷിയാണ്. ഉഷ്ണമേഖലാ സമുദ്രങ്ങളാണ് ഇവയുടെ ആവാസകേന്ദ്രങ്ങൾ. പൊതുവെ തീരപ്രദേശങ്ങളാണ് ഇവയ്ക്കിഷ്ടം. കേരളത്തിൽ ഇവ ദേശാടനപ്പക്ഷികളായി എത്തുന്നു. പൊതുവെ ഇവ വിരളമാണ്.

ഇതിന് അമ്പലപ്രാവിനോളം വലുപ്പം വരും. 33–36 സെ. മീ. നീളം വരും. പേര് സൂചിപ്പിക്കും പോലെ, മുതിർന്ന പക്ഷിയുടെ തലയും ദേഹവും കറുത്തതാണ്. ചിറകിൽ ധാരാളം ചെറിയ കറുത്ത പാടുകൾ കാണാവുന്നതാണ്. ചിറകുകളും വാലും നീണ്ടതാണ്. ചിറക് വിടർത്തുമ്പോൾ 82–94 സെ.മീ. വിസ്താരം കാണും. വാലിന് മീനിന്റെ വാലുപോലെ വി ആകൃതിയാണ്. നെറ്റിയിൽ കൊക്കിന് തൊട്ടുമുകളിലായുള്ള വെള്ള പ്പൊട്ടും കൊക്കിൽ നിന്ന് കണ്ണിലെത്തുന്ന കറുത്ത വരയും ഇവയുടെ പ്രത്യേകതകളാണ്. കൊക്കും കാലുകളും കറുപ്പാണ്. കഴുത്തും അടിവശവും തൂവെള്ളനിറമാണ്. കുഞ്ഞുങ്ങൾക്ക് ദേഹത്തിൽ ധാരാളം പുള്ളികളും മറ്റുമുണ്ടായിരിക്കും.

വേഗത്തിൽ പറക്കുന്നതും പറക്കുമ്പോൾ ശബ്ദമുണ്ടാക്കുന്നതും ഇവയുടെ സ്വഭാവമാണ്. പറക്കുമ്പോൾ വാലിലെ കത്രികവെട്ട് വ്യക്തമായി കാണാം. എന്നാൽ, ഇത് വിശ്രമിക്കുമ്പോൾ കാണാറില്ല.

ഇവയുടെ മുഖ്യാഹാരം പ്ലവകങ്ങളും മത്സ്യങ്ങളും ചെറുജീവികളുമാണ്. ചിലപ്പോൾ കക്കകളെയും പ്രാണികളെയും മറ്റും ഭക്ഷിക്കാറുണ്ട്.

പ്രജനനകാലത്ത് ഇവ കരയിലെത്തും. ഉഷ്ണമേഖലാ ദ്വീപുകളിലാണ് ഇവയുടെ പ്രജനനം നടക്കുന്നത്. കൂടുകൂട്ടുന്നത് കൂട്ടമായിട്ടാണ്. ഇരകൾ ധാരാളം ലഭ്യമാകുന്ന ജലാശയങ്ങളുടെ കരയിലും പാറകൾ, തുറന്ന പ്രദേശങ്ങൾ എന്നിവിടങ്ങളിലുമാണ് മുട്ടയിടുന്നത്. മുട്ടയിടുന്നതിന് മുമ്പ് വലിയ കോളനികളായി വാസമുറപ്പിക്കും. ഒരു കോളനിയിൽ 50 സെ.മീ. അകലം വിട്ട് ധാരാളം കൂടുകളുണ്ടായിരിക്കും. അടയിരിക്കുന്നതും കുഞ്ഞുങ്ങളെ പോറ്റുന്നതും മാതാപിതാക്കൾ മാറിമാറിയാണ്. നീണ്ട ആയുസ്സുള്ള പക്ഷിയാണിത്.

കറുപ്പ് അരിവാൾക്കൊക്കൻ/ ചെന്തലയൻ അരിവാൾക്കൊക്കൻ

Black ibis/ Red-naped ibis

ശാസ്ത്രനാമം: *സ്യൂഡിബിസ് പാപ്പില്ലോസ*
Pseudibis papillosa Temminck, 1824.

കുടുംബം: ത്രെസ്കിഓർണിത്തിഡേ

ഇന്ത്യാ ഉപഭൂഖണ്ഡത്തിൽ കണ്ടുവരുന്ന ഒരു പക്ഷിയാണ് കറുപ്പ് അരിവാൾക്കൊക്കൻ. കൊക്കുകളുടെ കുടുംബത്തിൽ ഉൾപ്പെടുന്ന ഈ പക്ഷിക്ക് ദേശാടനസ്വഭാവമുണ്ട്. വലിയ ചതുപ്പുകളും നദികളുമാണ് ഇവയുടെ ആവാസമേഖലകൾ. എന്നാൽ ജലാശയങ്ങൾ, പാടശേഖരങ്ങൾ എന്നിവയിലും കാണാറുണ്ട്. ഇന്ത്യയിൽ മിക്കയിടങ്ങളിലും ഇവയുടെ സാന്നിധ്യമുണ്ട്. അരിവാൾകൊക്കൻമാരിൽ വലുപ്പത്തിൽ ഒന്നാം സ്ഥാനത്താണ് കറുപ്പു അരിവാൾകൊക്കൻ.

ഇതിന്റെ ശരീരത്തിന് 68 സെ.മീ. വരെ നീളം രേഖപ്പെടുത്തിയിട്ടുണ്ട്. വാലിന് മാത്രമായി 16–19 സെ.മീ. നീളവും വരും. ശരാശരി ചിറകുവിസ്താരം 38 സെ.മീറ്ററാണ്. കൊക്കുകൾക്ക് 13–27 സെ.മീ. നീളം വരും. പേര് സൂചിപ്പിക്കും വിധത്തിൽ ഇതിന്റെ ദേഹവും തലയും തിളക്കമുള്ള കറുപ്പുനിറമാണ്. തലയിൽ ചുവന്ന നിറത്തിലുള്ള ഒരു

തൊപ്പിയുണ്ട്. അതിനാലാണ് ഇവയെ റൂബി ഐബിസ്, ചെന്തലയൻ ഐബിസ്, റെഡ് നേപ്പ്ഡ് ഐബിസ് എന്നിങ്ങനെയൊക്കെ വിളിക്കുന്നത്. ഇതിന്റെ ചുമലിനടുത്ത് ഒരു വെള്ളപ്പാട് കാണാം. ഇടത്തരം വലുപ്പമുള്ള ഇതിന്റെ ദേഹം തടിച്ചുരുണ്ടതാണ്. ബലമുള്ളതും നീണ്ടതുമായ കൊക്കിന് കറുപ്പുനിറം. ദൃഢതയുള്ള ഇത് താഴേക്ക് വളഞ്ഞിരിക്കും. ഇവയുടെ കാലുകൾക്ക് നേരിയ ചുവപ്പുനിറമാണ്. മൂർദ്ധാവിനു പിറകിലും പിടലിയിലും തൂവലുകളുണ്ടാവില്ല. ആൺ-പെൺ പക്ഷികൾക്ക് രൂപസാമ്യമുള്ളതിനാൽ തിരിച്ചറിയാൻ പ്രയാസമാണ്.

ഇവയ്ക്ക് നന്നായി പറക്കാൻ സാധിക്കും. പറക്കുമ്പോൾ കാലുകൾ വാലിനടിയിൽ ഒളിപ്പിച്ചുവച്ചതുപോലെയാണ് തോന്നുക. നിലത്ത് നടന്നാണ് ഇരപിടിക്കുന്നത്. മത്സ്യങ്ങളെയും ഷഡ്പദങ്ങളെയും ചെറിയ ഉഭയജീവികളെയും ഉരഗങ്ങളെയും മറ്റും ഇവ അകത്താക്കും.

മരങ്ങളിലാണ് കൂടുകൂട്ടുന്നത്. ചുള്ളികളും ഇലകളുമാണ് ഇതിനായി ഉപയോഗിക്കുന്നത്. കൂടിന്റെ അകവശത്ത് നല്ല കുഴിയുണ്ടാവും. പുല്ലുകളും ഇലകളും കൊണ്ട് ഇത് മൃദുവാക്കിയിരിക്കും. അടയിരിക്കുന്നതും കുഞ്ഞുങ്ങളെ പോറ്റുന്നതും ആൺ-പെൺ പക്ഷികൾ മാറിമാറിയാണ്. 29 ദിവസം കൊണ്ടാണ് മുട്ടകൾ വിരിയുക. അടഞ്ഞ വെളുപ്പുനിറമുള്ള മുട്ടകളിൽ നേരിയ നീലച്ഛവിയും ഇരുണ്ട ചുവപ്പുനിറത്തിലുള്ള ഏതാനും പുള്ളികളും കാണും.

കാക്ക മീൻകൊത്തി
Stork-billed kingfisher

ശാസ്ത്രനാമം: *പെലാർഗോപ്സിസ് കാപ്പെൻസിസ്*
Pelargopsis capensis Linnaeus, 1766

(*ഹാൽസിയോൺ കാപ്പെൻസിസ്*
Halcyon capensis Linnaeus, 1766)

കുടുംബം: ഹാൽസിയോണിഡേ

ഇന്ത്യ, ശ്രീലങ്ക, ഇന്തോനേഷ്യ, മലേഷ്യ, സിംഗപ്പൂർ തുടങ്ങിയ രാജ്യങ്ങളിൽ കാണപ്പെടുന്ന ഒരു പക്ഷിയാണ് കാക്കമീൻകൊത്തി. മറ്റ് രാജ്യങ്ങളെ അപേക്ഷിച്ച് ഇൻഡ്യയിലാണ് ഇവയുടെ സാന്നിധ്യം കൂടുതലായി രേഖപ്പെടുത്തിയിരിക്കുന്നത്. കേരളത്തിൽ കണ്ടുവരുന്ന ഏറ്റവും വലിയ

മീൻകൊത്തിയാണ് കാക്കമീൻകൊത്തി. ഇന്ത്യയിലെ മീൻകൊത്തികളിൽ വലുപ്പത്തിൽ ഇതിന് രണ്ടാംസ്ഥാനമാണ്. കേരളത്തിലെ വലിയ ജലാശയങ്ങൾക്കരികിലും പാടശേഖരങ്ങളിലും കോൾനിലങ്ങളിലും മറ്റും ഇവയെ കാണാവുന്നതാണ്. വനമേഖലകളാണ് ഇവയ്ക്ക് ഏറെയിഷ്ടം. എന്നാൽ, മരങ്ങൾ ഏറെയുള്ള നാട്ടിൻപ്രദേശങ്ങളിലെ നദീതീരങ്ങളിലും വെള്ളം കെട്ടിനിൽക്കുന്ന വിശാലമായ വയലുകളിലും ഇവയെ കണ്ടെത്തിയിട്ടുണ്ട്. മരങ്ങളില്ലാത്ത നദീതീരങ്ങൾ ഇവയ്ക്കിഷ്ടമല്ല. മീൻകൊത്തികളിൽ വലിപ്പം കൂടുതലുള്ള ഇനമായതിനാലാണ് ഇതിനെ കാക്കമീൻകൊത്തി എന്ന് വിളിക്കുന്നത്. അല്ലാതെ ഇതിന് പ്രാവിനോളമോ കാക്കയോളമോ വലുപ്പമുണ്ടാവില്ല. സ്ഥിരവാസിയായ ഒരു പക്ഷിയാണിത്.

ഇതൊരു വലിയ മരംകൊത്തിയാണ്. 35-38 സെ.മീ. നീളം വരും. ആൺ-പെൺ പക്ഷികളെ തിരിച്ചറിയാൻ പ്രയാസമാണ്. ഇതിന്റെ ശരീരം വർണ്ണശബളമാണ്. കാലുകൾക്കും വിരലുകൾക്കും ചുവപ്പു നിറമായിരിക്കും. വലുപ്പമുള്ള കൊക്കിനും കടും ചുവപ്പുനിറമാണ്. കൊക്കിന് വളവുണ്ടാകില്ല. ഇതിന്റെ അറ്റത്ത് കറുപ്പുനിറം കാണാം. തല കാപ്പി നിറമാണ്. ശരീരത്തിന് അടിഭാഗത്തും കഴുത്ത് ഭാഗത്തിനും അടഞ്ഞ മഞ്ഞയോ ഓറഞ്ചോ നിറം. ശരീരത്തിന്റെ മുകൾഭാഗവും വാലിന്റെ മുകൾ ഭാഗവും പച്ചനിറമാണ്. ചിറകുകൾക്ക് നീലനിറം. താടിയും തൊണ്ടയും നരച്ച വെള്ളനിറം.

ഇവയുടെ സഞ്ചാരം ഇണയോടൊപ്പമാണ്. വിരളമായി ഒറ്റയ്ക്കും കാണാം. കീ..കീ..കീ.. എന്നും ക്യോ..ക്യോ.. എന്നും ഉച്ചത്തിൽ ശബ്ദമുണ്ടാക്കും. രാവിലെയും വൈകുന്നേരവുമാണ് ഇപ്രകാരം ശബ്ദിക്കുന്നത്. ഇവയുടെ വിശ്രമം മരക്കൊമ്പുകളിലാണ്.

ആഹാരസമ്പാദനത്തിനായി മരക്കൊമ്പുകളിൽ ഇവ നിശ്ശബ്ദമായി വളരെ നേരം ഇരിക്കാറുണ്ട്. ഇങ്ങനെയിരിക്കുന്ന പക്ഷികളെ പെട്ടെന്ന് കണ്ടെത്താനാവില്ല. മീനുകളും തവളകളും ഉൾപ്പടെയുള്ള ജലജീവികളാണ് ഇഷ്ട ഇരകൾ. എന്നാൽ, അവസരം ലഭിച്ചാൽ അരണകൾ, ചെറു കരണ്ടുതീനികൾ തുടങ്ങിയവയെയും പിടികൂടും.

മറ്റു മീൻകൊത്തികളെപ്പോലെ ഇവയുടെ സന്താനോത്പാദന കാലവും മഴക്കാലം അടുപ്പിച്ചാണ്. നദിക്കരകളിലും മറ്റുമാണ് ഇവ കൂടുണ്ടാക്കുന്നത്. മണ്ണിലും ചിലപ്പോൾ ചിതൽപ്പുറ്റുകളിലും ദ്രവിച്ച മരങ്ങളിലും കൂടുണ്ടാക്കാറുണ്ട്. ഒരു തവണ 2-5 മുട്ടകൾ കാണും. ഉരുണ്ട ആകൃതിയുള്ള മുട്ടകൾക്ക് വെള്ളനിറമാണ്. പ്രജനനകാലത്ത് ഈ പക്ഷികൾ ഉച്ചത്തിൽ ശബ്ദിക്കുന്നത് പതിവാണ്.

ഇപ്പോൾ ഇവയുടെ എണ്ണം കുറഞ്ഞുവരുന്നതായി പഠനങ്ങൾ സൂചിപ്പിക്കുന്നു.

കായൽപ്പരുന്ത്
Steppe eagle

ശാസ്ത്രനാമം: അക്വിലാ നിപ്പാളെൻസിസ്
Aquila nipalensis Hodgson, 1833

കുടുംബം: ആക്സിപിട്രിഡേ

കേരളത്തിലെത്തുന്ന ദേശാടനപ്പക്ഷിയാണ് കായൽപ്പരുന്ത്. ചക്കിപ്പരുന്തിനെക്കാൾ വലുപ്പമുള്ള ഇവ എണ്ണത്തിൽ വളരെക്കുറവാണ്. മരങ്ങൾ നിറഞ്ഞ നമ്മുടെ കായലോരങ്ങളിലും നദീതടങ്ങളിലുമാണ് ഇവയുടെ വാസം. മരങ്ങൾ ഏറെയുള്ള നാട്ടിൻപുറങ്ങളിലും കാണാവുന്നതാണ്.

ഇവയുടെ ദേഹം തടിച്ചുരുണ്ടതാണ്. 60–80 സെ.മീ. നീളം വരും. തവിട്ടു കലർന്ന കറുപ്പുനിറം. ചിറകുകളിലും വാലിലും കുറുകെ ധാരാളം വരകൾ കാണാം. വാലിന് നീളം കുറവാണ്. വലുപ്പമുള്ള ചിറകുകളുടെ അഗ്രഭാഗത്ത് ഇളം നിറമായിരിക്കും. ചിറകുവിസ്താരം 165–215 സെ.മീ. വരും. കൊക്കിന് വലുപ്പം കുറവാണെങ്കിലും തടിച്ചുരുണ്ടതാണ്. കൊക്കിന്റെ അഗ്രം കറുപ്പ്നിറമാണ്. കൊക്കുകൾക്കിടയിലുള്ള വിടവ് മറ്റു പരുന്തുകളെ അപേക്ഷിച്ച് ഇവയ്ക്ക് കൂടുതലായിരിക്കും. ഇത് കണ്ണിന്റെ അടുത്തുവരെ എത്തിനിൽക്കും. വലിയ കണ്ണുകളാണ്. കൊക്കും മുഖവും ചേരുന്ന ഭാഗം മഞ്ഞനിറമാണ്. പാദങ്ങൾക്കും വിരലുകൾക്കും മഞ്ഞനിറം. ബലവത്തായ കാലുകൾ തൂവലുകളാൽ പൊതിഞ്ഞിരിക്കും. കുഞ്ഞുങ്ങൾക്ക് നിറവ്യത്യാസമുണ്ടായിരിക്കും. പെൺപക്ഷികൾ താരതമ്യേന വലുതാണ്. ഇവയ്ക്ക് 2–5 കി.ഗ്രാം തൂക്കം വരും. ആൺപക്ഷികളുടെ തൂക്കം ശരാശരി 2–3.5 കി.ഗ്രാമാണ്.

പൊതുവെ ഏകാന്തവാസികളാണ്. പറക്കൽ സാവധാനമാണ്. സാധാരണയായി ഇവ നിശ്ശബ്ദരായിരിക്കും. എന്നാൽ, പ്രജനനകാലത്ത് കാക്ക കരയുന്നതുപോലെ ഉച്ചത്തിൽ കരയാറുണ്ട്.

ഇവ ഇരപിടിക്കുന്നത് പകലാണ്. മീൻ പ്രിയമാണെങ്കിലും ചെറുസസ്തനികൾ, ഉരഗങ്ങൾ, പക്ഷിക്കുഞ്ഞുങ്ങൾ എന്നിവയെയും ആഹരിക്കാറുണ്ട്. ഏറ്റവും മുഖ്യമായ തീറ്റ മൃഗങ്ങളുടെ ശവശരീരങ്ങളാണ്.

കൂട് നിർമ്മിക്കുന്നത് വലിയ മരങ്ങളിലാണ്. ചുള്ളികൾ കൊണ്ടാണ് കൂട് കെട്ടുന്നത്. കൂടുകളുടെ അകം മനുഷ്യനിർമ്മിതമായ വസ്തുക്കൾ കൊണ്ട് മൃദുലമാക്കിയിരിക്കും. 1–3 മുട്ടകളാണ് ഒരു സീസണിലുണ്ടാകുന്നത്. വെള്ളനിറമുള്ള മുട്ടകളിൽ മഞ്ഞ കലർന്ന തവിട്ടുനിറമുള്ള പുള്ളികൾ കാണാം. 45 ദിവസം കൊണ്ട് ഇവ വിരിയും. 55–65 ദിവസമെങ്കിലും പ്രായമായാലേ കുഞ്ഞുങ്ങൾ കൂടുവിട്ട് പോകൂ.

കാലിമുണ്ടി
Cattle egret

ശാസ്ത്രനാമം: ബുബുൾക്കസ് ഐബിസ്
Bubulcus ibis Linnaeus, 1758

കുടുംബം: ആർഡീഡേ

ഉഷ്ണമേഖലകളിലും മിതോഷ്ണമേഖലകളിലും ചൂടുള്ള സമശീതോഷ്ണമേഖലകളിലും കാണപ്പെടുന്ന ഒരു പക്ഷിയാണ് കാലിമുണ്ടി. ബുബുൾക്കസ് എന്ന ജനുസ്സിലെ ഒരേയൊരംഗമാണിത്. പുൽമേടുകളിലും കൃഷിഭൂമികളിലും പാടങ്ങളിലും തണ്ണീർത്തടങ്ങളിലും ചതുപ്പുകളിലുമൊക്കെ ഇവയെ കാണാവുന്നതാണ്. മേയുമ്പോൾ പുല്ലുകൾക്കിടയിൽ നിന്ന് പുറത്തുചാടുന്ന പ്രാണികളെപ്പിടിക്കാനായി ഇവ കന്നുകാലികൾക്കൊപ്പം കൂടാറുണ്ട്. കാലിമുണ്ടി എന്ന പേര് വരാൻ ഇതാണ് കാരണം. ജീനസ് നാമമായ ബുബുൾക്കസ് സൂചിപ്പിക്കുന്നതും കാലികളോടുള്ള ഈ സഹവാസമാണ്. ബുബുൾക്കസ് എന്ന ലാറ്റിൻ പദത്തിന് ഇടയൻ എന്നാണർത്ഥം. കന്നുകാലികളുടെ കൂടെ സഞ്ചരിക്കുന്ന പതിവ് ഉള്ളതിനാൽ കാലിമുണ്ടിയെ പെട്ടെന്ന് തിരിച്ചറിയാവുന്നതാണ്. ഇപ്പോൾ പാടങ്ങൾ വളരെക്കുറഞ്ഞതിനാൽ അടുക്കളപ്പുറത്തുള്ള ഓവുചാലുകളിലും വഴിയരികിലെ മാലിന്യക്കൂമ്പാരങ്ങളിലുമാണ് ഈ പക്ഷിയെ കാണുന്നത്.

കൊക്കുജാതികളിൽ ഏറ്റവും ചെറിയ പക്ഷിയാണിത്. 46–56 സെ. മീ. ഉയരവും 270–512 ഗ്രാം ഭാരവും വരും. ഇതൊരു വെള്ളപ്പക്ഷിയാണ്. പ്രജനനകാലത്ത് ഇവയെ പെട്ടെന്ന് തിരിച്ചറിയാൻ സാധിക്കും. ആ സമയത്ത് ഇവയുടെ ദേഹത്തിന്റെ പിറകുവശത്തും തലയിലും കഴുത്തിലും ഓറഞ്ചുനിറമുണ്ടാകും. മറ്റു സമയങ്ങളിൽ ഇവിടമെല്ലാം തൂവെള്ളയായിരിക്കും. ഈ ജാതിയിലെ മറ്റുള്ളവർക്ക് ഇത്തരമൊരു പ്രത്യേകതയില്ല. ചെറിയ കൊക്കും കാലുമാണ് ഇവയ്ക്കുള്ളത്. ഇവയുടെ കൊക്കിന് ഏതു കാലത്തും മഞ്ഞനിറമാണ്. കഴുത്ത് തടിച്ചതും മറ്റു കൊക്കുകളുമായി താരതമ്യപ്പെടുത്തുമ്പോൾ കുറുകിയതുമാണ്. കാലുകൾക്ക് ചാരനിറമായിരിക്കും. കുഞ്ഞുങ്ങൾക്കു തൂവെള്ളനിറവും കറുത്ത ചുണ്ടുമാണ് കാണുക. പറക്കുമ്പോൾ കഴുത്ത് ശരീരത്തോട് ചേർത്തു പിടിക്കുന്നതും കാലുകൾ പിറകിലേക്ക് നീട്ടിവയ്ക്കുന്നതും പതിവാണ്. ഇതിന് 88–96 സെ.മീ. ചിറകുവിസ്താരമുണ്ടാകും. ആൺ-പെൺ പക്ഷികളെ തിരിച്ചറിയാൻ ബുദ്ധിമുട്ടാണ്.

ഇവ നിശ്ശബ്ദമായിട്ടാണ് സഞ്ചരിക്കുന്നത്. ചെറു സംഘമായും മറ്റ് ജാതിക്കാരോടൊപ്പവും സഞ്ചരിക്കാറുണ്ട്. പ്രജനനകാലത്ത് റിക്ക്..റിക്ക്.. എന്നുള്ള ഒച്ച പുറപ്പെടുവിക്കും. സാവധാനം നടക്കാനും വേഗത്തിൽ പറക്കാനും ഈ പക്ഷികൾക്ക് കഴിയും.

ഓടിനടന്നും അലസതയോടെയും ഇരപിടിക്കാറുണ്ട്. ആഴമില്ലാത്ത വെള്ളത്തിലിറങ്ങി നിന്ന് ഇരതേടുന്നത് കാണാവുന്നതാണ്. തവള, മത്സ്യം, പുൽച്ചാടി, ഞണ്ട്, വിരകൾ എന്നിവയെല്ലാം ഇവയുടെ ഇര കളാണ്.

ഇവയുടെ പ്രജനനകാലം മെയ് മുതൽ ഒക്ടോബർ വരെയാണ്. ജലാശയക്കരകളിലുള്ള മരങ്ങളിലാണ് കൂടൊരുക്കുക. കൂട് വ്യവസ്ഥ യില്ലാതെ അടുക്കിവച്ച ചുള്ളിക്കമ്പുകളുടെ ഒരു കൂമ്പാരമാണ്. ചുള്ളി കൾ ശേഖരിക്കുന്നത് ആൺപക്ഷിയും അവ അടുക്കിവയ്ക്കുന്നത് പെൺപക്ഷിയുമാണ്.1-5 മുട്ടകളാണ് പതിവ്. നീല കലർന്ന വെള്ളനിറ മുള്ള മുട്ടകൾക്ക് അണ്ഡാകൃതിയായിരിക്കും. 23 ദിവസം കൊണ്ട് മുട്ട വിരിയും. ആണും പെണ്ണും അടയിരിക്കും. ഒരു മാസം കഴിയുമ്പോൾ കുഞ്ഞുങ്ങൾ പറക്കാൻ തുടങ്ങും.

കീടങ്ങളെയും മറ്റും തിന്നുതീർക്കുന്നതിനാൽ ഇവ കർഷകമിത്ര ങ്ങളാണ്. ആവാസവ്യവസ്ഥയുടെ ശോഷണവും മലിനീകരണവും വേട്ടയും മൂലം ഇവയുടെ എണ്ണം വളരെ കുറഞ്ഞു വരികയാണ്.

കിന്നരി നീർക്കാക്ക/ കിന്നരി മീൻകാക്ക

Indian shag

ശാസ്ത്രനാമം: *ഫലാക്രോകോറാക്സ് ഫസിക്കോളിസ്*

Phalacrocorax fuscicollis Steplers, 1826

കുടുംബം: ഫലാക്രോകോറാസിഡേ

ഇന്ത്യയിലെ ഉൾനാടൻ ജലാശയങ്ങളിലും തായ്‌ലന്റ് മുതൽ കംബോ ഡിയ, മ്യാൻമാർ, പാക്കിസ്ഥാൻ, ശ്രീലങ്ക വരെയുള്ള പ്രദേശങ്ങളിലും കാണപ്പെടുന്ന ഒരു നീർപ്പക്ഷിയാണ് കിന്നരിനീർക്കാക്ക. ചെറിയ നീർ ക്കാക്കയോട് സാമ്യമുള്ള ഈ പക്ഷിയെ വലിയ തടാകങ്ങളിലും നദി കളിലുമാണ് കാണപ്പെടുന്നത്. കടൽത്തീരങ്ങളിലും കാണാറുണ്ട്. പക്ഷേ വിരളമാണ്.

ഇതിന് ചെറിയ നീർകാക്കയെക്കാൾ അല്പം കൂടി വലുപ്പം വരും. 62-64 സെ.മീ. നീളം. 600-790 ഗ്രാം ഭാരം. ദേഹം ആകെക്കൂടി കറുത്ത നിറത്തിലാണ്. ചെറിയ തല, ചരിഞ്ഞ നെറ്റി, നീലക്കണ്ണുകൾ, അറ്റം വളഞ്ഞ കനം കുറഞ്ഞ കൊക്ക്, നീളമുള്ള വാൽ എന്നീ കാര്യങ്ങളി ലാണ് ഇത് ചെറിയ നീർക്കാക്കയിൽ നിന്ന് വ്യത്യസ്തമായിരിക്കുന്നത്.

ഇതിന്റെ കഴുത്ത് കനം കുറഞ്ഞതും മെലിഞ്ഞതുമാണ്. മിനുസ്സമുള്ള കൂർത്ത കൊക്കുകൾ. കറുത്ത ദേഹത്ത് ധാരാളം നരച്ച പുള്ളികളുണ്ടായിരിക്കും. ശരീരത്തിന്റെ അടിവശം നരച്ച വെള്ളനിറമാണ്. കാലുകൾ താറാവിന്റെ കാലുപോലെ ചർമ്മ ബന്ധിതമാണ്. വലിയ വാലാണ്. ആൺ-പെൺ പക്ഷികളെ തിരിച്ചറിയാൻ ബുദ്ധിമുട്ടാണ്. കുഞ്ഞുങ്ങൾക്ക് നേരിയ നിറവ്യത്യാസമുണ്ടായിരിക്കും.

ഒറ്റയ്ക്കും ഇണയോടൊപ്പവും ഇതിനെ കാണാവുന്നതാണ്. ജലാശയത്തിൽ സഞ്ചരിച്ചാണ് ഇരതേടുന്നത്. നീന്തുന്നതിനൊപ്പം വെള്ളത്തിൽ ഊളിയിടാനും ഈ പക്ഷിക്ക് സാധിക്കും. ഇഷ്ടഭക്ഷണം മത്സ്യങ്ങളാണ്. തവളകളെയും, ഞണ്ടുകളെയും മറ്റ് ജലജീവികളെയും ആഹരിക്കാറുണ്ട്.

കൂടൊരുക്കലും മറ്റും ജലാശയങ്ങളുടെ കരയിലുള്ള മരങ്ങളിലാണ്. മറ്റ് ജലപക്ഷികളൊടൊപ്പവും ചെറു സംഘമായിട്ടുമാണ് കൂട് തയ്യാറാക്കുന്നത്. ഉണങ്ങിയ കൊമ്പുകളും പുല്ലുകളും മറ്റും ഇതിനായി ഉപയോഗിക്കുന്നു. കമ്പുകൾ നിരത്തിവച്ച് തയ്യാറാക്കുന്ന കൂടിന് കാക്കക്കൂടിനോട് സാമ്യം തോന്നാവുന്നതാണ്. 3-5 മുട്ടകളാണ് പതിവ്. മുട്ടകൾക്ക് നീല കലർന്ന പച്ചനിറം.

കേരളത്തിൽ ഇവയുടെ എണ്ണം വളരെക്കുറഞ്ഞുവരികയാണ്. ജലാശയങ്ങളിലെ രാസമാലിന്യമാണ് മുഖ്യകാരണം.

കുളക്കൊക്ക്

Indian pond heron / Paddybird

ശാസ്ത്രനാമം: *ആർഡിയോള ഗ്രേയി*

Ardeola grayii Sykes, 1832

കുടുംബം: ആർഡീഡേ

ഇന്ത്യ, ശ്രീലങ്ക, പാക്കിസ്ഥാൻ, മ്യാൻമാർ, ബംഗ്ലാദേശ്, നേപ്പാൾ എന്നിവിടങ്ങളിൽ കാണപ്പെടുന്ന ഒരു പക്ഷിയാണ് കുളക്കൊക്ക്. കേരളത്തിലെ ജലാശയതീരങ്ങളിലും പാടങ്ങളിലുമാണ് ഇവയുടെ ആവാസം. മുൻകാലങ്ങളിൽ നമ്മുടെ നാട്ടിലെ സർവ്വവ്യാപിയായ അപൂർവ്വം പക്ഷികളിൽ ഒന്നായിരുന്നു ഇത്. മഴക്കാലത്ത് നാട്ടിൻപുറങ്ങളിലും വേനൽക്കാലത്ത് ജലാശയതീരങ്ങളിലും കാണപ്പെട്ടിരുന്ന ഇവ ഇപ്പോൾ നാമമാത്രമായി മാറിയിരിക്കുന്നു.

ഇവയ്ക്ക് 40-50 സെ.മീ. നീളവും 70-90 സെ.മീ. ചിറകുവിസ്താരവുമുണ്ടാവും. ശരാശരി 230 ഗ്രാം തൂക്കവും വരും. ചിറകൊതുക്കി വിശ്രമിക്കുമ്പോൾ ഇതിന്റെ ശരീരമാസകലം മണ്ണിന്റെ നിറമായിരിക്കും. ചിറകും വാലും തൂവെള്ള. പറക്കുമ്പോഴാണ് വെള്ളനിറം പ്രകടമാകുന്നത്. പ്രത്യുത്പാദന സീസണിൽ ഇതിന്റെ സാധാരണ തൂവലുകൾ കൊഴിഞ്ഞുപോയി പകരം വർണഭംഗിയുള്ള തൂവലുകൾ പ്രത്യക്ഷപ്പെടും. മഞ്ഞ കലർന്ന തവിട്ടുനിറത്തിലുള്ള തൂവലുകൾ കഴുത്തിലും തലയിലും, കടും ചുവപ്പ് നിറത്തിലുള്ള തൂവലുകൾ ശരീരത്തിന്റെ പുറത്തും ഉണ്ടാകും. കൊക്കിനും കാലുകൾക്കും നിറവ്യത്യാസമുണ്ടാകും. സീസൺ കഴിയുന്നതോടെ ഇവയെല്ലാം മാറി പഴയതുപോലുള്ള തൂവലുകളുണ്ടാകും. ആൺ-പെൺ പക്ഷികളെ തിരിച്ചറിയാൻ ബുദ്ധിമുട്ടാണ്.

ഒറ്റയ്ക്കും ഇണയോടൊപ്പവും ഇവയെ കാണാം. മിക്കവാറും നിശ്ശബ്ദമായാണ് സഞ്ചാരം.ചിലയവസരങ്ങളിൽ ക്കൊ..ക്കൊ..ക്കൊ.. എന്ന് പരുഷമായി ശബ്ദിക്കാറുണ്ട്.

ഇവ മാംസഭോജികളാണ്. മത്സ്യങ്ങൾ, ഒച്ച്, വിരകൾ, ചെറുതവളകൾ, ചീവീടുകൾ, ഞണ്ടുകൾ, കക്കകൾ, തുമ്പികൾ, പുൽച്ചാടികൾ തുടങ്ങിയവയാണ് ഇവയുടെ ഇരകൾ. കഴുത്തു ചുരുക്കി വെള്ളത്തിലേക്ക് തുറിച്ചുനോക്കി നിശ്ശബ്ദമായി ഇരയെക്കാത്തിരിക്കുകയാണ് ഇവയുടെ രീതി. പാടത്ത് ഉഴവ് നടക്കുമ്പോൾ ഇവ കാലികളുടെ പിന്നാലെ കൂടുന്നത് പതിവാണ്. ഇരയെക്കാണുന്ന മാത്രയിൽത്തന്നെ കഴുത്ത് നീട്ടി അതിനെ കൊത്തിത്തിന്നും.

മഴയ്ക്ക് മുമ്പാണ് ഇവയുടെ പ്രജനനകാലം. നിറയെ ഇലകളുള്ള നീർത്തടങ്ങളിലെ മരങ്ങളിലാണ് കൂട് കൂട്ടുന്നത്. മറ്റു പക്ഷികൾക്കൊപ്പവും കൂട്ടമായുമാണ് ഇവയുടെ കൂട് കാണുന്നത്. ചുള്ളിക്കമ്പുകളും മറ്റുമാണ് കൂടൊരുക്കാൻ ഉപയോഗിക്കുന്നത്. ചുള്ളികൾ ശേഖരിക്കുന്നത് ആൺപക്ഷിയും അവ ചേർത്തുവച്ച് കൂടൊരുക്കുന്നത് പെൺപക്ഷിയുമാണ്. കാക്കക്കൂടിനോട് സാമ്യമുള്ളതാണ് ഇവയുടെ കൂട്. കൂട് കെട്ടുന്ന സമയത്ത് ശബ്ദമുണ്ടാക്കാറുണ്ട്. ഒരു തവണ 3-4 മുട്ടകളുണ്ടാവും. നേരിയ പച്ചനിറമുള്ള ഇതിനു കോഴിമുട്ടയോളം വലുപ്പമുണ്ടാവും. ആൺ-പെൺ പക്ഷികൾ മാറിമാറി അടയിരിക്കാറുണ്ട്. 18-24 ദിവസം കൊണ്ട് മുട്ടവിരിയും. മുട്ട വിരിഞ്ഞു പുറത്തുവരുമ്പോൾ കുഞ്ഞിന് തൂവലുകൾ നന്നേ കുറവായിരിക്കും. തൂവലുകൾ മുളച്ച് ശരീരം മൂടാൻ 10-12 ദിവസം വേണ്ടിവരും. മാതാപിതാക്കൾ സഹകരിച്ചാണ് കുഞ്ഞിനെ തീറ്റിപ്പോറ്റുന്നത്. ഭക്ഷണം ഇവ കഴിച്ചശേഷം തികട്ടിച്ചാണ് കുഞ്ഞിന് നല്കുന്നത്.

പാടങ്ങളും ജലാശയങ്ങളും ഇപ്പോൾ നന്നേ കുറഞ്ഞിരിക്കുകയാണ്. അതിനാൽത്തന്നെ കുളക്കൊക്കുകളുടെ എണ്ണവും നന്നേ കുറവാണ്.

കുളക്കോഴി / മുണ്ടക്കോഴി
White-breasted waterhen

ശാസ്ത്രനാമം: അമോറോർണിസ് ഫീനിക്യൂറസ്
Amaurornis phoenicurus Pennant, 1769

കുടുംബം: റാലിഡേ

ദക്ഷിണേഷ്യയിലെ കുളങ്ങളുടെ കരയിലും പാടശേഖരങ്ങളുടെ പരിസരങ്ങളിലും കണ്ടുവരുന്ന ഒരു നീർപ്പക്ഷിയാണ് കുളക്കോഴി. ജല സസ്യങ്ങൾ നിറഞ്ഞ കുളക്കരകളും സസ്യങ്ങൾ നിറഞ്ഞ പാടങ്ങളും ജലാശയങ്ങളോട് ചേർന്ന പൊന്തകളും ചതുപ്പുകളും മറ്റും ഇവയുടെ വിഹാരകേന്ദ്രങ്ങളാണ്. കേരളത്തിലെ സ്ഥിരവാസിയായ ഒരു പക്ഷി യാണിത്.

ഇവയുടെ ദേഹം ഏറെക്കുറെ മങ്ങിയ കറുപ്പുനിറമാണ്. മുഖം, താടി, തൊണ്ട, മാറിടം എന്നിവ തൂവെള്ള. കുറുകിയ വാലിനടിയിൽ തവിട്ടു കലർന്ന ചുവന്നനിറം. കൊക്ക് പച്ചനിറം. കൊക്ക് ആരംഭിക്കുന്ന ഭാഗം ചുവപ്പ്. കാലിനും വിരലുകൾക്കും കാട്ടുകോഴിയുടേതിനെക്കാൾ നീളം കൂടുതലാണ്. കാലിന് പച്ചനിറമായിരിക്കും. ഇവയ്ക്ക് 28–33 സെ.മീ. നീള മുണ്ടാകും. ആൺപക്ഷികൾ താരതമ്യേന വലുതായിരിക്കും. ശരാശരി 230 ഗ്രാം തൂക്കമുണ്ടായിരിക്കും. പെൺപക്ഷികൾക്ക് ശരാശരി 195 ഗ്രാം തൂക്കമാണ് കാണുക.

സാധാരണ ഒറ്റയ്ക്കാണ് കാണപ്പെടുന്നതെങ്കിലും ഇണകളായും സഞ്ചരിക്കാറുണ്ട്. വേഗത്തിൽ ഓടാനും പറക്കാനും ഇവയ്ക്ക് സാധിക്കും. എന്നാൽ, സാവധാനം പതുങ്ങി നടന്നാണ് ഇരതേടൽ. നട ക്കുമ്പോൾ വാൽ ഉയർത്തിപ്പിടിക്കാറുണ്ട്. കഴിയുന്നിടത്തോളം ഒളിച്ചു കഴിയാനാണ് ഇവ ശ്രമിക്കുന്നത്. വിശാലമായ പാടങ്ങളിൽ നിന്നാൽ ത്തന്നെ മനുഷ്യനെ കാണുന്ന മാത്രയിൽ അതിവേഗം കുറ്റിക്കാട്ടിനുള്ളി ലേക്ക് ഓടിമറയും. ഈ സ്വഭാവമുള്ളതിനാൽ, ഇവയെ അടുത്തു കാണാൻ ബുദ്ധിമുട്ടാണ്. ശത്രുഭയമുണ്ടായാൽ വെള്ളത്തിലൂടെ ഊളി യിട്ടു പായാനും ഇവയ്ക്ക് കഴിയും. ശബ്ദം കൊണ്ടാണ് മിക്കപ്പോഴും ഇവയുടെ സാന്നിധ്യം മനസ്സിലാക്കുക. ശ്രദ്ധിക്കപ്പെടുന്നത്ര ഉച്ചത്തിലുള്ള ശബ്ദമാണിവയ്ക്ക്.

ചെറിയ ജലജീവികളാണ് ഇവയുടെ ആഹാരം. സസ്യങ്ങളും വിത്തു കളുമൊക്കെ ഭക്ഷിക്കാറുണ്ട്. നടന്നാണ് ഇരതേടൽ.

മഴക്കാലാരംഭത്തിലാണ് ഇണചേരുന്നത്. ഇക്കാലത്ത് പകലും രാത്രിയും ഇവയുടെ കൂവൽ കേൾക്കാവുന്നതാണ്. പൊന്തകളിലും

മറ്റുമാണ് കൂട് കെട്ടുക. വേഗം കണ്ടുപിടിക്കാൻ കഴിയാത്ത സ്ഥല ങ്ങളാണ് കൂടിനായി കണ്ടെത്തുന്നത്. കൂട് കാക്കക്കൂട് പോലെ ആഴം കുറഞ്ഞതും പരന്നതുമായിരിക്കും. ഒരു തവണ ആറോ എഴോ മുട്ടകളു ണ്ടാവും. കോഴിമുട്ടയുടെ ആകൃതിയുള്ള മുട്ടകൾക്ക് ഇളം ചുവപ്പോ, മ ഞ്ഞയോ നിറമായിരിക്കും. പുറത്ത് പുള്ളികളും വരകളുമുണ്ടായിരിക്കും. 18-20 ദിവസം കൊണ്ട് മുട്ടകൾ വിരിയും. ആണും പെണ്ണും അടയിരിക്കു കയും കുഞ്ഞുങ്ങളെ തീറ്റിപ്പോറ്റുകയും ചെയ്യും. മുട്ടവിരിഞ്ഞ് പുറത്തു വരുന്ന കുഞ്ഞുങ്ങൾ നാട്ടുകോഴിയുടെ കുഞ്ഞുങ്ങളെപ്പോലെയിരിക്കും. എന്നാൽ, നിറം കറുപ്പായിരിക്കും. വളരുമ്പോൾ നിറവ്യത്യാസമുണ്ടാകും.

കുറിത്തലയൻ വാത്ത്
Bar-headed goose

ശാസ്ത്രനാമം: അൻസർ ഇൻഡിക്കസ്
Anser indicus Latham, 1790

കുടുംബം: അനാറ്റിഡേ
ഉപകുടുംബം: അൻസറിനേ

മധ്യേഷ്യയിലും ദക്ഷിണേഷ്യയിലും കാണപ്പെടുന്ന ഒരു നീർപ്പക്ഷിയാണ് കുറിത്തലയൻ വാത്ത്. ദേശാടനപക്ഷിയായി കേരളത്തിലെത്തുന്ന ഇവ യ്ക്ക് നമ്മുടെ കാട്ടുകോഴിയോളം വലുപ്പമുണ്ടാവും. കേരളത്തിൽ വളരെ വിരളമായിട്ടാണ് ഇവയെ കാണുന്നത്. ജലവുമായി ബന്ധപ്പെട്ടാണ് ഇവ യുടെ വാസം. വിശാലമായ തടാകങ്ങളാണ് ഇവയുടെ ഇഷ്ട ആവാസ സ്ഥലങ്ങൾ. അരയന്നത്തോട് സാമ്യമുള്ളൊരു പക്ഷിയാണിത്.

72-76 സെ. മീ. ശരീരവലുപ്പമുള്ള ഇവയ്ക്ക് 2-3.5 കി.ഗ്രാം തൂക്കവു മുണ്ടാകും. ഇവയുടെ ശരീരമാകെ ആകർഷകമായ ചാരനിറമാണ്. ചില ഭാഗങ്ങളിൽ വിളറിയ ചാരനിറവുമുണ്ടാവും. തലയിലും കഴുത്തിലും തൂവെള്ളനിറമായിരിക്കും. തലയിൽ നിന്ന് കവിളിലേക്ക് നീളുന്ന രണ്ടു കറുത്ത വരകളാണ് ഈ പക്ഷിയെ വേഗത്തിൽ തിരിച്ചറിയാൻ സഹാ യിക്കുന്നത്. കഴുത്തിന്റെ ഇരുവശത്തും വെള്ളനിറത്തിലുള്ള വരകൾ കാണാം. ഗുദം തൂവെള്ള. വാലിന്റെ അഗ്രഭാഗം കറുപ്പ്. കൊക്കും കാലു കളും മഞ്ഞനിറം. കൊക്കിന്റെ അഗ്രം കറുപ്പ്നിറമാണ്. കാലുകൾ താറാ വിന്റേതുപോലെയാണ്. ആൺ-പെൺപക്ഷികളെ തിരിച്ചറിയാൻ ബുദ്ധി മുട്ടാണ്. പ്രായപൂർത്തിയാകാത്ത പക്ഷികൾക്ക് മുഖത്ത് കറുത്ത വര കളുണ്ടായിരിക്കില്ല.

ചെറുസംഘമായിട്ടാണ് സഞ്ചാരം. നന്നായി പറക്കാൻ ഈ പക്ഷി കൾക്ക് സാധിക്കും. വളരെ ഉയരത്തിലാണിവ പറക്കുന്നത്. പർവ്വത ങ്ങളുടെ ഉയരങ്ങൾ താണ്ടിയാണ് ഇവ ദേശാടനം നടത്തുന്നത്.

ഇവയുടെ ഭക്ഷണം ജലജീവികളാണ്. മീനാണ് ഇഷ്ടവിഭവം. നീന്തി യാണ് ആഹാരസമ്പാദനം. കൊക്കുകൊണ്ട് മണ്ണിളക്കിയും ഇര പിടി ക്കാറുണ്ട്. ധാന്യങ്ങളും ഭക്ഷണമായി സ്വീകരിക്കാറുണ്ട്.

തമിഴ്നാട്ടിലും കർണാടകയും ഇവയുടെ പ്രജനനം നടക്കാറുണ്ട്.

കൃഷ്ണപ്പരുന്ത്
Brahminy kite

ശാസ്ത്രനാമം: *ഹാലിയാസ്തൂർ ഇൻഡസ്*
Haliastur indus Boddaert, 1783

കുടുംബം: ആക്സിപിട്രിഡേ

ഇൻഡ്യൻ ഉപദ്വീപിലും ദക്ഷിണപൂർവ്വേഷ്യയിലും ഓസ്ട്രേലിയയിലും കണ്ടുവരുന്ന ഒരു ഇരപിടിയൻ പക്ഷിയാണ് കൃഷ്ണപ്പരുന്ത്. പൊതുവെ കടൽത്തീരങ്ങളിലും ഉൾനാടൻ ജലാശയങ്ങളുടെ കരകളിലുമാണ് ഇവയുടെ വാസം. നാട്ടിലെ ജലാശയക്കരകളിലും കാട്ടിലെ നദിക്കര കളിലും കാണാറുണ്ട്. വളരെ വരണ്ട സ്ഥലങ്ങളും ഇടതൂർന്ന കാടു കളും ഇവ ഒഴിവാക്കാറുണ്ട്. കേരളത്തിലെ സ്ഥിരവാസിയാണിത്.

പരുന്തുവർഗ്ഗത്തിലെ ഭംഗിയുള്ള ഒരു പക്ഷിയാണിത്. ഇതിന് 45-50 സെ.മീ. നീളം വരും. 110-125 സെ.മീ. ചിറകുവിസ്താരമുണ്ടാവും. ഭാരം 410-670 ഗ്രാം. ഇതിന്റെ തലയിലും കഴുത്തിലും മാറിടത്തിലുമുള്ള വെള്ളനിറവും ചിറകുകളുടെ അഗ്രത്തിലുള്ള കറുപ്പുനിറവും ഒഴിച്ചാൽ എല്ലായിടവും കടുത്ത കാവിനിറമാണ്. വാലിന്റെ അഗ്രത്തിന് പറക്കു മ്പോൾ അർദ്ധചന്ദ്രാകൃതിയായിരിക്കും. കാലുകൾ ബലിഷ്ടമാണ്. ഇവയിൽ ചെതുമ്പലുകൾ കാണാം. കൊക്കിന് നരച്ച മഞ്ഞനിറം. ഇതിന്റെ അഗ്രം കൂർത്തുവളഞ്ഞിരിക്കും. കണ്ണുകൾക്ക് കടും തവിട്ടു നിറമായിരിക്കും. കാലുകൾക്ക് നരച്ച മഞ്ഞനിറം. പെൺപക്ഷികൾക്ക് വലുപ്പവും ഭാരവും കൂടുതലായിരിക്കും. പ്രായപൂർത്തിയാകാത്ത പക്ഷി കൾക്ക് നിറവ്യത്യാസമുണ്ടായിരിക്കും. അവ ചക്കിപ്പരുന്തിനെ പോലെ യാണ് കാണുന്നത്.

മിക്കവാറും നിശ്ശബ്ദമായി അന്തരീക്ഷത്തിൽ ചുറ്റിക്കറങ്ങുന്ന കൃഷ്ണപ്പരുന്തുകൾ ചില സമയങ്ങളിൽ കീയൂ എന്ന് ഉച്ചത്തിൽ

ശബ്ദമുണ്ടാക്കാറുണ്ട്. മറ്റു പരുന്തുകളെപ്പോലെ ചിറകടിക്കാതെ അന്തരീക്ഷത്തിൽ ഒഴുകിപ്പറക്കാൻ ഇവയ്ക്കും കഴിയും.

മത്സ്യങ്ങളോടാണ് ഇതിന് താല്പര്യം കൂടുതൽ. ചത്ത മത്സ്യങ്ങളെയും ഞണ്ടുകളെയുമാണ് ഇവ ഭക്ഷിക്കുക. അവസരം ലഭിച്ചാൽ ഉരഗങ്ങളെയും ഉഭയജീവികളെയും പിടികൂടി അകത്താക്കും. മീൻപിടിക്കുന്ന മറ്റു പക്ഷികളിൽ നിന്ന് ഇരകളെ തട്ടിയെടുക്കുന്ന സ്വഭാവം കാണിക്കാറുണ്ട്.

കൂട് കെട്ടൽ നടക്കുന്നത് നവംബർ-ജനുവരി മാസങ്ങളിലാണ്. ജലാശയതീരങ്ങളിലുള്ള വൻമരങ്ങളിലാണ് കൂടൊരുക്കുന്നത്. ഉപേക്ഷിക്കപ്പെട്ട എന്നാൽ, മണ്ട നശിക്കാത്ത തെങ്ങുകളിലും ഇവ കൂടൊരുക്കാറുണ്ട്. വലിയ ചുള്ളികളും മറ്റുമാണ് കൂടിനായി ഉപയോഗിക്കുന്നത്. നല്ല ഉറപ്പുള്ള കൂടുകളാണ് ഇവയുണ്ടാക്കുക. ഈ കൂട് 2-4 വർഷം തുടർച്ചയായി ഉപയോഗിക്കാറുണ്ട്. കൂടൊരുക്കുന്നതും കുഞ്ഞുങ്ങളെ തീറ്റിപ്പോറ്റുന്നതും മാതാപിതാക്കൾ ചേർന്നാണ്. പക്ഷേ, അടയിരിക്കുന്നത് പെൺപക്ഷി മാത്രമായിരിക്കും. ആൺപക്ഷി പരിസരം വീക്ഷിച്ച് സമീപത്തുണ്ടാകും. ഒരു തവണ 2-3 മുട്ടകളിടും. 26-35 ദിവസം കൊണ്ട് മുട്ടവിരിയും. കുഞ്ഞുങ്ങൾ 40-55 ദിവസം കൊണ്ട് പറക്കമുറ്റും.

ഈ പക്ഷി ഇപ്പോൾ കടുത്ത വംശനാശത്തിന്റെ വക്കിലാണ്. മുൻകാലങ്ങളിൽ വ്യാപകമായിക്കണ്ടിരുന്ന ഇവയിപ്പോൾ ഏതാനും മേഖലകളിൽ മാത്രമേ കാണുന്നുള്ളൂ.

ഗാഡ്‌വാൾ എരണ്ട
Gadwall

ശാസ്ത്രനാമം: *അനാസ് സ്ട്രെപ്പെറ*

Anas strepera Linnaeus, 1758

കുടുംബം: അനാറ്റിഡേ

താറാവിന്റെ കുടുംബത്തിൽ ഉൾപ്പെട്ട ഒരു സാധാരണ പക്ഷിയാണ് ഗാഡ്‌വാൾ എരണ്ട. ഇതൊരു ദേശാടനപ്പക്ഷിയാണ്. പ്രാദേശികമായിട്ടാണത്രെ ഇവ ദേശാടനം ചെയ്യുന്നത്. ജലസസ്യങ്ങൾ നിറഞ്ഞ വിശാലമായ ചതുപ്പുകളിലും വലിയ നദീതീരങ്ങളിലും കായലോരങ്ങളിലുമാണ് ഇവയുടെ വിഹാരകേന്ദ്രങ്ങൾ. കേരളത്തിൽ കാണപ്പെടുന്ന ചെറിയ എരണ്ടകളിൽ ഒന്നാണ്.

കാണാൻ അത്ര ഭംഗിയൊന്നുമില്ലാത്ത ഈ പക്ഷിയുടെ ദേഹം തടിച്ചുരുണ്ടതും ചാരം കലർന്ന തവിട്ടു നിറത്തിലുള്ളതുമാണ്. ദേഹത്ത് വെള്ളപ്പാടുകളുണ്ട്. പൊതുവെ 45-55 സെ.മീ. നീളം കാണും. 75-90 സെ.മീ. ആണ് ശരാശരി ചിറകുവിസ്താരം. ആൺപക്ഷി താരതമ്യേന വലുതായിരിക്കും. പരമാവധി 990 ഗ്രാം തൂക്കം ഇവയ്ക്കുണ്ടാവും. എന്നാൽ, പെണ്ണിന് 850 ഗ്രാം ഭാരമേ കാണൂ. ആൺ-പെൺ പക്ഷികളെ വേഗത്തിൽ തിരിച്ചറിയാൻ സാധിക്കും. ആൺപക്ഷിയുടെ പിൻഭാഗവും കൊക്കും കാലുകളും കറുപ്പുനിറമാണ്. പെൺപക്ഷിയുടെ കൊക്കും കാലുകളും മഞ്ഞനിറമായിരിക്കും. ദേഹത്ത് നരച്ച മഞ്ഞനിറത്തിലുള്ള വരകളുണ്ടായിരിക്കും. ഇവയുടെ വാലിൽ കറുത്ത തൂവലുകൾ കാണാ റില്ല. പക്ഷി പറക്കുമ്പോൾ ഇത് വ്യക്തമായി കാണാവുന്നതാണ്. ആൺ പക്ഷിയുടെ അടിഭാഗത്ത് ഭാഗികമായി വെള്ളനിറമുണ്ടാകും. എന്നാൽ, പെൺപക്ഷികൾക്ക് ഇതുണ്ടാവില്ല. പ്രജനനകാലമൊഴികെയുള്ള സമയ ങ്ങളിൽ ആണും പെണ്ണും തമ്മിൽ കാര്യമായ നിറവ്യത്യാസമുണ്ടാവില്ല.

ചെറുകൂട്ടമായാണ് ഇവയെ കാണുക. ഇവ മിക്കവാറും നിശ്ശബ്ദമായാണ് കഴിയുക. പ്രജനനകാലത്ത് ചെറിയ ശബ്ദങ്ങളുണ്ടാക്കും. പെണ്ണ് താറാവുകളെപ്പോലെ ക്വാക്ക്.. ക്വാക്ക്.. എന്ന് ശബ്ദമുണ്ടാക്കുമ്പോൾ ആണ് പരുഷമായി ചൂളംവിളിക്കുന്നതുപോലെ ശബ്ദമുണ്ടാക്കുകയാണ് ചെയ്യുക.

മിശ്രഭോജികളാണിവ. മത്സ്യങ്ങൾ, ഒച്ച്, വിരകൾ, മറ്റു ചെറു ജല ജീവികൾ എന്നിവയും സസ്യങ്ങളുമാണ് ഭക്ഷണം.

കൂടൊരുക്കുന്നത് മരങ്ങളിലെ പൊത്തുകളിലോ, മണ്ട പോയ തെങ്ങിലോ ഒക്കെയാണ്. കേരളത്തിൽ ഇവ കൂടു കെട്ടാറുണ്ട്.

ചട്ടുകക്കൊക്കൻ/ സ്പൂൺകൊക്ക് / കരണ്ടിക്കൊക്കൻ
Common spoonbill/Eurasian spoonbill

ശാസ്ത്രനാമം: *പ്ലാറ്റേലിയ ല്യൂക്കോറോഡിയ*
Platalea leucorodia Linnaeus,1758

കുടുംബം: ത്രെസ്ക്കിയോർണിത്തിഡേ

കേരളത്തിലെ ജലാശയങ്ങളിലും തണ്ണീർത്തടങ്ങളിലും അപൂർവ്വമായി പ്രത്യക്ഷപ്പെടുന്ന ഒരു പക്ഷിയാണ് കരണ്ടിക്കൊക്കൻ. ദേശാടന പ്പക്ഷികളായ ഇവയുടെ വരവ് ഇപ്പോൾ വളരെക്കുറഞ്ഞിരിക്കുകയാണ്.

ചെളിയും മണലും നിറഞ്ഞ ആഴമില്ലാത്ത നീർത്തടങ്ങളാണ് ഇവയുടെ ഇഷ്ട ആവാസമേഖലകൾ. പാടങ്ങൾ, ചതുപ്പുകൾ, കണ്ടൽക്കാടുകൾ, വെള്ളക്കെട്ടുകൾ, നദികൾ എന്നിവിടങ്ങളിലും അഴിമുഖങ്ങളിലുമൊക്കെ ഇവയെത്താറുണ്ട്.

സാമാന്യം വലിയ ഒരു നീർപ്പക്ഷിയാണിത്. 80-90 സെ. മീ. നീളം വരും. ഈ പക്ഷിയുടെ കൊക്ക് മറ്റ് നീർപക്ഷികളുടേതിൽ നിന്ന് തികച്ചും വ്യത്യസ്തമാണ്. നീണ്ടുപരന്ന കൊക്കിന്റെ അറ്റം, അല്പം വികസിച്ച് കരണ്ടി (സ്പൂൺ) പോലെയോ ചട്ടുകം പോലെയോ പരന്നിരിക്കും. കൊക്കിന് കറുപ്പ് നിറമായിരിക്കും. ഇതിന്റെ അറ്റത്ത് മഞ്ഞനിറം കാണാം. നീണ്ട് ബലമുള്ള കറുത്ത കാലുകളും വിരലുകളും. ദേഹം തൂവെള്ളനിറമാണ്. ആൺ-പെൺ പക്ഷികളെ തിരിച്ചറിയാൻ ബുദ്ധിമുട്ടാണ്. പ്രായപൂർത്തിയായ പക്ഷിക്ക് കഴുത്തിനടിവശത്ത് നേരിയ മഞ്ഞ നിറത്തിലൊരു അടയാളം കാണാവുന്നതാണ്. തലയിൽ ഒരു മകുടവും ഈ സമയത്ത് കാണാം. കുഞ്ഞുങ്ങൾക്ക് ഇവയുണ്ടാവില്ല. കുഞ്ഞിന്റെ കൊക്കിന് മഞ്ഞ കലർന്ന തവിട്ടുനിറമാണ്. അതുപോലെ കാലുകൾക്കും നേരിയ നിറവ്യത്യാസമുണ്ടാവും.

ജലാശയങ്ങളിൽ ഇറങ്ങി നിന്നാണ് ഈ പക്ഷി ഇരതേടുന്നത്. ഇരകളെ കരണ്ടി പോലുള്ള കൊക്കു കൊണ്ട് കോരിയെടുക്കുകയാണ് ചെയ്യുന്നത്. മാംസഭോജിയാണിത്. ജല ജീവികളാണ് ഇരകൾ. ചെറു മീനുകളാണ് ഇഷ്ട വിഭവം. വെള്ളത്തിലേക്ക് ചാഞ്ഞുനിൽക്കുന്ന മരങ്ങളിലാണ് ചേക്കേറുക.

വലുപ്പം കൂടിയവയാണെങ്കിലും ഈ പക്ഷികൾക്ക് വേഗത്തിൽ പറക്കാൻ സാധിക്കും. കഴുത്ത് നീട്ടിപ്പിടിച്ചാണ് പറക്കുക. കാലുകൾ വാലിനെക്കാൾ നീളത്തിൽ പിറകിലേക്ക് നീണ്ടുനിൽക്കും. എല്ലായിപ്പോഴും ഇവ നിശ്ശബ്ദരാണ്.

കേരളത്തിൽ ഇവ കൂടുകൂട്ടുകയോ മുട്ടയിടുകയോ ചെയ്യുന്നതായി വിവരമില്ല. തമിഴ്നാട്ടിലും കർണാടകയിലും ഇവയുടെ പ്രജനനം നടക്കാറുണ്ട്. ആറ്റുവഞ്ചികൾക്കിടയിലാണിവ കൂടൊരുക്കുക. ആൺപക്ഷി ചുള്ളികളും പുല്ലുകളും മറ്റും ശേഖരിക്കുകയും പെൺപക്ഷി അവയെ അടുക്കി, പാത്രത്തിന്റ ആകൃതിയുള്ള കൂടുണ്ടാക്കുകയുമാണ് ചെയ്യുന്നത്. ശരാശരി 3 മുട്ടകളിടും. വെള്ളനിറത്തിലുള്ള മുട്ടകളിൽ മഞ്ഞ നിറമുള്ള കുത്തുകൾ കാണാം. ആൺ-പെൺ പക്ഷികൾ മാറി മാറി അടയിരിക്കുകയും കുഞ്ഞിനെ പരിപാലിക്കുകയും ചെയ്യും. മുട്ട വിരിഞ്ഞിറങ്ങുമ്പോൾ കുഞ്ഞുങ്ങൾ അന്ധരായിരിക്കും. മാതാപിതാക്കൾ കഴിച്ച ഭക്ഷണം തികട്ടിച്ചാണ് കുഞ്ഞുങ്ങൾക്ക് നൽകുന്നത്.

ചതുപ്പൻ

Marsh sandpiper

ശാസ്ത്രനാമം: *ട്രിംഗാ സ്റ്റാഗ്നാറ്റിലിസ്*

Tringa stagnatilis Bechstein, 1803

കുടുംബം: സ്കോലോപ്പാസിഡേ

മധ്യേഷ്യയിലെയും പൂർവ്വ യൂറോപ്പിലെയും ചതുപ്പുകളിലും നീർത്തടങ്ങളിലും പ്രജനനം നടത്തുകയും മഞ്ഞുകാലത്ത് ഇൻഡ്യയിലേക്കും ആഫ്രിക്കയിലേക്കും ദേശാടനം നടത്തുകയും ചെയ്യുന്ന ഒരു പക്ഷിയാണ് ചതുപ്പൻ. കേരളത്തിൽ ദേശാടനപ്പക്ഷിയായി ഇവയെത്തുന്നു. ജലസസ്യങ്ങൾ നിറഞ്ഞ വലിയ തടാകങ്ങളിലും ചതുപ്പുകളിലും വിശാലമായ പാടങ്ങളിലും ചെറുതോടുകളുടെ കരയിലും വിരളമായി കാണാം.

22-26 സെ.മീ. നീളവും 45-120 ഗ്രാം ഭാരവും ഉള്ള ഇവയുടെ ചിറകുവിസ്താരം 55-60 സെ.മീ. ആണ്. ആണും പെണ്ണും കാഴ്ചയിൽ ഒന്നുപോലെയായിരിക്കും. ഇവയുടെ ഉടലിന്റെ മുകൾഭാഗം ഇരുണ്ട തവിട്ടുനിറവും അടിവശവും കഴുത്തും വെളുപ്പുമാണ്. തലയിൽ തവിട്ടുനിറത്തിലുള്ള നേരിയ വരകളുണ്ടാവും. നീളമുള്ള കാലുകൾക്കു മഞ്ഞകലർന്ന പച്ചനിറം. നീണ്ട് നേർത്ത സൂചിക്കൊക്കിന് കറുപ്പുനിറം. വാൽ കുറുകിയതാണ്. കണ്ണുകൾക്ക് കറുപ്പുനിറം. പ്രജനനകാലത്ത് ഇവയ്ക്ക് ചെറിയ രീതിയിൽ നിറവ്യത്യാസമുണ്ടാകാറുണ്ട്.

ഒറ്റയ്ക്കോ, വിരളമായി ഇണയോടൊപ്പമോ കാണാവുന്നതാണ്. പറന്നുതുടങ്ങുമ്പോഴും പറക്കുമ്പോഴും യുപ്..യൂപ്.. എന്നോ ടി..ടി..ടി.. എന്നോ ചിലയ്ക്കാറുണ്ട്.

ജലാശയങ്ങളിലും ചെളിക്കുണ്ടുകളിലും ഇറങ്ങിനിന്നാണ് ഇരതേടുന്നത്. കഴുത്തു വരെ വെള്ളത്തിൽ മുങ്ങിനിന്ന് ഇരതേടാനും ഇവയ്ക്ക് മടിയില്ല. വിരകൾ, മത്സ്യങ്ങൾ, ഒച്ചുകൾ, പ്രാണികൾ എന്നിവയാണ് മാംസഭോജികളായ ഇവയുടെ ഇരകൾ. ഇരതേടൽ ഒറ്റയ്ക്കും ചേക്കേറുന്നത് ചെറുകൂട്ടമായിട്ടുമാണ്. മറ്റു പക്ഷികളോടൊപ്പവും കാണാറുണ്ട്.

ഈ പക്ഷികൾ മുട്ടയിടുന്നത് ഹിമാലയത്തിലും അതിനു വടക്കുള്ള പ്രദേശങ്ങളിലുമാണ്. കൂടുകൾ ഒറ്റയ്ക്കും കൂട്ടമായും കാണപ്പെടുന്നുണ്ട്. ആണും പെണ്ണും മുട്ടയ്ക്ക് അടയിരിക്കും. കുഞ്ഞുങ്ങളെ തീറ്റിപ്പോറ്റുന്നത് രണ്ടുപേരും ചേർന്നാണ്.

ചന്ദനക്കുറി എരണ്ട
Eurasian wigeon/ Eurasian widgeon/ Widgeon

ശാസ്ത്രനാമം: *അനാസ് പെനിലോപ്പ്*
Anas penelope Linnaeus, 1758

കുടുംബം: അനാറ്റിഡേ

യൂറോപ്പിന്റെയും ഏഷ്യയുടെയും വടക്കേയറ്റത്തുള്ള പ്രദേശങ്ങളിൽ പ്രജനനം നടത്തുകയും ദക്ഷിണ യൂറോപ്പിലേക്കും ദക്ഷിണേഷ്യയിലേക്കും ശിശിരകാലത്ത് കുടിയേറുകയും ചെയ്യുന്ന ഒരു നീർപ്പക്ഷിയാണിത്. കേരളത്തിലെ തണ്ണീർത്തടങ്ങളിലും ഉയരമുള്ള ജലസസ്യങ്ങൾ നിറഞ്ഞ ചതുപ്പുകളുമാണ് ഇവയുടെ താവളങ്ങൾ.

ഇതിന് 42-52 സെ.മീ. നീളവും 0.5-1 കി.ഗ്രാം ഭാരവും 70-80 സെ.മീ. ചിറകുവിരിപ്പും വരും. പ്രജനനകാലത്തൊഴികെ ആണും പെണ്ണും കാഴ്ചയ്ക്ക് ഒരുപോലെയാണ്. ശരീരത്തിന് പൊതുവെ ചാരനിറമോ ഇളം തവിട്ടുനിറമോ ആണ്. അടിവശത്ത് ചെങ്കൽനിറം കലർന്നിരിക്കും. കഴുത്ത് കുറുകിയതും തല ഉരുണ്ടതുമാണ്. തല ചാരനിറമോ ഇളം തവിട്ടുനിറമോ ആയിരിക്കും. പരന്ന് കൂർത്ത കൊക്കിന് ത്രികോണാകൃതി. നീല കലർന്ന ചാരനിറമുള്ള ഇതിന്റെ അറ്റം കറുത്തിരിക്കും. കാലുകളും പാദങ്ങളും നീല കലർന്ന ചാരനിറമായിരിക്കും. പ്രജനനകാലത്ത് ആണിന്റെ ശരീരം വർണ്ണശബളമാകും. വശങ്ങളിലും പിറകിലും ചാരനിറം, ഏറ്റവും പിറകിൽ കറുപ്പുനിറം, ചിറകുകളുടെ അകവശത്ത് ഇരുണ്ട പച്ചനിറമുള്ളതും ചിറകുകളുടെ മുകൾവശത്ത് വെള്ളനിറമുള്ളതുമായ പാടുകൾ, പിങ്കു നിറമുള്ള നെഞ്ച്, വെള്ള ഉദരം, ചെങ്കൽനിറമുള്ള തല, ചന്ദനനിറമുള്ള തൊപ്പി എന്നിങ്ങനെയൊക്കെ കാണാം.

പ്രജനനകാലത്തൊഴികെ ഇവ വലിയ കൂട്ടമായാണ് കഴിയുക. ഇതൊരു സസ്യഭോജിയാണ്. നിലത്തും ആഴം കുറഞ്ഞ ജലത്തിലും ഇരതേടും. ഇലകൾ, തണ്ടുകൾ, വേരുകൾ, വിത്തുകൾ എന്നിവയൊക്കെയാണ് ഭക്ഷണം.

ജലാശയങ്ങൾക്ക് സമീപത്ത് സസ്യങ്ങൾ ഇടതൂർന്ന് വളരുന്നയിടങ്ങളിൽ നിലത്താണ് കൂടൊരുക്കുക. നിലത്തുണ്ടാക്കുന്ന ചെറിയ കുഴികളാണ് കൂട്. ഇതിന്റെ അകത്ത് പുല്ല് നിരത്തിയിരിക്കും. 8-9 മുട്ടകളിടും. മുട്ടകൾക്ക് അടഞ്ഞ വെള്ളനിറം. മുട്ട വിരിയാൻ 24-25 ദിവസം വേണം. പെണ്ണ് മാത്രമാണ് അടയിരിക്കുക. വിരിഞ്ഞിറങ്ങി അധികം കഴിയുംമുമ്പേ കുഞ്ഞുങ്ങൾ വെള്ളത്തിലിറങ്ങും. 40-45 ദിവസം പ്രായമാകുമ്പോൾ

കുഞ്ഞുങ്ങൾ സ്വയം തീറ്റ തേടിത്തുടങ്ങും. അതുവരെ മാതാപിതാക്കളിൽ നിന്ന് തീറ്റ സ്വീകരിക്കും.

ചായമുണ്ടി
Purple heron
ശാസ്ത്രനാമം: *ആർഡിയ പർപ്പ്യൂറിയ*
Ardea purpurea Linnaeus, 1766
കുടുംബം: ആർഡിഡേ

തെക്കുകിഴക്കനേഷ്യൻ രാജ്യങ്ങൾ, ആഫ്രിക്ക, മധ്യയൂറോപ്പ് എന്നിവിടങ്ങളിൽ കാണപ്പെടുന്ന ഒരു പക്ഷിയാണ് ചായമുണ്ടി. കൊക്കുകളുടെ കുടുംബത്തിൽ ഉൾപ്പെട്ട ഒരു നീർപ്പക്ഷിയാണിത്. ചാരമുണ്ടിയോട് സാമ്യമുള്ള ഈ മനോഹര പക്ഷി നിറത്തിലാണ് പ്രകടമായ വ്യത്യാസം കാണിക്കുന്നത്. ചാരമുണ്ടിയെക്കാൾ ഒതുങ്ങിയ ദേഹമാണിതിന്. വിശാലമായ പാടങ്ങളും ജലാശയങ്ങളുമാണ് ഇവയുടെ വിഹാരകേന്ദ്രങ്ങൾ. ജലസസ്യങ്ങൾ നിറഞ്ഞ മറ്റു മേഖലകളും താവളമാക്കാറുണ്ട്. കേരളം കൂടാതെ മറ്റ് ദക്ഷിണേന്ത്യൻ സംസ്ഥാനങ്ങളിലും ലക്ഷദ്വീപിലും ഇവയെ കാണപ്പെടുന്നു.

ഇതൊരു വലിയ പക്ഷിയാണ്. 80-100 സെ.മീ. നീളവും 70-95 സെ.മീ. ഉയരവുമുള്ള ഇതിന് ശരീരഭാരം ഉയരത്തിന് ആനുപാതികമായി നോക്കിയാൽ കുറവാണ്. ശരാശരി 0.5-1.5 കി.ഗ്രാം മാത്രമാണ് ഭാരം. ചിറകുകൾ വിസ്താരമുള്ളവയാണ്. ചിറകുവിടർത്തുമ്പോൾ 120-150 സെ.മീ. വിസ്താരം വരും. ഇവയുടെ മുതുകും ചിറകുകളും മങ്ങിയ ചെങ്കൽനിറമാണ്. ദേഹത്തിന്റെ അടിഭാഗം കറുപ്പുനിറമായിരിക്കും. മുഖവും കഴുത്തും തലയും നേർത്ത ചുവപ്പ് കലർന്ന തവിട്ടുനിറമാണ്. കഴുത്ത് നീണ്ടതും മെലിഞ്ഞതും വളഞ്ഞതുമാണ്. ഇത് പലപ്പോഴും പാമ്പിനെപ്പോലെ തോന്നിക്കും. കഴുത്തിനിരുവശവും കറുത്ത വരകളുണ്ടാവും. കണ്ണിന്റെ കീഴ്ഭാഗത്തും ഈ വരകൾ കാണപ്പെടുന്നു. കണ്ണിനും കൊക്കിനും മഞ്ഞനിറം. കണ്ണിനു ചുറ്റുമുള്ള നഗ്നചർമ്മം ഇളം പച്ചനിറമാണ്. ചിറകിലെയും വാലിലെയും വലിയ തൂവലുകൾക്ക് കറുപ്പ് നിറം. കാലുകൾ മഞ്ഞ കലർന്ന കടുംതവിട്ടുനിറം.

ഇവ ഏറെക്കുറെ ഏകാന്തവാസികളാണ്. സാവധാനമാണ് പറക്കൽ. പറക്കുമ്പോൾ എസ് ആകൃതിയിൽ വളച്ച കഴുത്തും തലയും

ശരീരത്തോട് ചേർത്തുപിടിക്കുകയും കാലുകൾ പിന്നിലേക്ക് നീട്ടിവയ്ക്കുകയും ചെയ്യാറുണ്ട്. പറന്നുതുടങ്ങുമ്പോൾ ക്രെക്ക്.. എന്ന് ശബ്ദിക്കാറുണ്ട്.

ആഴം കുറഞ്ഞ ജലാശയങ്ങളിലാണ് ഇരതേടുന്നത്. ജലത്തിൽ ഇറങ്ങിനിന്നാണ് ഇരതേടൽ. ജലജീവികളാണ് മുഖ്യാഹാരം. തവളകൾ, മത്സ്യങ്ങൾ, എട്ടുകാലികൾ, ചെറുപാമ്പുകൾ, പ്രാണികൾ, ഞണ്ടുകൾ, ഒച്ചുകൾ എന്നിവയാണ് ഇരകൾ. ഇരകൾക്കായി നിശ്ശബ്ദമായി ഏറെ നേരം കാത്തുനില്ക്കാറുണ്ട്.

ഇവ കേരളത്തിൽ കൂടുകെട്ടുന്നത് വിരളമായാണ്.

ചാരമുണ്ടി/ ചാരക്കൊക്ക്/ നീലക്കൊക്ക്

Grey heron

ശാസ്ത്രനാമം: *ആർഡിയ സിനെറിയ*

Ardea cinerea Linnaeus, 1758

കുടുംബം: ആർഡിഡേ

യൂറോപ്പ്, ഏഷ്യ, ആഫ്രിക്ക എന്നിവിടങ്ങളിലെ സമശീതോഷ്ണ പ്രദേശങ്ങളിലാകമാനം കണ്ടുവരുന്ന കൊക്കുവർഗ്ഗത്തിലെ ഒരു നീർപ്പക്ഷിയാണ് ചാരമുണ്ടി. മഞ്ഞുകാലത്താണിവ കേരളത്തിലെത്തുക. കേരളത്തിൽ കാണപ്പെടുന്ന കൊറ്റി (മുണ്ടികളിൽ) കളിൽ ഏറ്റവും വലുപ്പമുള്ള പക്ഷിയാണിത്. പാടങ്ങളിലും വലിയ ജലാശയങ്ങളുടെ കരകളിലും മറ്റുമാണ് വാസം. കേരളത്തിൽ ഈ പക്ഷികൾ വളരെ വിരളമാണ്.

ഇതിന് 100 സെ.മീ. വരെ ഉയരം കാണും. ശരീരത്തിന് 85–100 സെ.മീ. നീളമുണ്ടാവും. ചിറക് വിസ്താരം 155–195 സെ.മീ.ആണ്. 1–2 കി. ഗ്രാമാണ് തൂക്കം. വെള്ളയും കറുപ്പ് കലർന്ന ചാരവുമാണ് ഇതിന്റെ ഉടലിലെ പ്രധാന നിറങ്ങൾ. തലയ്ക്കും കഴുത്തിനും വെള്ളനിറമാണ്. കഴുത്ത് നീണ്ടതാണ്. കറുപ്പു നിറത്തിൽ വീതിയുള്ള ഒരു ഭാഗം തലയ്ക്ക് പിറകിലേക്ക് വളർന്നു നില്ക്കുന്നത് കാണാം. കാലുകൾക്കു നല്ല നീളമുണ്ടാവും. മുതിർന്ന പക്ഷിയുടെ കൊക്കിനും വിരലുകൾക്കും മഞ്ഞ നിറം. മറ്റു ഭാഗങ്ങളൊക്കെ ചാരനിറമാണ്.

മറ്റ് നീർപ്പക്ഷികളോടൊപ്പവും ഇണയോടൊപ്പവും ഇവയെ കാണാവുന്നതാണ്. എന്നാൽ വിരളമായി ഏകാന്തമായും സഞ്ചരിക്കും.

ഇവ മനുഷ്യനുമായി അടുക്കാറില്ല. ശത്രുസാന്നിധ്യമുണ്ടായാൽ വേഗത്തിൽ പറന്നുപോകുകയാണ് പതിവ്. പറക്കുന്ന അവസരത്തിൽ കഴുത്ത് പിറകോട്ടു വലിച്ചുമടക്കിവയ്ക്കും. വെള്ളത്തിൽ ഇറങ്ങി നില്ക്കുന്ന ഒരു സ്വഭാവമുണ്ടിതിന്. വെള്ളമില്ലാത്ത ഭാഗത്ത് സാധാരണയായി നില്ക്കാറില്ല. മിക്കവാറും സമയങ്ങളിൽ ക്രോ.. എന്ന് ഉറക്കെ ശബ്ദിക്കാറുണ്ട്.

ജലജീവികളാണ് മുഖ്യാഹാരം. മീനുകൾ, ഒച്ചുകൾ, തവളകൾ, വിരകൾ തുടങ്ങിയവയാണ് ഇരകൾ. ഇതിന്റെ ചുണ്ടുകൾ കഠാര പോലെയാണ് പ്രവർത്തിക്കുക. കൊക്കിൽ അകപ്പെട്ട ഇര ഒരിക്കലും പുറത്തു പോകാറില്ല.

മരങ്ങളുടെ മുകളിലാണ് ഇവയുടെ കൂടുകെട്ടൽ. മരങ്ങളിൽ ഇടം ലഭിച്ചില്ലെങ്കിൽ അടിക്കാടുകളിലും വിരളമായി കൂടുകൂട്ടാറുണ്ട്. ആൺ പക്ഷിയാണ് കൂടിനായി സ്ഥലം കണ്ടെത്തുന്നത്. പുല്ലുകളും നാരുകളും തുടങ്ങി ലഭിക്കുന്ന വസ്തുക്കളെല്ലാം കൂടിനായി ഉപയോഗിക്കാറുണ്ട്. 2-4 മുട്ടകളാണ് പതിവ്. ഇവയ്ക്ക് ഇളം നീല കലർന്ന പച്ചനിറമായിരിക്കും. 25-26 ദിവസം വേണം മുട്ടകൾ വിരിയാൻ. മാതാപിതാക്കൾ ചേർന്നാണ് കുഞ്ഞുങ്ങളെ പരിപാലിക്കുക.

ചിന്ന കടലാണ്ടി/ചിന്ന കടൽക്കള്ളൻ
Lesser frigate bird
ശാസ്ത്രനാമം: *ഫ്രിഗാറ്റാ അരിയേൽ*
Fregata ariel Mathews, 1914
കുടുംബം: ഫ്രിഗാറ്റിഡേ

ഇൻഡ്യൻ മഹാസമുദ്രത്തിലും പസഫിക്, അറ്റ്ലാന്റിക് മഹാസമുദ്രങ്ങളിലുമുള്ള ഒരു കടൽപ്പക്ഷിയാണ് ചിന്ന കടലാണ്ടി.

വലുപ്പക്കുറവാണെന്നതൊഴിച്ചാൽ, ഏകദേശം കടലാണ്ടിയുടെ ബാഹ്യരൂപവും സ്വഭാവ സവിശേഷതകളുമുള്ള ഒരു പക്ഷിയാണിത്. ഇതിന് 65-80 സെ.മീ. നീളം വരും. ചിറകുവിസ്താരം 155-190 സെ.മീ. ആണിനും പെണ്ണിനും വലുപ്പവ്യത്യാസമുണ്ട്. താരതമ്യേന ചെറുതായ ആൺ പക്ഷിക്ക് 625-875 ഗ്രാമും പെൺപക്ഷിക്ക് 760-955 ഗ്രാമും ഭാരം വരും. പെണ്ണിന്റെ ശരീരം മിക്കവാറും നരച്ച കറുപ്പുനിറമാണ്. നെഞ്ചിന് വെള്ളനിറം. കഴുത്തിൽ ഒരു വെള്ളപ്പട്ട വലയാകൃതിയിൽ കാണാം.

ചിറകിനടിയിലേക്ക് നീളുന്ന ഒരു വെള്ള നാടയും കാണപ്പെടുന്നു. കണ്ണിനു ചുറ്റും ഒരു ചുവന്ന വലയം കാണാം. ആൺപക്ഷിക്കും നരച്ച കറുപ്പുനിറം തന്നെയാണ്. വശങ്ങളിൽ വെള്ളപ്പാടുകളുണ്ടാവും. ഇവ ചിറകിനടിയിലേക്ക് ഒരു നാട പോലെ നീളും. ചിറകിന്റെ മുകൾവശത്ത് നരച്ചനിറമുള്ള ഒരു പട്ടയും കാണാം. പ്രജനനകാലത്ത് ആൺപക്ഷി യുടെ ഗളസഞ്ചി കടും ചുവപ്പ് നിറത്തിൽ ബലൂൺ പോലെ വീർത്തു വരും. കൊക്കുകളും കാലുകളും ചുവപ്പ് നിറമാണ്. കൊക്ക് നീണ്ടതും അറ്റം വളഞ്ഞതുമാണ്. നീണ്ട കാൽവിരലുകളിലെ നഖങ്ങൾക്ക് ചാര നിറമായിരിക്കും. ചിറകുകളും വാലും നീണ്ടതും വീതി കുറഞ്ഞതുമാണ്. വാലിന് 'വി' ആകൃതി.

മുഖ്യമായും മത്സ്യങ്ങളാണ് ഇവയുടെ ഇരകൾ. പറന്നുകൊണ്ടാണ് ഇരതേടുന്നത്. ജലോപരിതലത്തിലേക്ക് പൊങ്ങിവരുന്നതും വെള്ളത്തിന് മുകളിലേക്ക് ചാടുന്നവയുമായ മത്സ്യങ്ങളെയാണിവ കൊക്കിലാക്കുക. കടൽപ്പക്ഷികളുടെ കുഞ്ഞുങ്ങളെയും അപൂർവ്വമായി പിടികൂടാറുണ്ട്. പെൺപക്ഷികൾ മാത്രമാണ് ഈ സ്വഭാവം കാട്ടുന്നത്. മറ്റു പക്ഷികളെ പിന്തുടർന്ന് അവ വായിലാക്കിയ ഇരകളെ തട്ടിയെടുക്കുന്ന സ്വഭാവ മുണ്ട്. കടൽക്കള്ളനെന്ന പേരിനാധാരം ഈ സ്വഭാവമാണ്.

മരത്തിലാണ് കൂടൊരുക്കുക. ആണും പെണ്ണും കൂടുനിർമ്മാണ ത്തിലും അടയിരിക്കുന്നതിലും കുഞ്ഞുങ്ങളെ തീറ്റിപ്പോറ്റുന്നതിലും സഹകരിക്കും. ആൺപക്ഷി ശേഖരിച്ച് കൊണ്ടുവരുന്ന ചുള്ളികളും വള്ളികളുമൊക്കെ ഉപയോഗിച്ച് പെൺപക്ഷിയാണ് കൂടുണ്ടാക്കുന്നത്. മറ്റു പക്ഷികളുടെ കൂടും കൂടുനിർമ്മാണ വസ്തുക്കളുമൊക്കെ തട്ടിയെ ടുക്കുന്ന സ്വഭാവവും ഇവയ്ക്കുണ്ട്. ഒരു സീസണിൽ ഒരു മുട്ടയാണ് പതിവ്. മുട്ട വിരിയാൻ 6-7 ആഴ്ചകൾ വേണം.

ചിന്നക്കൊക്ക്
Little green heron / Little heron / Green-backed heron

ശാസ്ത്രനാമം: ബ്യൂട്ടൊറൈഡ്സ് സ്ട്രയേറ്റസ്
Butorides striatus Linnaeus 1758

കുടുംബം: ആർഡീഡേ

ഉഷ്ണമേഖലകളിലെ നീർത്തടങ്ങളുടെ പരിസരങ്ങളിൽ കണ്ടുവരുന്ന ഒരിനം കൊക്കാണിത്. ആഫ്രിക്ക മുതൽ ജപ്പാൻ വരെയും ആസ്ത്രേലിയ,

ദക്ഷിണ അമേരിക്ക എന്നിവിടങ്ങളിലും കാണപ്പെടുന്നുണ്ട്. വിശാലമായ പാടങ്ങളും ജലാശയങ്ങളുമാണ് ഇതിന്റെ വിഹാരമേഖലകൾ. ഇവ ഇന്ത്യയിലെ മിക്ക സംസ്ഥാനങ്ങളിലുമുണ്ട്. കേരളത്തിൽ സ്ഥിരവാസിയാണ്. എന്നാൽ, വിരളമാണ്.

പാതിരാക്കൊക്കിനോട് സാമ്യമുള്ള ഒരു പക്ഷിയാണിത്. ഇതിന് കുളക്കൊക്കിനെക്കാൾ വലുപ്പം അല്പം കുറവാണ്. തടിച്ച് താരതമ്യേന നീളം കുറഞ്ഞ കഴുത്തും നീളം കുറഞ്ഞ കൊക്കും ഈ പക്ഷിയെ തിരിച്ചറിയാൻ സഹായിക്കും. തലയും ശരീരത്തിന്റെ മുകൾവശവും ചിറകുകളും ഇരുണ്ട പച്ചനിറമാണ്. അടിവശം ചാരനിറം. ചിറകുകളിൽ ചെറിയ പച്ച വരകളുണ്ട്. കാലുകൾക്ക് നേർത്ത പച്ചനിറം. തടിച്ച കാലുകൾക്ക് നീളം കുറവാണ്.

ഒറ്റയ്ക്കാണ് ഇതിനെ കാണുന്നത്. ഇണചേരുന്ന കാലത്തുപോലും ഇരുപക്ഷികളും വെവ്വേറെയാണ് ഇരിക്കുന്നത്. സഞ്ചാരം സാവധാനമാണ്. ഒരു സ്ഥലത്തു നിന്നും പറന്ന് മറ്റൊരിടത്ത് ചെന്നിരുന്നാൽ ചെറിയ വാൽ പൊക്കിതാഴ്ത്തി താളം പിടിക്കുന്ന സ്വഭാവം ഇവയ്ക്കുണ്ട്.

ജലജീവികളാണ് മുഖ്യാഹാരം. മീനുകളാണ് ഏറെയിഷ്ടം. ഒച്ചുകൾ, തവളകൾ, വിരകൾ തുടങ്ങിവയെയും ആഹരിക്കാറുണ്ട്. ഇരകളെ കാത്ത് ഏറെസമയം ഒരിടത്ത് നിശ്ചലമായി നിൽക്കുന്നത് പതിവാണ്. ഇരയെക്കണ്ടാലും ധൃതി കാണിക്കാറില്ല. ഇതിന്റെ ചുണ്ടുകൾ കഠാര പോലെയാണ് പ്രവർത്തിക്കുക. കൊക്കിൽ അകപ്പെട്ട ഇര ഒരിക്കലും പുറത്തുപോകാറില്ല.

ഇവയുടെ പ്രജനനകാലം മാർച്ച് ഏപ്രിൽ ആണ്. അധികം ഉയരമില്ലാത്ത മരങ്ങളിലാണ് കൂടൊരുക്കുന്നത്. കൂട് കണ്ടുപിടിക്കാൻ സാധിക്കില്ല. ഉണങ്ങിയ കമ്പുകളും വള്ളികളും മറ്റും കൂടുകെട്ടാൻ ഉപയോഗിക്കും. നരച്ച തവിട്ടുനിറമുള്ള 2-3 മുട്ടകളുണ്ടാവും. മുട്ടകൾക്ക് ആൺ-പെൺ പക്ഷികൾ മാറിമാറി അടയിരിക്കും. കുഞ്ഞുങ്ങളെ തീറ്റിപ്പോറ്റുന്നതും മാതാപിതാക്കൾ ചേർന്നാണ്.

ചിന്നമുണ്ടി
Little egret

ശാസ്ത്രനാമം: *എഗ്രെറ്റ ഗാർസെറ്റ*

Egretta garzetta Linnaeus 1766

കുടുംബം: ആർഡിഡേ

യൂറോപ്പ്, ആഫ്രിക്ക, ഏഷ്യ, ആസ്ട്രേലിയ എന്നീ ഭൂഖണ്ഡങ്ങളിലെ ഉഷ്ണമേഖലകളിലും സമശീതോഷ്ണമേഖലകളിലുമുള്ള നീർത്തട

പരിസരങ്ങളിൽ വസിക്കുന്ന ഒരിനം കൊറ്റിയാണ് ചിന്നമുണ്ടി. കേരളത്തിലും ഇന്ത്യയുടെ മറ്റും പ്രദേശങ്ങളിലും കാണപ്പെടുന്ന ഇവ സ്ഥിരവാസികളാണ്. കേരളത്തിൽ കായലോരങ്ങളിലും മറ്റ് ജലാശയങ്ങളുടെ കരകളിലും ഇവയെ വളരെ സാധാരണമായി കാണുന്നുണ്ട്. കടലോരങ്ങളിലും (കൊല്ലം ജില്ലയിലെ നീണ്ടകരയിൽ) ഇവയെ കണ്ടെത്തിയിട്ടുണ്ട്.

ഇടത്തരം വലുപ്പമുള്ളൊരു പക്ഷിയാണ് ചിന്നമുണ്ടി. 55-65 സെ.മീ. നീളം വരും. ചിറകുവിസ്താരം 90-100 സെ.മീ. ആണ്.

ആകർഷകമായ മെലിഞ്ഞ ശരീരമാണ് ഇവയ്ക്കുള്ളത്. ദേഹം മുഴുവനും വെള്ളനിറമാണ്. കൊക്കുകളും കാലും കറുപ്പാണ്. പക്ഷേ, വിരലുകൾക്ക് മനോഹരമായ മഞ്ഞനിറമായിരിക്കും.

പ്രജനനകാലത്ത് തലയ്ക്കു പിന്നിൽ വെളുത്ത നാട പോലെ രണ്ട് തൂവലുകൾ രൂപം കൊള്ളും. ഇക്കാലത്ത് മാറിടത്തിലെയും മറ്റും തൂവലുകൾ പുറത്തേയ്ക്ക് നീണ്ടു നില്ക്കുന്നതും കാണാം.

കൂട്ടമായിട്ടാണ് ഇവയെ കാണപ്പെടുന്നത്. മറ്റ് വെള്ളരിപ്പക്ഷികളുടെ കൂട്ടത്തിലും ഇവയെ കാണാവുന്നതാണ്.

ഇവയ്ക്ക് മത്സ്യങ്ങളോടാണ് ഏറെയിഷ്ടം. തവളകൾ, ഞണ്ടുകൾ, വിരകൾ തുടങ്ങിയ ജലജീവികളെയും ഭക്ഷിക്കാറുണ്ട്. ഏറെനേരം നിശ്ചലമായി കാത്തുനിന്നാണ് ഇര പിടിത്തം. ആഴം കുറഞ്ഞ ജലാശയങ്ങളിൽ ഇറങ്ങിനിന്ന് കാലുകളിളക്കി ചെറുമീനുകളെ വിരട്ടിയോടിച്ച്, അവയുടെ പിന്നാലെ ചിറക് വിടർത്തിയോടി പിടികൂടുന്നതും കാണാറുണ്ട്.

ഇവയുടെ പ്രത്യുത്പാദനകാലം ആരംഭിക്കുന്നത് മേയ്-നവംബർ മാസങ്ങളിലാണ്. കൂട്ടമായിട്ടാണ് കൂടുണ്ടാക്കുന്നത്. ഉയരമുള്ള വലിയ മരങ്ങളാണ് കൂട് നിർമ്മിക്കാൻ തെരഞ്ഞെടുക്കുക. കുറ്റിച്ചെടികളുടെ മുകളിലും മുളങ്കൂട്ടത്തിലുമൊക്കെ കൂടുകൾ കാണാറുണ്ട്. ഉണങ്ങിയ ചുള്ളിക്കമ്പുകളും വള്ളികളും മറ്റും ചേർത്തുവച്ചാണ് കൂട് തയ്യാറാക്കുന്നത്.

3-5 മുട്ടകളിടും. മുട്ടയ്ക്ക് നരച്ച നീല കലർന്ന പച്ചനിറം. ഇവയുടെ പ്രതലം തിളക്കവും മിനുസവുമുള്ളതാണ്. ആണും പെണ്ണും അടയിരിക്കും. മുട്ടവിരിയാൻ 21-25 ദിവസം വേണം. കുഞ്ഞുങ്ങളെ തീറ്റിപ്പോറ്റാൻ മാതാപിതാക്കൾ സഹകരിക്കും. 35-45 ദിവസമാകുമ്പോൾ കുഞ്ഞുങ്ങൾ കൂട് വിടും.

ചുവന്ന നെല്ലിക്കോഴി
Ruddy-breasted crake

ശാസ്ത്രനാമം: *റാലസ് ഫസ്ക്കസ്*
Rallus fuscus Linnaeus, 1766

(*പൊർസാന ഫസ്ക്ക*
Porzana fusca Linnaeus, 1766)
കുടുംബം: റാല്ലിഡേ

ഇൻഡ്യാ ഉപഭൂഖണ്ഡം മുതൽ ചൈന, ജപ്പാൻ, ഇന്തോനേഷ്യ വരെയുള്ള ദക്ഷിണേഷ്യൻ രാജ്യങ്ങളിലെ ചതുപ്പുകളിലും നീർത്തടപരിസരങ്ങളിലും കണ്ടുവരുന്ന സ്ഥിരവാസിയായ ഒരു പക്ഷിയാണ് ചുവന്ന നെല്ലിക്കോഴി. ഇന്ത്യയിൽ കേരളത്തിലും മറ്റു ചില സംസ്ഥാനങ്ങളിലും ഇവയുടെ സാന്നിധ്യമുണ്ട്. കേരളത്തിൽ ഇവ വിരളമാണ്.

ഒതുങ്ങിയ ശരീരമുള്ള ഇവയ്ക്ക് 22-23 സെ.മീ. നീളം വരും. ശരാശരി 60 ഗ്രാം ഭാരമുണ്ടാകും. ആണും പെണ്ണും കാഴ്ചയ്ക്ക് ഒരുപോലെയാണ്. ഇവയുടെ ശരീരത്തിന്റെ ഉപരിഭാഗത്തിന് തവിട്ടുനിറം.

മുതിർന്ന പക്ഷിയുടെ ശരീരത്തിന്റെ അടിഭാഗവും കാലുകളും കണ്ണുകളും ചുവപ്പു നിറമാണ്. വാലിന്റെ അടിഭാഗത്ത് വെള്ളയും കറുപ്പും കലർന്ന ചെറിയ വരകളുണ്ടാവും. മുഖവും മാറിടവും ചുവപ്പ് കലർന്ന തവിട്ടുനിറമാണ്. താടിയിലും തൊണ്ടയുടെ നടുക്കും വെള്ളപ്പുള്ളികളുണ്ട്. വിരലുകൾ നീണ്ടതാണ്. കൊക്കുകൾക്ക് കറുപ്പ് കലർന്ന പച്ച നിറം. കുഞ്ഞുങ്ങൾക്ക്, ഇടയ്ക്കിടെ വെള്ളപ്പൊട്ടുകളുള്ള ഇരുണ്ട നിറമായിരിക്കും.

ഇവ മിക്കപ്പോഴും ഒളിച്ചു കഴിയുകയാണ് പതിവ്. പൊതുവെ നിശ്ശബ്ദരാണിവ. പ്രജനനകാലത്ത് പുലർച്ചയ്ക്കും സന്ധ്യയ്ക്കും ടൈക്ക്...ടൈക്ക്...ക്യോട്ട്... എന്നിങ്ങനെ ശബ്ദിക്കും.

ചെളിയിലും ആഴം കുറഞ്ഞ വെള്ളത്തിലും ഇരതേടും. ജലജീവികളാണ് മുഖ്യ ഭക്ഷണം. സസ്യങ്ങളും ഭക്ഷിക്കാറുണ്ട്. ജലസസ്യങ്ങളുടെ മുകളിലൂടെ ഓടിനടന്ന് ഇരപിടിക്കാൻ ഇതിന് സാധിക്കും.

മഴക്കാലാരംഭത്തിലാണ് ഇണചേരുന്നത്. ഇക്കാലത്ത് പകലും രാത്രിയും ഇവയുടെ കൂവൽ കേൾക്കാവുന്നതാണ്. പൊന്തകളിലോ, കൈതക്കാടുകളിലോ ഉള്ള ഒളിത്താവളങ്ങളിലായിരിക്കും കൂട്. അതിനാൽ ഇവ കണ്ടെത്താൻ പ്രയാസമാണ്.

ചൂളൻ എരണ്ട/ചെറിയ ചൂളൻ എരണ്ട
Lesser whistling duck / Indian whistling duck

ശാസ്ത്രനാമം: ഡെൻഡ്രോസിഗ്ന ജവാനിക്ക

Dendrocygna javanica Horsfield, 1821

കുടുംബം: അനാറ്റിഡേ

തെക്കനേഷ്യയിലും തെക്കുകിഴക്കനേഷ്യയിലും പ്രജനനം നടത്തുന്ന ഒരു നീർപ്പറവയാണ് ചെറിയ ചൂളൻ എരണ്ട. ഇൻഡ്യ, പാക്കിസ്ഥാൻ, ശ്രീലങ്ക, നേപ്പാൾ, മ്യാൻമാർ, ബംഗ്ലാദേശ്, മലേഷ്യ, സിംഗപ്പൂർ, ഇൻഡോനേഷ്യ, തെക്കൻ ചൈന, വിയറ്റ്നാം എന്നിവിടങ്ങളിലെല്ലാം ഇവയെ ക്കാണാം. ആന്തമാൻ നിക്കോബാർ ദ്വീപുകൾ, മാലദ്വീപുകൾ എന്നിവിട ങ്ങളിലും ഇവയുടെ സാന്നിധ്യമുണ്ട്. ശിശിരകാലത്ത് കേരളത്തിൽ ദേശാടനത്തിനെത്തുന്നു. വിശാലമായ ജലാശയങ്ങളാണ് ഈ പക്ഷിയുടെ ആവാസമേഖലകൾ.

വളർച്ചയെത്തിയ പക്ഷികൾക്ക് 38-40 സെ.മീ. നീളവും 70-74 സെ.മീ. ചിറകുവിസ്താരവും വരും. പരമാവധി 600 ഗ്രാം മാത്രം ഭാരം വരുന്ന ഇവ ചൂളൻ എരണ്ടകളിൽ വച്ച് ഏറ്റവും ചെറിയ ഇനമാണ്. ഇതിന്റെ ദേഹം തടിച്ചുരുണ്ടതും തവിട്ടുനിറത്തിലുള്ളതുമാണ്. ചിറകുകൾ, മൂർദ്ധാവ്, പിൻകഴുത്ത്, പുറം, വാൽ എന്നീ ഭാഗങ്ങൾ മെറൂൺ കലർന്ന തവിട്ടുനിറവും ബാക്കിഭാഗം നരച്ച തവിട്ടുനിറവുമാണ്. മുൻവശം ചെമ്പിച്ച തവിട്ടുനിറമായിരിക്കും. പറക്കുമ്പോൾ ചിറകിന്റെ അടിവശത്ത് കറുപ്പു നിറം കാണാൻ സാധിക്കും. കറുപ്പ് നിറമുള്ള കൊക്ക് താറാവിന്റെ കൊക്കുപോലെയാണ്. കണ്ണുകളിൽ മഞ്ഞവലയം കാണാം. കാലുകൾ താറാവിന്റേതുപോലെ ചർമബന്ധിതമാണ്. വെള്ളത്തിലൂടെ വേഗത്തിൽ നീന്താൻ ഇത് സഹായകമാണ്. കാലുകളും വിരലുകളും ഇരുണ്ട ചാര നിറമായിരിക്കും. ഇവയിലെ ആണിനും പെണ്ണിനും നിറം ഒരുപോലെ യാണ്. കുഞ്ഞുങ്ങൾക്ക് നിറവ്യത്യാസമുണ്ടാവും. ഇവയ്ക്ക് മഞ്ഞനിറ മുള്ള നേത്രവലയം കാണില്ല.

ഇവയ്ക്ക് നീന്താനും പറക്കാനും സാധിക്കും. എന്നാൽ, നിലത്ത് നടക്കാൻ അല്പം ബുദ്ധിമുട്ടാണ്. ഇവ ഒന്നിച്ച് പറക്കുന്നത് വ്യൂഹം ചമ ച്ചല്ല. ഇവ സദാ ചൂളംവിളി പോലൊരു ശബ്ദം പുറപ്പെടുവിക്കാറുണ്ട്. ഇതാണ് ചൂളൻ എരണ്ട എന്ന പേർ ലഭിക്കാൻ കാരണം. ജലജീവികളും സസ്യങ്ങളുമാണ് ഇതിന്റെ ഭക്ഷണം.

മരത്തിലെ പോടുകളിലും മറ്റു പക്ഷികൾ ഉപേക്ഷിച്ച കൂടുകളിലു മാണ് ഇവ മുട്ടയിടുന്നത്. 7-12 മുട്ടകളുണ്ടാവും. ആണും പെണ്ണും മാറി മാറി അടയിരിക്കും. 22-24 ദിവസം കൊണ്ട് മുട്ടകൾ വിരിയും. ജലത്തി ലൂടെ സഞ്ചരിക്കുന്ന ചില സമയത്ത് മാതാപിതാക്കൾ കുഞ്ഞുങ്ങളെ

മുതുകിലേറ്റാറുണ്ട്. കുഞ്ഞുങ്ങൾ എണ്ണത്തിൽ കൂടുതലുണ്ടെങ്കിലും പ്രായപൂർത്തിയാകുന്നത് മൂന്നിൽ താഴെ എണ്ണം മാത്രമായിരിക്കും. ജലവാസത്തിനിടയിൽ ആമകൾ ഇവയെ പിടികൂടി തിന്നാറുണ്ട്. അതിൽ നിന്നുള്ള രക്ഷതേടിയാണ് കുഞ്ഞുങ്ങളെ മുതുകിലേറ്റിയുള്ള സവാരി.

ചെങ്കണ്ണിത്തിത്തിരി /ചോരക്കണ്ണി / ഇറ്റീറ്റിപ്പുള്ള്

Red-wattled lapwing

ശാസ്ത്രനാമം: വനേല്ലസ് ഇൻഡിക്കസ്

Vanellus indicus Boddaert, 1783

കുടുംബം: ചാരാഡ്രിഡേ

തിത്തിരിപ്പക്ഷികളുടെ വിഭാഗത്തിൽപ്പെടുന്ന ഒരു സ്ഥിരവാസിപ്പക്ഷിയാണ് ചോരക്കണ്ണിത്തിത്തിരി. ഇൻഡ്യയിൽ പലയിടങ്ങളിലും ഇവയെ കണ്ടുവരുന്നുണ്ട്. ജലാശയങ്ങൾക്കടുത്തുള്ള പാറക്കെട്ടുകൾ, തുറസ്സായ പ്രദേശങ്ങൾ, വരണ്ട ചതുപ്പുകൾ, വയലുകൾ എന്നിവയോടനുബന്ധിച്ചാണ് ഇവയെ കാണാറുള്ളത്.

മഞ്ഞക്കണ്ണി തിത്തിരിയോട് സാമ്യമുള്ള ഈ പക്ഷിക്ക് അമ്പലപ്രാവിനെക്കാൾ അല്പം കൂടി വലുപ്പം വരും. ആൺ-പെൺ പക്ഷികൾ കാഴ്ചയ്ക്ക് ഒന്നുപോലെയാണ്. ഇവയുടെ തല, കഴുത്ത്, താടി, തൊണ്ട, മാറിടം, വാൽ എന്നീ ഭാഗങ്ങൾക്ക് നല്ല കറുപ്പുനിറമാണ്. വാലിന് ചതുരാകൃതി. ഇതിന്റെ അറ്റത്ത് വെളുപ്പുനിറം കാണും. കണ്ണിന്റെ ഭാഗത്തു നിന്ന് കവിളിലൂടെ താഴേക്ക് ഒരു വെള്ള അടയാളം കാണാവുന്നതാണ്. നീണ്ട കാലുകൾക്ക് മഞ്ഞനിറം. വിരലുകൾ കറുപ്പ്. ചെറിയ ഒരു പിൻവിരലുണ്ടാവും. ദേഹത്തിന്റെ മറ്റു ഭാഗങ്ങൾക്ക് നരച്ച തവിട്ടുനിറമാണ്. മഞ്ഞക്കണ്ണിത്തിത്തിരിയിൽ കാണുന്നതുപോലെ കൊക്കിനു താഴെയുള്ള പൂവ് ചെങ്കണ്ണി തിത്തിരികളിൽ കാണാറില്ല. പേര് സൂചിപ്പിക്കുമ്പോലെ ഇതിന്റെ കണ്ണുകൾക്ക് ചുവപ്പ് നിറമാണ്. യഥാർത്ഥത്തിൽ കണ്ണുകളെക്കാൾ ചുവപ്പ് നിറം മേൽച്ചുണ്ടിന്റെ ചുവടറ്റത്തോളം നീണ്ടു കാണുന്നതും പുരികത്തിൽ നിന്നും തുടങ്ങുന്നതുമായ നെറ്റിപ്പൂവിനാണ്. ചുണ്ടിന്റെ, ചുവട്ടിലെ പകുതിഭാഗത്തിനും ചുവപ്പുനിറമാണ്. കൃഷ്ണമണി ചുവപ്പും അതിനു ചുറ്റുമുള്ള ഭാഗം ചുവപ്പുകലർന്ന തവിട്ടുനിറവുമാണ്. കൊക്കിന്റെ അഗ്രം കറുപ്പാണ്.

ഒറ്റയ്ക്കും ഇണയോടൊപ്പവും സഞ്ചരിക്കും. ഭയക്കുമ്പോൾ ഉച്ചത്തിൽ വിളിച്ചുകൊണ്ട് പറക്കുകയാണ് പതിവ്. എന്നാൽ, അധികദൂരത്തേക്ക് പോകാറില്ല. വിശ്രമം നിലത്താണ്. ചിലപ്പോൾ, ഒറ്റക്കാലിൽ നിന്ന് വിശ്രമിക്കുന്നതും കാണാറുണ്ട്. മരങ്ങളിൽ ഇവയ്ക്ക് ഇരിക്കാൻ സാധിക്കില്ലെന്ന് പറയപ്പെടുന്നു.

ടിറ്റി..ടൂയി, ടിറ്റി..ടൂയി എന്ന് വശ്യമായാണ് ഈ പക്ഷി പാടുക. ഇതു കേട്ടാൽ, പക്ഷി ഡിഡ് യു ഡൂയിറ്റ് എന്ന് ചോദിക്കുകയാണെന്ന് തോന്നും. അതിനാൽ, ഇതിനെ ഡിഡ് യു ഡൂ ഇറ്റ് ബേഡ് എന്ന് വിളിക്കാറുണ്ട്. ശത്രുസാന്നിദ്ധ്യമുണ്ടാകുമ്പോൾ ഇത്തരത്തിൽ ഉച്ചത്തിൽ ആവർത്തിച്ച് ശബ്ദിക്കുന്നത് മറ്റു ജീവജാലങ്ങൾക്കും ശത്രുസൂചന നൽകുമെന്നതിനാൽ ഇതിനെ ആൾകാട്ടി എന്നും പ്രാദേശികമായി വിളിക്കാറുണ്ട്. ശത്രുക്കളുടെ ശ്രദ്ധ അകറ്റാൻ ഇവ പലവിധത്തിലുള്ള പ്രകടനങ്ങളും കാണിക്കാറുണ്ട്.

നിലത്താണ് ഇവ ഇരതേടുന്നത്. വേഗത്തിൽ ഓടിയും നടന്നുമാണ് ഇരതേടൽ. സാധാരണയായി പകലാണ് ഇരതേടുന്നതെങ്കിലും നിലാവുള്ള രാത്രികളിലും ഇവ ഇരതേടാറുള്ളതായി കണ്ടെത്തിയിട്ടുണ്ട്. പ്രാണികളും വിരകളും മറ്റുമാണ് ഇരകൾ. അല്പദൂരം ഓടി മണ്ണിൽ 3-4 തവണ കൊത്തിയ ശേഷം തലയുയർത്തി പരിസരം വീക്ഷിച്ച ശേഷം വീണ്ടും ഓടി, ഇതേ പ്രക്രിയ ആവർത്തിച്ചാണ് ഇരതേടൽ.

മുട്ടയിടുന്നതും അടയിരിക്കുന്നതും മിക്കവാറും നിലത്തുതന്നെയാണ്. റെയിൽവേപ്പാളങ്ങളിലെ കല്ലുകൾക്കിടയിലും നഗരങ്ങളിലെ കെട്ടിടങ്ങളുടെ മുകളിലുമൊക്കെ ഇവ കൂടുണ്ടാക്കുന്നതായി കണ്ടെത്തിയിട്ടുണ്ട്. ചെറിയ കുഴികളിലാണ് ഇവ മുട്ടകൾ നിക്ഷേപിക്കുന്നത്. മണ്ണിന്റെ നിറമുള്ള മുട്ടകളുടെ പുറത്ത് ധാരാളം പുള്ളികളുണ്ടായിരിക്കും. ഈ പ്രത്യേക നിറം മൂലം കൂട്ടിലിരിക്കുന്ന മുട്ട പെട്ടെന്ന് കണ്ടെത്താനാവില്ല. ആണും പെണ്ണും അടയിരിക്കും. 28-30 ദിവസം കൊണ്ട് മുട്ടവിരിയും. വിരിയുമ്പോൾത്തന്നെ കുഞ്ഞിനു തൂവലുകളുണ്ടായിരിക്കും. കുഞ്ഞിന് മണ്ണിന്റെ നിറവും ധാരാളം പുള്ളികളും കാണും. ഏതാനും മണിക്കൂറുകൾ കഴിയുമ്പോൾ കുഞ്ഞുങ്ങൾക്ക് ഓടി നടക്കാനും ആഹാരം കഴിക്കാനും സാധിക്കും. ശത്രുസാന്നിദ്ധ്യമുണ്ടായാൽ കുഞ്ഞുങ്ങൾ പാറയിലോ പൊന്തയിലെ നിലത്ത് ചേർന്ന് അമർന്ന് കിടക്കുകയാണ് പതിവ്.

രാജസ്ഥാനിൽ ഇവയുടെ കൂടുകൾ നിരീക്ഷിച്ച് കർഷകർ കാലാവസ്ഥ പ്രവചിക്കാറുണ്ട്. താഴ്ന്ന സ്ഥലങ്ങളിൽ ഇവ കൂടുകെട്ടിയാൽ മഴ കുറവായിരിക്കുമെന്നും ഉയർന്ന സ്ഥലങ്ങളിൽ കൂടുകൂട്ടിയാൽ മഴ ധാരാളമുണ്ടായി വെള്ളപ്പൊക്കത്തിന് സാദ്ധ്യതയുണ്ടാകുമെന്നും ഇവർ മുൻകൂട്ടി മനസ്സിലാക്കിയിരുന്നു.

ചെമ്പൻ ഐബിസ്/ ചെറിയ അരിവാൾക്കൊക്കൻ
Glossy ibis

ശാസ്ത്രനാമം: *പ്ലെഗാഡിസ് ഫാൽസിനെല്ലസ്*
Plegadis falcinellus Linnaeus, 1766
കുടുംബം: ആക്സിപിട്രിഡേ

ഏറ്റവും വ്യാപക വിതരണമുള്ള ഒരിനം ഐബിസാണിത്. കേരളത്തിലെ വിശാലമായ ജലാശയങ്ങളിലും പാടങ്ങളിലും ചതുപ്പുകളിലും ഈ നീർ പ്പക്ഷി അപൂർവ്വമായി പ്രത്യക്ഷപ്പെടാറുണ്ട്. ഈ പക്ഷികൾ ജലാശയ വുമായി ബന്ധപ്പെട്ടാണ് വസിക്കുന്നത്. യൂറോപ്പ്, ഏഷ്യ, ആഫ്രിക്ക, ആസ്ട്രേലിയ, അമേരിക്ക എന്നീ വൻകരകളിലെ ചൂടുള്ള മേഖലകളി ലാണ് ഇവയുടെ പ്രജനനം നടക്കുന്നത്. ദേശാടനപ്പക്ഷികളായി കേരള ത്തിലെത്തുന്നു. ജലാശയങ്ങളും പാടങ്ങളും ചതുപ്പുകളും വ്യാപകമായി മറയുന്നതിനാൽ ഇവയുടെ വരവ് ഇപ്പോൾ വളരെ കുറഞ്ഞിരിക്കുന്നു.

ഇത് ഇടത്തരം വലുപ്പമുള്ളൊരു പക്ഷിയാണ്. 50-65 സെ.മീ. നീളം വരും. ചിറകുവിസ്താരം 80-105 സെ.മീ. കാണും. 485 മുതൽ 970 ഗ്രാം വരെ ഭാരമുണ്ടാകും. ഇവയിലെ ആൺ-പെൺ പക്ഷികളെ തിരിച്ചറിയാൻ ബുദ്ധിമുട്ടാണ്. ഇതിന്റെ തലയും കഴുത്തും മാറിടവും തവിട്ടു കലർന്ന ചെങ്കൽ നിറമാണ്. സൂര്യപ്രകാശം പതിക്കുമ്പോൾ ദേഹം ആകർഷക മായി തിളങ്ങും. നീളമുള്ള കൊക്ക് അല്പം താഴേക്ക് വളഞ്ഞ രീതി യിലാണ് കാണപ്പെടുന്നത്. കാലുകളും കൊക്കും ചുവപ്പ് കലർന്ന തവിട്ടു നിറം. ചിറകുകളും വാലും പച്ച കലർന്ന കറുപ്പുനിറം. കൊക്കിനും കണ്ണിനുമിടയിൽ മുകൾഭാഗത്തും താഴ്ഭാഗത്തുമായി ആകാശനീലനിറ മുള്ള ഒരു നേർത്ത വരയുണ്ടാവും. കുഞ്ഞുങ്ങൾക്ക് മങ്ങിയ നിറമായി രിക്കും.

കഴുത്ത് നീട്ടിപ്പിടിച്ചുകൊണ്ടാണിവ പറക്കുക. കൂട്ടമായി ദേശാടനം നടത്തുമ്പോൾ വി ആകൃതിയിലുള്ള വ്യൂഹം ചമയ്ക്കാറുണ്ട്. മിക്കവാറും നിശ്ശബ്ദമായാണ് സഞ്ചാരം. പ്രജനനകാലത്ത് ശബ്ദമുണ്ടാക്കും.

ഭക്ഷണരീതി ഭക്ഷണലഭ്യതയനുസരിച്ച് വ്യത്യാസപ്പെട്ടിരിക്കും. പൊതുവെ ഷഡ്പദങ്ങളെയാണ് ഭക്ഷിക്കുക. മത്സ്യങ്ങൾ, ഞണ്ടുകൾ, ഉഭയജീവികൾ, പല്ലികൾ, ചെറുപാമ്പുകൾ തുടങ്ങിയവയെയും ആഹ രിക്കും. ജലാശയങ്ങളിലും ചതുപ്പുകളിലും ഇറങ്ങിനിന്നാണ് ഇരതേടു ന്നത്.

ജലാശയങ്ങളോട് ചേർന്ന് നിൽക്കുന്ന വൃക്ഷങ്ങളിലാണ് കൂടൊരു ക്കുന്നത്. സംഘം ചേർന്നാണ് കൂടൊരുക്കൽ. ചുള്ളിക്കമ്പുകൾ നിരത്തി അതിനകത്ത് ജലസസ്യങ്ങൾ നിരത്തിയാണ് കൂട് തയ്യാറാക്കുക. മുട്ടകൾ

വിരിയാൻ മൂന്നാഴ്ച വേണ്ടിവരും. ആൺ-പെൺ പക്ഷികൾ മാറിമാറി അടയിരിക്കും. ഏറെ നേരം അടയിരിക്കുന്നത് പെൺപക്ഷിയാണ്. കുഞ്ഞുങ്ങളെ രണ്ടു പക്ഷികളും തീറ്റും. ഒരുമാസം പ്രായമായാൽ കുഞ്ഞുങ്ങൾ മാതാപിതാക്കളോടൊപ്പം ഇരതേടാനിറങ്ങും.

ചെറിയ കടൽക്കാക്ക
Black-headed gull

ശാസ്ത്രനാമം: *ക്രോയിക്കോസെഫാലസ് റിഡിബണ്ടസ്*
Chroicocephalus ridibundus Linnaeus, 1766
(*ലാറസ് റിഡിബണ്ടസ്*
Larus ridibundus Linnaeus,1766)

കുടുംബം: ആക്സിപിട്രിഡേ

ഇതൊരു ദേശാടനപ്പക്ഷിയാണ്. യൂറോപ്പിലും ഏഷ്യയിലും കിഴക്കൻ ക്യാനഡയിലുമൊക്കെ പ്രജനനം നടത്തുന്ന ഈ കടൽപ്പക്ഷി, മഞ്ഞു കാലത്താണ് ദേശാടനം നടത്തുക. കേരളത്തിൽ സെപ്തംബർ-മാർച്ച് മാസങ്ങളിൽ എത്തുന്നു. കടൽത്തീരങ്ങളിലാണ് ഇതിനെ കൂടുതൽ സജീവമായി കാണപ്പെടുന്നത്. എന്നാൽ, വലിയ നദികളുടെ തീരങ്ങളിലും നിരീക്ഷിച്ചിട്ടുണ്ട്.

പേനക്കാക്കയോളം വലുപ്പമുള്ളൊരു പക്ഷിയാണിത്. ശരാശരി 40-45 സെ.മീ. നീളവും 195-325 ഗ്രാം ഭാരവും 95-105 സെ.മീ. ചിറകുവിസ്താരവും കാണും. ഇതിന്റെ ശരീരത്തിന് പൊതുവെ തൂവെള്ളനിറമാണ്. കൊക്കും കാലുകളും ചുവപ്പ്. അഗ്രം അല്പം വളഞ്ഞ, തടിച്ച കൊക്കിന്റെ അഗ്രം കറുപ്പാണ്. ചിറകുകളിൽ നേർത്ത ചാരനിറം കലർന്നിരിക്കും. വാലിന്റെ അറ്റത്ത് കറുപ്പ് കാണാം. കൃഷ്ണമണിക്ക് ഇരുണ്ട തവിട്ടുനിറമോ ചുവപ്പ് കലർന്ന തവിട്ടുനിറമോ ആയിരിക്കും. കാലുകൾ താറാവിന്റേതുപോലെ ചർമ്മബന്ധിതമാണ്. തിരമാലകളിലും മറ്റും നീന്തി ഇരപിടിക്കാൻ സഹായിക്കുന്നത് കാലുകളാണ്. കണ്ണിനു പിന്നിൽ ചെവിപോലെ തോന്നിക്കുന്ന കറുത്ത അടയാളമുണ്ടായിരിക്കും. പ്രജനനകാലത്ത് തലയും കണ്ണുകളുടെ ഭാഗവുമെല്ലാം കറുത്തനിറമായി മാറും. കേരളത്തിലെത്തുന്ന സമയത്ത് ഇവ മിക്കവാറും തൂവെള്ളനിറത്തിലായിരിക്കും.

ചെറിയ സംഘമായിട്ടാണ് ഇവ സഞ്ചരിക്കുന്നത്. വലിയ ചിറക് വിടർത്തി വേഗത്തിൽ പറക്കാൻ ഇവയ്ക്ക് സാധിക്കും. ക്രീ..യാർ, ക്രീ..യാർ എന്ന് ശബ്ദമുണ്ടാക്കാറുണ്ട്.

മത്സ്യങ്ങളാണ് മാംസാഹാരികളായ ഇവയുടെ മുഖ്യാഹാരം. ജലാശയത്തിനു മുകളിൽ പറന്ന് ഇരയെ കണ്ടെത്തുകയാണ് പതിവ്. തിരമാലകളിൽ മുങ്ങിപ്പൊങ്ങിയും നീന്തിയും ഇവ ഇരതേടുന്നത് കൗതുകമുണർത്തുന്ന കാഴ്ചയാണ്.

ഹിമാലയത്തിന് വടക്കാണ് ഇവയുടെ പ്രജനനകേന്ദ്രങ്ങൾ. ദ്വീപുകളിലും ചതുപ്പുകളിലും പൊന്തകളിലും മറ്റും കൂട്ടമായാണ് ഇവ കൂടുകൂട്ടുന്നത്. നിലത്താണ് കൂടൊരുക്കുക. ശത്രുക്കളിൽ നിന്ന് രക്ഷ നേടാൻ ഒന്നിച്ചുള്ള കൂടൊരുക്കൽ സഹായകമാണ്. ഒരു സീസണിൽ 2-3 മുട്ടകളാണ് പതിവ്. മുട്ടകളുടെ പുറത്ത് പുള്ളികളും അടയാളങ്ങളുമുണ്ടാവും.

ചെറിയ കടലാള
Lesser crested tern

ശാസ്ത്രനാമം: *സ്റ്റെർണ ബംഗാളെൻസിസ്*
Sterna bengalensis Lesson,1831
(*തലാസ്സിയസ് ബംഗാളെൻസിസ്*
Thalasseus bengalensis Lesson,1831)

കുടുംബം: ആക്സിപിട്രിഡേ

ചെങ്കടലിന്റെയും ഇൻഡ്യൻ മഹാസമുദ്രത്തിന്റെയും തീരങ്ങൾ മുതൽ പശ്ചിമ പസഫിക്, ആസ്ട്രേലിയ എന്നിവ വരെയുള്ള തീരങ്ങളിൽ പ്രജനനം നടത്തുന്ന ഒരിനം കടൽപ്പക്ഷിയാണ് ചെറിയ കടലാള. ഇവ ശിശിരകാലത്ത് ദക്ഷിണാഫ്രിക്കയിലേക്ക് ദേശാടനം നടത്തും. ഉത്തര കേരളത്തിലാണ് ഇവയെ സാധാരണയായി കാണപ്പെടുന്നത്. തീരപ്രദേശങ്ങളിലും കായലുകളുടെ തീരങ്ങളിലും കാണപ്പെടുന്നു.

ഇതിന് ചെമ്പോത്തിനോളം വലുപ്പം വരും. തിരിച്ചറിയാൻ ബുദ്ധിമുട്ടുള്ള രീതിയിൽ വലിയ കടലാളയുമായി ഇതിന് സാമ്യമുണ്ട്. അല്പം വലുപ്പക്കുറവുണ്ടെന്നതൊഴിച്ചാൽ ഇവ തമ്മിൽ ഒറ്റനോട്ടത്തിൽ വലിയ വ്യത്യാസങ്ങളൊന്നുമില്ല. നീളം കൂടിയ വാലും നരച്ച ചാരനിറമുള്ള ചിറകുകളും വെള്ളനിറമുള്ള കഴുത്തും ശരീരത്തിനടിഭാഗവും കറുപ്പുനിറമുള്ള കാലുകളും വലിയ കടലാളയുടേതിനെക്കാൾ നേർത്ത കൊക്കുമാണ് ഇവയ്ക്ക് കാണുക. തലയിൽ കറുത്ത മകുടവും കാണാവുന്നതാണ്. ശിശിരകാലത്ത് മാത്രമാണ് ഇവ തമ്മിലുള്ള വ്യത്യാസങ്ങൾ പ്രകടമായി കാണാൻ കഴിയുന്നത്. ഈ സമയത്ത് ചെറിയ കടലാളയുടെ കൊക്ക് ചുവപ്പ് കലർന്ന മഞ്ഞ അഥവാ ഓറഞ്ചുനിറമായിരിക്കും.

കാലുകൾക്ക് ചുവപ്പ് നിറമാകാറുണ്ട്. കുഞ്ഞുങ്ങളുടെ ചിറകുകൾക്ക് നിറവ്യത്യാസമുണ്ടാകും.

ചെറുസംഘമായിട്ടാണ് ഇവയുടെ സഞ്ചാരം. മിക്കവാറും ഇവ ശബ്ദിക്കാറുണ്ട്. ജലജീവികളാണ് മുഖ്യ ഇരകൾ. ഇഷ്ടവിഭവം മത്സ്യങ്ങളാണ്. ജലാശയത്തിനു മുകളിൽ പറന്ന് ഇരയെ കണ്ടെത്തുകയാണ് പതിവ്. നാട്ടിലെ നദികളിലോ, തടാകങ്ങളിലോ ഇരതേടാനെത്തുന്നത് വിരളമായാണ്. ഇവയ്ക്കു നീന്താൻ സാധിക്കുകയില്ല. ഇരയെ കണ്ടാൽ ശരവേഗത്തിൽ വെള്ളത്തിൽ മുങ്ങി ഇരയുമായി പൊങ്ങുകയാണ് പതിവ്.

ഇവ കേരളത്തിൽ മുട്ടയിടാറില്ല. നിലത്താണ് കൂടൊരുക്കുന്നത്. ശത്രുക്കളിൽ നിന്നുള്ള രക്ഷയ്ക്കായി നിരവധി പക്ഷികൾ ഒന്നിച്ചാണ് കൂടൊരുക്കുന്നത്. 2-3 മുട്ടകളാണ് പതിവ്.

ചെറിയ ചുണ്ടൻകാട
Jack snipe

ശാസ്ത്രനാമം: *ലിമ്നോക്രിപ്റ്റസ് മിനിമസ്*
Lymnocryptes minimus Brunnich, 1764

കുടുംബം: സ്കോലോപാസിഡേ

ആഫ്രിക്ക, ഇന്ത്യ, ശ്രീലങ്ക എന്നിവിടങ്ങളിൽ ദേശാടനക്കാരായി എത്തുന്ന പക്ഷിയാണ് ചെറിയ ചുണ്ടൻകാട. റഷ്യ, വടക്കൻ യൂറോപ്പ് എന്നിവിടങ്ങളിലാണ് ഇവയുടെ പ്രജനനം നടക്കുന്നത്. കേരളത്തിൽ വിരളമായിട്ടാണ് ഇവയെ കാണപ്പെടുന്നത്. ജലസസ്യങ്ങൾ നിറഞ്ഞ വിശാലമായ പ്രദേശങ്ങളിലും നനവാർന്ന പുൽമേടുകളിലും ചതുപ്പുകളിലും സസ്യങ്ങളും പുല്ലുകളും നിറഞ്ഞ ചെളിയിടങ്ങളിലും നനവാർന്ന വിശാലമായ കൃഷിയിടങ്ങളിലുമാണ് ഇവയെ കാണുന്നത്. ലിമ്നോക്രിപ്റ്റസ് എന്ന ജനുസ്സിലെ ഒരേയൊരംഗമാണിത്.

ഒരു ചെറിയ പക്ഷിയാണിത്. 18-25 സെ.മീ. നീളവും 35-75 ഗ്രാം ഭാരവുമുണ്ടാകും. 38-40 സെ.മീ. ആണ് ചിറകുവിസ്താരം. ദേഹം തടിച്ചുരുണ്ടതാണ്. ഏറെക്കുറെ നരച്ച തവിട്ടുനിറം. ശരീരത്തിലാകമാനം ചെറിയ പുള്ളികളും വരകളുമുണ്ടാവും. വയറുഭാഗം വെള്ളനിറമാണ്. ഇവിടെയും നരച്ച തവിട്ടുനിറത്തിലുള്ള വരകളുണ്ടായിരിക്കും. വലിയ തലയാണിവയ്ക്ക്. കൊക്കിൽ നിന്ന് കണ്ണിലേക്കും തലയിലേക്കും കറുത്ത പട്ടകൾ പോകുന്നതുകാണാം. കൊക്ക് തടിച്ച് നീണ്ടതാണ്. പരിസരവുമായി അത്രത്തോളം ഇണങ്ങുന്ന നിറവിന്യാസമായതിനാൽ, നിലത്തിരുന്നാൽ പക്ഷിയെ കണ്ടെത്താൻ ബുദ്ധിമുട്ടാണ്.

പൊതുവെ ഒറ്റയ്ക്കാണ് സഞ്ചാരം. വിരളമായി ഇണയോടൊപ്പവും കാണും. ദേശാടനകാലത്ത് സംഘമായിക്കാണും. ഈയവസരത്തിൽ കൂട്ടം പിരിയാതിരിക്കാൻ ഇവ ശ്രദ്ധിക്കാറുണ്ട്. ഇവ മിക്കവാറും നിശ്ശബ്ദരാണ്. പ്രജനനകാലത്ത്, അകലെനിന്ന് കേൾക്കുന്ന കുതിരക്കുളമ്പടി പോലെയുള്ള ഒച്ചയുണ്ടാക്കും.

ഇവ മിശ്രഭോജികളാണ്. പ്രാണികൾ, പുഴുക്കൾ, മത്സ്യങ്ങൾ, സസ്യങ്ങൾ എന്നിവ യാണ് ആഹാരം. ചെളിയിലും കൃഷിയിടങ്ങളിലും പാടങ്ങളിലുമൊക്കെ നടന്നാണ് ഇരതേടൽ. ചെളിയിൽ ഒളിഞ്ഞുകിടക്കുന്ന ഇരയെ കൊത്തിയിളക്കി കണ്ടുപിടിക്കാൻ സാധിക്കുന്ന വിധത്തിലാണ് കൊക്കിന്റെ ഘടന.

പ്രജനനകാലം കേരളത്തിനു പുറത്താണ്. തുറസ്സായ ചതുപ്പുകളിലും പൊന്തകളിലുമെല്ലാമാണ് കൂടൊരുക്കുക. തറയിൽ വളരെ ഗോപ്യമായിട്ടാണ് കൂടൊരുക്കുക. 3-4 മുട്ടകളുണ്ടാവും. മഞ്ഞനിറത്തിലുള്ള മുട്ടകളുടെ പുറത്ത് കടുംതവിട്ടും കറുപ്പും പുള്ളികൾ കാണും.

ചെറിയ നീർക്കാക്ക/ കാക്കത്താറാവ്
Little cormorant

ശാസ്ത്രനാമം: *ഫലാക്രോകോറാക്സ് നൈഗർ*

Phalacrocorax niger Vieillot,1817

കുടുംബം: ഫലാക്രോകോറാസിഡേ

ഇന്ത്യ, ശ്രീലങ്ക, മ്യാൻമാർ, ബംഗ്ലാദേശ്, നേപ്പാൾ, തായ്‌ലന്റ്, ലാവോസ്, ഇന്തോനേഷ്യ എന്നിവിടങ്ങളിലെല്ലാം കാണാവുന്ന ഒരു നീർപ്പക്ഷിയാണ് ചെറിയ നീർക്കാക്ക. ഇന്ത്യയിലെ ഏതാണ്ടെല്ലാ സ്ഥലങ്ങളിലും ഇവയെ കണ്ടെത്തിയിട്ടുണ്ട്. സ്ഥിരവാസിയാണിത്. കേരളത്തിലെ മിക്കവാറും ജലാശയങ്ങളിൽ ഇവയെ കാണാറുണ്ട്. പൊങ്ങിനിൽക്കുന്ന മരക്കുറ്റികളിലും മറ്റും വിശ്രമിക്കാനും ചിറകുണക്കാനും കയറിയിരിക്കുന്ന ഇവ ജലാശയങ്ങളിലെ സ്ഥിരകാഴ്ചയാണ്.

ഇവ കാഴ്ചയിലും സ്വഭാവത്തിലും ചേരക്കോഴികളോട് സാമ്യം പുലർത്തുന്നു. ഇവയുടെ ശരീരമാകെ തിളക്കമുള്ള കറുപ്പാണ്. കഴുത്ത് കുറുകിയതും തടിച്ചതുമാണ്. താടിയിൽ വെള്ളനിറമുണ്ടാകും. ചിറകുകളിൽ വെള്ള കലർന്ന പച്ചനിറത്തിൽ ചെറിയ വരകളുണ്ടായിരിക്കും. കണ്ണുകൾക്കു പച്ച കലർന്ന കറുപ്പുനിറമാണ്. കൊക്ക് ചെറുതും അഗ്രം അല്പം വളഞ്ഞതുമാണ്. മൂർച്ചയുള്ള കൊക്കിന്റെ വക്കിൽ അരിവാളിന്റേതു പോലുള്ള പല്ലുകളുണ്ടാവും. കറുത്ത കാലുകളിലെ വിരലുകൾ ചർമ്മ

ബന്ധിതമാണ്. പ്രജനനകാലത്ത് നിറങ്ങളിൽ ചെറിയ വ്യത്യാസ മുണ്ടാവും. ആൺ-പെൺ പക്ഷികൾ ഒന്നുപോലെയാണ്.

വേഗത്തിൽ നീന്താനും ആഴങ്ങളിലേക്ക് മുങ്ങാംകുഴിയിടാനും ഇവ യ്ക്കു സാധിക്കും. നന്നായി പറക്കാനും കഴിയും. വെള്ളത്തിലൂടെ വളരെ വേഗത്തിലാണ് ഇവയുടെ സഞ്ചാരം. നീന്തുമ്പോൾ കഴുത്തും തലയും മാത്രമേ വെളിയിൽക്കാണൂ. മറ്റു ഭാഗങ്ങൾ വെള്ളത്തിനടിയിലായിരിക്കും. ചിറകുകളുണക്കാൻ ജലാശയത്തിനടുത്തുള്ള മരക്കുറ്റികളിലും പാറ കളിലും മറ്റും വിടർത്തിയ ചിറകുമായി ഇരിക്കുന്നത് ഇവയുടെ പതി വാണ്. മരങ്ങളിൽ മറ്റു പക്ഷികളോടൊപ്പം കൂട്ടമായാണ് ഇവ ചേക്കേറുക. ഈ സമയത്ത് ഇവ കോക്ക്..കോക്ക്..കോക്ക്.. എന്ന് ശബ്ദിക്കാറുണ്ട്.

ഇവയുടെ പ്രധാന ആഹാരം മീനാണ്. വെള്ളത്തിൽ മുങ്ങി ഇരപിടി ക്കുകയാണ് പതിവ്. ജലോപരിതലത്തിൽ എത്തിയ ശേഷമാണ് ഇരയെ വിഴുങ്ങുന്നത്.

കൂട് കെട്ടുന്നത് മരങ്ങളിലാണ്. സംഘമായിട്ടാണ് ഇത് നിർവ്വഹി ക്കുന്നത്. ഒരു മരത്തിൽ തന്നെ നിരവധി കൂടുകളുണ്ടായിരിക്കും. ഭംഗി കുറഞ്ഞ കൂടുകൾ കാക്കക്കൂട് പോലെ ചുള്ളികൾ അടുക്കിവച്ചതാണ്. കൂടൊരുക്കുന്നതിൽ ആൺ-പെൺ പക്ഷികൾ സഹകരിക്കാറുണ്ട്. രണ്ടു ദിവസത്തെ ഇടവേളകളിലായി, വെള്ളനിറമുള്ള 2-6 മുട്ടകളിടും. 15-21 ദിവസം കഴിയുമ്പോൾ മുട്ടവിരിയും. ആദ്യമുട്ട ഇട്ടയുടനെതന്നെ അടയി രിപ്പ് ആരംഭിക്കുന്നതിനാൽ ഇവ വിരിയുന്നത് പല ദിവസങ്ങളിലായിട്ടാണ്. ഒരു മാസം കഴിയുമ്പോൾ കുഞ്ഞുങ്ങൾ കൂട് വിടും. മുട്ടകൾ എണ്ണ ത്തിൽ കൂടുതലുണ്ടെങ്കിലും ഇരപിടിയൻ പക്ഷികൾ കുഞ്ഞുങ്ങളെ ഇരയാക്കാറുള്ളതിനാൽ പലപ്പോഴും കുറച്ചെണ്ണമേ വളർച്ചയെത്തൂ.

ചെറിയ നെല്ലിക്കോഴി
Baillon's crake

ശാസ്ത്രനാമം: *പൊർസാന പ്യൂസില്ല*
Porzana pusilla Pallas, 1776

കുടുംബം: റാല്ലിഡേ

ദക്ഷിണേഷ്യൻ രാജ്യങ്ങളിലും ആഫ്രിക്കയിലെയും യൂറോപ്പിലെയും ചില രാജ്യങ്ങളിലും കാണപ്പെടുന്ന ഒരു ചെറിയ നീർപ്പക്ഷിയാണ് ചെറിയ നെല്ലിക്കോഴി. പേര് സൂചിപ്പിക്കും പോലെ ഈ ജാതിക്കാരിലെ ഏറ്റവും ചെറിയ ഇനമാണിത്. ചതുപ്പുകളും വെള്ളമുള്ള വയലുകളുമാണ് ഇവ യുടെ ആവാസകേന്ദ്രങ്ങൾ. കേരളത്തിൽ ശിശിരകാല സന്ദർശകരായി ഏറ്റവും വിരളമായി ഇവയെത്തുന്നു.

ചുവന്ന നെല്ലിക്കോഴിയോട് സാമ്യമുള്ള ഒരു പക്ഷിയാണിത്. ഇതിന് 16-18 സെ.മീ. നീളം വരും. ഇവയിലെ ആൺ-പെൺ പക്ഷികൾ തമ്മിൽ വലിയ വ്യത്യാസമൊന്നുമില്ല. ആൺപക്ഷിക്ക് 23-45 ഗ്രാം ഭാരവും പെണ്ണിന് 17-55 ഗ്രാം ഭാരവുമുണ്ടാകും. ചിറകു വിസ്താരം 23-27 സെ. മീ. വരും. പ്രായപൂർത്തിയായ പക്ഷിയുടെ ഉടലിന് മുകൾവശം ചുവപ്പ് കലർന്ന തവിട്ടുനിറമാണ്. ഇതിൽ ധാരാളം ഇരുണ്ട തവിട്ടും വെള്ളയും വരകളുണ്ടാവും. ത്രികോണാകൃതിയിലുള്ള കൊക്കിനും കാലിനും പച്ച നിറമാണ്. വാൽ കുറിയതാണ്. ഇത് ഉയർത്തിയും താഴ്ത്തിയും താളം പിടിക്കാറുണ്ട്. വിരലുകൾക്ക് നല്ല നീളമുണ്ടായിരിക്കും. എന്നാൽ, നഖങ്ങൾക്ക് നീളം കുറവാണ്. കണ്ണുകൾക്ക് ചുവപ്പുനിറം. കുഞ്ഞുങ്ങൾ ഏറെക്കുറെ മുതിർന്നവയെപ്പോലെയാണെങ്കിലും ദേഹത്തിനടിവശം മങ്ങിയ നിറമായിരിക്കും.

വേഗത്തിൽ ഓടാനും പറക്കാനും ഈ പക്ഷികൾക്ക് സാധിക്കും. ഷഡ്പദങ്ങളും വിരകളും സസ്യങ്ങളുമാണ് ആഹാരം. ചെളിയിലും കുറച്ച് വെള്ളമുള്ള സ്ഥലങ്ങളിലും ചുണ്ടുകൊണ്ട് കൊത്തിയിളക്കി നോക്കിയാണ് ഇര തേടുന്നത്.

പ്രജനനകാലത്ത് അതീവരഹസ്യമായ സ്ഥലങ്ങളിലാണ് ഇവ കൂട് നിർമ്മിക്കുന്നത്. ഈ സമയത്ത് ഇവ തവളകളുടെ കരച്ചിൽ പോലുള്ള രീതിയിൽ ശബ്ദിക്കാറുണ്ട്. മിക്കപ്പോഴും ഈ ശബ്ദം മാത്രമാണ് ഇവയുടെ സാന്നിദ്ധ്യം വിളിച്ചോതുന്നത്. കപ്പാകൃതിയിലായിരിക്കും ഇവ കൂടുണ്ടാക്കുക. ഓരോ സീസണിലും 3-9 മുട്ടകളിടും. ആണും പെണ്ണും മാറി മാറി ഇവയ്ക്ക് അടയിരിക്കും. 16-20 ദിവസം കൊണ്ട് മുട്ടവിരിയും. ഏതാനും ദിവസങ്ങൾക്കുള്ളിൽ സ്വയം ആഹാരം തേടാനാകുമെങ്കിലും 40-45 ദിവസം കഴിഞ്ഞേ കുഞ്ഞുങ്ങൾ കൂട് വിടാറുള്ളൂ. മുട്ടകൾ എണ്ണത്തിൽ കൂടുതലുണ്ടെങ്കിലും ഇരപിടിയന്മാർ കുഞ്ഞുങ്ങളെ അപഹരിക്കാറുള്ളതിനാൽ എല്ലാ കുഞ്ഞുങ്ങളെയും ഇവയ്ക്ക് ലഭിക്കാറില്ല.

ചെറിയ മീൻപരുന്ത്
Lesser fish eagle

ശാസ്ത്രനാമം: *ഇക്തിയോഫാഗ ഹ്യുമിലിസ്*

Ichthyophaga humilis Muller & Schlegel, 1841

കുടുംബം: ആക്സിപിട്രിഡേ

ദക്ഷിണപൂർവ്വേഷ്യയിൽ വിതരണം ചെയ്യപ്പെട്ടിരിക്കുന്ന ഒരിനം പരുന്താണിത്. ഇൻഡ്യ, നേപ്പാൾ, ബംഗ്ലാദേശ്, മ്യാൻമാർ, ചൈന, വിയറ്റ്നാം,

ഇൻഡോനേഷ്യ, മലേഷ്യ, കംബോഡിയ തുടങ്ങിയ രാജ്യങ്ങളിൽ കാണ പ്പെടുന്നു. ചോലക്കാടുകളാണ് ഇവയുടെ ഇഷ്ട ആവാസമേഖലകൾ. ചോലക്കാടുകളിലെ കാട്ടരുവികളുടെയും പുഴകളുടെയും പരിസരങ്ങളിൽ ഇവയെ വിരളമായി കണ്ടെത്തിയിട്ടുണ്ട്. ഇവ വംശനാശഭീഷണി നേരിടുന്ന തായി കണക്കാക്കുന്നു.

ഇവയുടെ ദേഹത്തിന് ചാരം കലർന്ന തവിട്ടുനിറമാണ്. 31-35 സെ.മീ. നീളം വരും. 780-785 ഗ്രാം ഭാരം. തല ചെറുതാണ്. കഴുത്ത് സാമാന്യം നീണ്ടതാണ്. കണ്ണുകൾ മഞ്ഞ. തലയിലും ചിറകിലെ വലിയ തൂവലു കളിലും കറുപ്പ് നിറമുള്ള വരകളുണ്ടാവും. നെഞ്ചിന് തവിട്ടുനിറം. ഉദരവും തുടകളും വെള്ള. വാൽ കുറിയതും ഉരുണ്ട അരികുകളുള്ളതുമാണ്. വാലിന്റെ മധ്യഭാഗത്തിന് തവിട്ടുനിറമാണ്. ചുവട്ടിൽ വെള്ളപ്പുള്ളികൾ കാണാം. കാലുകൾക്ക് വെള്ളനിറമോ നേരിയ നീലനിറം കലർന്ന വെള്ള നിറമോ ആയിരിക്കും. നഖങ്ങൾ കറുപ്പ്. ഇവ കൂർത്തുവളഞ്ഞതാണ്. ആൺ-പെൺ പക്ഷികളെ തിരിച്ചറിയാൻ ബുദ്ധിമുട്ടാണ്. കുഞ്ഞുങ്ങൾ മുതിർന്നവയെപ്പോലെ തന്നെയാണ്. എന്നാൽ, ഇവയുടെ കണ്ണുകൾക്ക് തവിട്ടുനിറമായിരിക്കും.

രാവിലെയും വൈകുന്നേരവുമാണ് ഇവ ഊർജ്ജസ്വലരാകുക. മിക്ക വാറും ഏകാന്തവാസികളാണ്. പ്രജനനകാലത്ത് ഇണയോടൊപ്പമായി രിക്കും സഞ്ചാരം. വിശ്രമിക്കുമ്പോൾ നിവർന്നാണിരിക്കുക. മിക്കവാറും നിശ്ശബ്ദരാണിവ. പ്രകോപനമുണ്ടായാൽ ഉച്ചത്തിൽ ശബ്ദമുണ്ടാക്കും. തികച്ചും മാംസഭോജിയാണിത്. പേരു സൂചിപ്പിക്കുന്നതു പോലെ പ്രധാന ഇരകൾ മത്സ്യങ്ങളാണ്. ഉരഗങ്ങൾ, ഉഭയജീവികൾ, ചെറുസസ്തനികൾ, പക്ഷിക്കുഞ്ഞുങ്ങൾ തുടങ്ങിയവയെയും ഇരയാക്കും. വെള്ളത്തിലേക്ക് ചാഞ്ഞുനിൽക്കുന്ന മരക്കൊമ്പുകളിലോ പാറകളുടെ പുറത്തോ നിശ്ശബ്ദ മായി കാത്തിരുന്നാണ് ഇരതേടുന്നത്. ഇരയെക്കണ്ടാലുടൻ അതിവേഗം പറന്നിറങ്ങി അവയെ കാലുകളിൽ റാഞ്ചിയെടുക്കും. വൈകുന്നേരങ്ങളിൽ പറക്കുന്നതിനിടയിൽ വാവലുകളെയും തുമ്പികളെയും പിടിച്ചെടുക്കാ റുമുണ്ട്.

മാർച്ച്-ആഗസ്റ്റാണ് പ്രജനനകാലം. ഇണയെ കണ്ടെത്തിക്കഴിഞ്ഞാൽ ആണും പെണ്ണും ചേർന്ന്, വെള്ളത്തിന് സമീപം നിൽക്കുന്ന മരങ്ങളിൽ കൂടുകെട്ടും. ചുള്ളികൾ അലസമായി കൂട്ടിവച്ച പീഠമാണ് കൂട്. കൂടിന കത്ത് ഇലകൾ നിരത്തിവയ്ക്കാറുണ്ട്. ഇതിന് ഒരു മീറ്റർ വരെ വ്യാസം കാണും. ഒരേ കൂടുതന്നെ തുടരെ ഉപയോഗിക്കും. ഒരു സീസണിൽ 2-4 മുട്ടകളിടും. പെണ്ണാണ് അടയിരിക്കുക.

ചെറിയ മീവൽക്കാട
Small pratincole/Little pratincole / Small Indian pratincole

ശാസ്ത്രനാമം: *ഗ്ലാരിയോള ലാക്ടിയ*
Glariola lactea Temminck,1820

കുടുംബം: ഗ്ലാരിയോലിഡേ

ഇൻഡ്യയിലും പാക്കിസ്ഥാന്റെ പടിഞ്ഞാറൻ പ്രവിശ്യകളിലും ദക്ഷിണ പൂർവ്വേഷ്യയിലും വിതരണം ചെയ്യപ്പെട്ടിരിക്കുന്ന ഒരു സ്ഥിരവാസി പക്ഷിയാണ് ചെറിയ മീവൽക്കാട. തുറസ്സായ പ്രദേശങ്ങളിലാണ് ഇവയെ കാണപ്പെടുന്നത്. വൈകുന്നേരങ്ങളിൽ ജലാശയങ്ങളുടെ പരിസരങ്ങളിൽ കാണാം.

ഇതിന് 16-20 സെ.മീ. നീളവും 15-16 സെ.മീ. ചിറകുവിസ്താരവും വരും. മുതിർന്ന പക്ഷിക്ക് 37-38 ഗ്രാം ഭാരം വരും. ഇതിന്റെ ദേഹത്തിന് നരച്ച ചാരനിറമാണ്. അടിവശം വെള്ളനിറം. ലാക്ടിയ എന്ന സ്പീഷീസ് നാമം ഈ വെള്ളനിറം മൂലമാണ് ലഭിച്ചത്. ചിറകുകൾ നീണ്ടതും കൂർത്തതുമാണ്. അരികുകളിൽ കറുപ്പ് നിറം കാണാം. വലിയ തൂവലുകൾക്ക് കറുപ്പ് നിറമാണ്. ചെറിയ തൂവലുകളിൽ കറുപ്പും വെളുപ്പും വരകളുണ്ടാവും. ചിറകിനടിവശത്തെ പ്രധാന നിറം കറുപ്പാണ്. വാൽ കുറിയതാണ്. വെള്ളനിറമുള്ള ഇതിന്റെയറ്റത്ത് ഒരു കറുത്ത ത്രികോണം കാണാം. ചിറകിന്റെയറ്റം വാലിനെക്കാൾ നീണ്ട് കാണാം. നീളം കുറഞ്ഞ കൊക്കിനും കാലുകൾക്കും കറുപ്പുനിറമായിരിക്കും. മൂർദ്ധാവിന് തവിട്ടുനിറം. കറുത്ത കണ്ണുകൾക്കു ചുറ്റും ഒരു വെളുത്ത വലയം കാണാം.

മിക്കവാറും ഇവയെ ഒറ്റയ്ക്കാണ് കാണുക. പ്രജനനകാലത്ത് ഇണയോടൊപ്പം കാണും.മാംസഭോജികളായ ഇവയുടെ മുഖ്യ ഇരകൾ പ്രാണികളാണ്. വിട്ടിലുകൾ, വണ്ടുകൾ, ഈയാംപാറ്റകൾ, ചിതലുകൾ, പാറ്റകൾ എന്നിവയെയെല്ലാം ഇവ പിടികൂടും. ഇരതേടുന്ന കാര്യത്തിൽ ഇവ വേഡേഴ്സ് എന്ന വിഭാഗത്തിലെ മറ്റംഗങ്ങളിൽ നിന്ന് വ്യത്യസ്തരാണ്. മറ്റംഗങ്ങൾ നിലത്തുനിന്ന് ഇരതേടുമ്പോൾ, ഇവ പറന്നുകൊണ്ട് ഇര പിടിക്കാനാണ് ഇഷ്ടപ്പെടുന്നത്.

ഡിസംബർ-മാർച്ച് കാലത്താണ് പ്രജനനം നടക്കുന്നത്. നദീതീരങ്ങളിലെ മണലും ചരലും നിറഞ്ഞ നിലത്തുണ്ടാക്കുന്ന ചെറിയ കുഴികളിലാണ് കൂടൊരുക്കുക. ഒരു സീസണിൽ 2-4 മുട്ടകളിടും. മുട്ടയ്ക്ക് ഇരുണ്ട ക്രീം നിറം. ഇതിന്റെ പുറത്ത് ധാരാളം ചെറിയ പുള്ളികൾ

കുത്തുകൾ പോലെ കാണാം. കുഞ്ഞുങ്ങളുടെ ശരീരത്തിന് തവിട്ടു കലർന്ന ക്രീം നിറവും കൊക്കുകൾക്ക് കറുപ്പ് കലർന്ന മഞ്ഞനിറവും ആയിരിക്കും. കേരളത്തിൽ കണ്ണൂർ ജില്ലയിൽ ഇവയുടെ പ്രജനനകേന്ദ്രങ്ങൾ കണ്ടെത്തിയിട്ടുണ്ട്.

ചെറുമണൽക്കോഴി
Kentish plover/Snowy plover
ശാസ്ത്രനാമം: *കാരാഡ്രിയസ് അലക്സാണ്ട്രിനസ്*
Charadrius alexandrinus Linnaeus, 1758
കുടുംബം: കാരാഡ്രിഡേ

കടൽക്കരകളിലും വലിയ നദീതീരങ്ങളിലും കാണപ്പെടുന്ന ഒരു ദേശാടനപ്പക്ഷിയാണിത്. ഒക്ടോബർ-ജനുവരിയിലാണ് ഈ പക്ഷികളെ കേരള തീരങ്ങളിൽ കാണപ്പെടുന്നത്.

15-17 സെ. മീ. നീളവും 34-58 ഗ്രാം ഭാരവും വരുന്ന ഒരു ചെറിയ പക്ഷിയാണിത്. നീളം ഏറെയില്ലാത്ത തടിച്ച കൊക്കുകളും വണ്ണം കൂടിയ കഴുത്തും ഇതിന്റെ സവിശേഷതകളാണ്. ആകെക്കൂടി തടിച്ചുരുണ്ട ശരീരമാണിവയ്ക്ക്. മുകൾവശത്തിന് നരച്ച തവിട്ടുനിറം. പിൻകഴുത്തിൽ വെള്ളനിറത്തിലുള്ള ഒരു വരയുണ്ട്. ചുമലിനടുത്ത് കഴുത്തിനിരുവശവുമായി കറുത്ത ഓരോ അടയാളമുണ്ടായിരിക്കും. ദേഹത്തിനടിവശം വെള്ളനിറമായിരിക്കും. വാലിന്റെ ഇരുവശവും കറുത്ത തൂവലുകളുണ്ടായിരിക്കും. കൊക്കും കാലുകളും കറുപ്പാണ്. കൺപുരികം വെള്ള. പ്രജനനകാലത്ത് ആൺപക്ഷികളിൽ നരച്ച ഓറഞ്ചുനിറത്തിലുള്ള തൊപ്പി രൂപപ്പെടും.

രൂക്ഷമായും പതിഞ്ഞ രീതിയിലും ഇവ ശബ്ദിക്കും. പീ..പീ..പീ.. എന്നോ ക്വിക്ക്..ക്വിക്ക്.. എന്നോ ആണ് സ്വരം. വേഗത്തിൽ ഓടാനും പറക്കാനും ഇവയ്ക്ക് സാധിക്കും.

ചെറുസംഘമായിട്ടാണ് മിക്കവാറും ഇരതേടുന്നത്. നിലത്ത് നടന്നാണ് ഇരതേടൽ. പ്രാണികളും മത്സ്യങ്ങളും മറ്റുമാണ് ഇരകൾ.

കടൽത്തീരങ്ങളിലും ഉൾനാടൻ ജലാശയങ്ങളുടെ കരകളിലും മണലിലുണ്ടാക്കുന്ന കുഴികളിലാണ് മുട്ടയിടുന്നത്. ഒരു തവണ 3-5 മുട്ടകളിടും. മുട്ടയിടുന്നത് പകലും രാത്രിയുമായിട്ടാണ്. മുട്ടകൾക്ക് കോഴിമുട്ടയുടെ ആകൃതിയും മഞ്ഞനിറവുമാണ്. പുറത്ത് ഇരുണ്ട തവിട്ടുനിറത്തിലുള്ള വരകളും കുറികളും കാണാം. ആണും പെണ്ണും മാറിമാറി അടയിരിക്കും.

26-32 ദിവസം കൊണ്ട് മുട്ടവിരിയും. സ്ഥലവും സീസണുമനുസരിച്ച് ഇതിന് മാറ്റം വരാം. ശരാശരി 24 ദിവസമാണ് മുട്ട വിരിയാൻ വേണ്ട സമയം. മാതാപിതാക്കൾ രണ്ടുപേരും കുഞ്ഞുങ്ങളെ തീറ്റിപ്പോറ്റും. കേരളത്തിൽ കൂടുകൂട്ടുന്നതായി അറിവില്ല.

ചെറുമുണ്ടി

Intermediate egret /Median egret/ Yellow-billed egret

ശാസ്ത്രനാമം: *മീസോഫോയ്ക്സ് ഇന്റർമീഡിയ*

Mesophoyx intermedia Wagler, 1827

കുടുംബം: ആർഡിഡേ

പൂർവ്വാഫ്രിക്ക മുതൽ ദക്ഷിണപൂർവ്വേഷ്യയും ആസ്ട്രേലിയയും വരെയുള്ള പ്രദേശങ്ങളിൽ സ്ഥിരവാസിയായ ഒരു നീർപ്പക്ഷിയാണ് ചെറുമുണ്ടി. ഇതിനെ ഇന്ത്യാ ഉപഭൂഖണ്ഡത്തിലുടനീളം കാണാം. ജലാശയങ്ങളും വിശാലമായ പാടങ്ങളുമാണ് ഇവയുടെ വിഹാരകേന്ദ്രങ്ങൾ. കേരളത്തിൽ എല്ലാക്കാലങ്ങളിലും ഈ പക്ഷികളെ കാണാനാവും.

പെരുമുണ്ടി, ചിന്നമുണ്ടി എന്നിവയുടെയിടയ്ക്കാണ് ഇവയുടെ വലുപ്പം. ഇന്റർമീഡിയറ്റ് എഗ്രെറ്റ് എന്ന് വിളിക്കാൻ ഇതാണ് കാരണം. 55-70 സെ.മീ. നീളവും 400 ഗ്രാം തൂക്കവും കാണും ഇവയ്ക്ക്. ചിറകുവിസ്താരം 105-115 സെ.മീ. ചിന്നമുണ്ടിയോട് വളരെ സാമ്യമുള്ള ഒരു പക്ഷിയാണിത്. നിറത്തിലാണ് ഇവ തമ്മിൽ പ്രകടമായ സാമ്യമുള്ളത്. ചിന്നമുണ്ടിയേക്കാൾ അല്പം വലുപ്പം കൂടുതലായിരിക്കും. ഇവയുടെ സ്വഭാവവും ഏറെക്കുറെ ചിന്നമുണ്ടിയോട് സാമ്യമുള്ളതാണ്. ചെറുമുണ്ടിയുടെ കാലുകളും വിരലുകളും എല്ലാക്കാലത്തും കറുപ്പായിരിക്കും. മഞ്ഞനിറമുള്ള കൊക്കിന്റെ അറ്റത്ത് കറുപ്പ് നിറമുണ്ടായിരിക്കും. പ്രജനനകാലത്ത് കൊക്കിന് നിറവ്യത്യാസമുണ്ടാവും. ഇക്കാലത്ത് മാറിടത്തിലെ രോമം എഴുന്നേറ്റുനില്ക്കുന്നതുപോലെ തോന്നും. ശരീരത്തിന് തൂവെള്ളനിറമാണ്. ചിന്നമുണ്ടിയുടെ തലയിൽക്കാണുന്ന നാടത്തൂവലുകൾ ചെറുമുണ്ടിക്ക് കാണില്ല. ചിന്നമുണ്ടിയെക്കാൾ ഇവയുടെ കൊക്കിന് നീളം കുറഞ്ഞിരിക്കും. കൊക്കിനും കണ്ണിനുമിടയിൽ മഞ്ഞ കലർന്ന പച്ചനിറമുണ്ടാവും. കണ്ണിന് നരച്ചനിറം. ആൺ-പെൺ പക്ഷികൾ കാഴ്ചയ്ക്ക് ഒരു പോലെയാണ്.

ഇത് നിശ്ശബ്ദമായാണ് സഞ്ചരിക്കുന്നത്. പറക്കാൻ തുടങ്ങുമ്പോൾ ആഴമുള്ള ഒരു ക്രോയ്ക്കർ ശബ്ദമുണ്ടാക്കാറുണ്ട്.

ഇവയുടെ ഇരകൾ ജലജീവികളാണ്. മത്സ്യങ്ങളും തവളകളും വിരകളും പ്രാണികളും ഒച്ചുമെല്ലാം ഇവയ്ക്ക് ഇരയാകാറുണ്ട്.

പ്രജനനകാലം മേയ് മുതൽ നവംബർ വരെയാണ്. കേരളത്തിൽ ഈ പക്ഷികൾ കൂടൊരുക്കുന്നത് വിരളമാണ്. മരങ്ങളിലാണ് കൂടൊരുക്കൽ നടക്കുന്നത്. ഒരു മരത്തിൽ ഒന്നിലേറെ കൂടുകൾ സംഘമായി നിർമ്മിക്കുകയാണ് പതിവ്. ചുള്ളികളാണ് കൂട് നിർമ്മിക്കാൻ ഉപയോഗിക്കുന്നത്. ഇളംപച്ചനിറമുള്ള 2-4 മുട്ടകൾ ഓരോ സീസണിലും കാണും. മുട്ടകൾക്ക് ആണും പെണ്ണും മാറിമാറി അടയിരിക്കും. 24-27 ദിവസം കൊണ്ട് മുട്ടകൾ വിരിയും. മാതാപിതാക്കൾ രണ്ടുപേരും കൂടിയാണ് കുഞ്ഞുങ്ങളെ തീറ്റിപ്പോറ്റുന്നത്. മാതാപിതാക്കൾ തിന്ന് തികട്ടിച്ച ഭക്ഷണമാണ് കുഞ്ഞുങ്ങൾക്ക് കൊടുക്കുന്നത്. 35 ദിവസം പ്രായമാകുമ്പോൾ കുഞ്ഞുങ്ങൾ കൂടുവിട്ടു പറന്നുപോകും.

ചേരക്കോഴി
Oriental darter / Snake bird / Indian darter
ശാസ്ത്രനാമം: *അനിംഗാ മെലനോഗാസ്റ്റർ*
Anhinga melanogaster Pennant, 1769
കുടുംബം: അനിംഗിഡേ

ദക്ഷിണേഷ്യയിലും ദക്ഷിണപൂർവ്വേഷ്യയിലും കാണപ്പെടുന്ന ഒരു നീർപ്പക്ഷിയാണ് ചേരക്കോഴി. ഇത് ഇൻഡ്യൻ ഉപഭൂഖണ്ഡത്തിലാണ് ജന്മമെടുത്തത്. ലാവോസ്, ഇൻഡോനേഷ്യൻ ദ്വീപുകൾ, തായ്‌ലന്റ്, കംബോഡിയ, മലേഷ്യ, ശ്രീലങ്ക, ഇൻഡ്യ, മ്യാൻമാർ എന്നിവിടങ്ങളിലെല്ലാം കാണപ്പെടുന്നുണ്ട്. കടുത്ത വംശനാശത്തിന്റെ വക്കിലെത്തി നില്ക്കുന്ന ഇത് ഐ.യു.സി.എന്നിന്റെ റെഡ് ലിസ്റ്റിൽ ഉൾപ്പെട്ടിട്ടുണ്ട്. ഏഷ്യൻ രാജ്യങ്ങളിലാകെ ഇവയുടെ എണ്ണം 2000-ത്തിന് താഴെയാണെന്ന് വിവിധ സംഘടനകൾ നടത്തിയ സർവ്വേകൾ വെളിപ്പെടുത്തുന്നു. ഇതിൽ, പകുതിയിലേറെയും ഇന്ത്യയിലാണ്. സ്ഥിരവാസിയാണ്. കേരളത്തിൽ 70-ൽത്താഴെ പക്ഷികളാണുള്ളതെന്ന് നിരീക്ഷകർ സൂചിപ്പിക്കുന്നു. ഇവ ജലാശയങ്ങളുടെ പരിസരങ്ങളിലാണ് വസിക്കുന്നത്.

ചെറുപരുന്തിനോളം വലുപ്പമുള്ള ഇതിന് 85-90 സെ.മീ. നീളം വരും. ചിറകുകൾക്ക് 33-35 സെ.മീ. നീളം വരും. വാലിന്റെ നീളം 20-24 സെ.മീ. ആണും പെണ്ണും ഒരുപോലെയാണ്. ആണിന് അല്പം വലുപ്പം കൂടും. ഇതിന് നീണ്ട കഴുത്തും കൊക്കും വാലുമുണ്ട്. നീണ്ടു നേർത്ത കഴുത്തിന് ചേരയോട് സാമ്യമുണ്ടായിരിക്കും. വാലുൾപ്പടെ ദേഹമാസകലം നല്ല കറുപ്പാണ്. എന്നാൽ, പുറത്തു തൂങ്ങിക്കിടക്കുന്ന ചില രോമങ്ങൾ

തിളങ്ങുന്ന വെള്ളനിറത്തിലുള്ളവയാണ്. കൂർത്ത കൊക്ക് മൂർച്ചയേറിയ കഠാരപോലെയാണ്. ചിറകുകളിൽ കറുപ്പും വെളുപ്പും തൂവലുകൾ കാണും. കാലുകൾ കറുപ്പ്. കാലിൽ ചർമ്മബന്ധിതമായ 4 വിരലുകൾ കാണും. പ്രായപൂർത്തിയാകാത്ത പക്ഷിക്ക് ചെറിയ നിറവ്യത്യാസമുണ്ടായിരിക്കും.

ഇവ മരങ്ങളിലും മുളങ്കൂട്ടങ്ങളിലുമാണ് കൂട്ടമായി ചേക്കേറുന്നത്. മരക്കുറ്റികളിൽ ഇവ ചിറകുവിടർത്തി വെയിൽ കായാനിരിക്കുന്നത് മനോഹരമായ കാഴ്ചയാണ്. തേക്കടിത്തടാകത്തിൽ ജലസവാരി നടത്തിയിട്ടുള്ളവർ ഈ പക്ഷിയെ കണ്ടിരിക്കും. ഇവയെ നന്നായി കാണാനാവുന്ന ഒരു മേഖലയാണ് തേക്കടി. ഇവയ്ക്ക് വേഗത്തിൽ നീന്താനാവും. നീന്തുമ്പോൾ ശരീരം മുഴുവനും വെള്ളത്തിൽ മുങ്ങിയിരിക്കും. കഴുത്തു മാത്രമായിരിക്കും പുറമേ കാണുക.

മത്സ്യമാണ് ഇവയുടെ മുഖ്യാഹാരം. മരത്തിൽ നിന്നോ നിലത്തു നിന്നോ വെള്ളത്തിലേക്ക് ഊളിയിട്ടും മത്സ്യങ്ങളെ ഓടിച്ചും സാവധാനം പിന്തുടർന്നും ജലനിരപ്പിലേക്ക് ഉയർന്നുവരാനായി കാത്തിരുന്ന് അവയോടൊപ്പം നീന്തിയുമെല്ലാം പല രീതിയിൽ ഇവ മീനുകളെ പിടിക്കാറുണ്ട്. ഇര അടുത്തെത്തിയാൽ അതിന്റെ ശരീരത്തിലേക്ക് കൂർത്ത കൊക്ക് കുന്തമുന പോലെ കുത്തിയിറക്കി അതിനെ കോർത്തെടുക്കുകയാണ് രീതി. ഇരയെ കിട്ടിക്കഴിഞ്ഞാൽ ജലോപരിതലത്തിലെത്തി അതിനെ മുകളിലേക്കെറിഞ്ഞ് വായിൽപ്പിടിച്ച് തല ആദ്യമെന്ന രീതിയിൽ വിഴുങ്ങും. കുത്തിയെടുക്കാൻ പറ്റാത്ത സാഹചര്യങ്ങളിൽ വെള്ളത്തിനടിയിൽ വച്ചും ഇരയെ വിഴുങ്ങാറുണ്ട്. മത്സ്യങ്ങളെക്കൂടാതെ പ്രാണികളെയും ആമകൾ, പാമ്പുകൾ, തവളകൾ, ചെമ്മീൻ, സ്പോഞ്ചുകൾ തുടങ്ങിയ ജലജീവികളെയും തിന്നും. വിരളമായി പുല്ലുകളും വിത്തുകളും തിന്നാറുണ്ട്.

മത്സ്യങ്ങൾ ധാരാളമുണ്ടായിരിക്കുകയും ജലവിതാനം ഉയർന്നിരിക്കുകയും ചെയ്യുന്ന സമയങ്ങളിലാണ് മുട്ടയിടുന്നത്. വെള്ളത്തിലേക്ക് ചാഞ്ഞുനിൽക്കുന്ന മരക്കൊമ്പുകളിലാണ് കൂട് നിർമ്മിക്കുന്നത്. പലപ്പോഴും മറ്റു നീർപ്പക്ഷികൾ മുട്ടയിടുന്ന കൂടുകളാണ് ഇവ ഉപയോഗിക്കുന്നത്. കൂട്ടമായാണ് കൂടുകൂട്ടുക. 40–50 സെ.മീ. വ്യാസമുള്ള കൂടുകൾ ചുള്ളികളും കമ്പുകളും കൊണ്ടാണുണ്ടാക്കുന്നത്. കൂടിന്റെ അകവശത്ത് ഇലകളടുക്കിയിരിക്കും. ഒരു തവണ 2–5 മുട്ടകളുണ്ടാകും. മുട്ടകൾക്ക് അണ്ഡാകാരമാണ്. പച്ച കലർന്ന വെള്ളനിറമുള്ള ഒരു ആവരണത്തിനകത്താണ് പച്ച കലർന്ന നീലനിറമുള്ള മുട്ട കാണുന്നത്. ആൺ–പെൺ പക്ഷികൾ മാറിമാറി അടയിരിക്കും. 25–30 ദിവസം കൊണ്ട് മുട്ടവിരിയും. 50 ദിവസം കഴിഞ്ഞാൽ കുഞ്ഞുങ്ങൾ കൂടുവിട്ടുപോകും. ആൺ–പെൺ പക്ഷികൾ ചേർന്ന് കുഞ്ഞുങ്ങളെ തീറ്റിപ്പോറ്റും. അവ തിന്ന് തികട്ടിച്ച ഭക്ഷണമാണ് കുഞ്ഞുങ്ങൾക്ക് നല്കുന്നത്. ഈ പക്ഷിക്ക് സന്താനനഷ്ടം പതിവാണ്. ചിലപ്പോൾ മുട്ടകളും നഷ്ടപ്പെടാറുണ്ട്.

ചേരാക്കൊക്കൻ/ഞവുഞ്ഞിപ്പൊട്ടൻ
Asian openbill stork

ശാസ്ത്രനാമം: *അനാസ്റ്റോമസ് ഓസിറ്റൻസ്*
Anastomus oscitans Boddaert, 1783

കുടുംബം: സിക്കോണിഡേ

കൊറ്റി കുടുംബത്തിലെ ഒരു വലിയ നീർപ്പക്ഷിയാണ് ചേരാക്കൊക്കൻ. ദക്ഷിണേഷ്യയിലെയും ദക്ഷിണപൂർവ്വേഷ്യയിലെയും ഒരു സാധാരണ പക്ഷിയാണിത്. ഇന്ത്യൻ ഉപഭൂഖണ്ഡത്തിലാണിത് ജന്മമെടുത്തത്. ലാവോസ്, കംബോഡിയ, സിംഗപ്പൂർ, തായലന്റ്, ഇൻഡോനേഷ്യ, ഫിലിപ്പൈൻസ്, മ്യാൻമാർ, ശ്രീലങ്ക, ഇൻഡ്യ എന്നിവിടങ്ങളിലെല്ലാം ഇവയെക്കാണാം. ദേശാടനപ്പക്ഷികളായ ഇവ ശിശിരകാലത്താണ് കേരളത്തിലെത്തുന്നത്. വിശാലമായ ജലാശയങ്ങളിലും പാടങ്ങളിലും ചതുപ്പുകളിലുമാണ് ഇവയെത്തുക.

ഇതിന് 68 സെ.മീ. ഉയരവും 76–80 സെ.മീ. നീളവും വരും. 147–149 സെ.മീറ്ററാണ് ചിറകുവിസ്താരം. ആൺ-പെൺ പക്ഷികൾ ഒരുപോലെയാണ്. ദേഹം ഏറെക്കുറെ ചാരം കലർന്ന വെള്ളനിറം. കറുപ്പ്നിറമുള്ള ചിറകുകൾ. നീളമുള്ള ചുവന്ന കാലുകൾ. ചുവപ്പ് കലർന്ന ചാരനിറമുള്ള കൊക്ക്. തടിച്ചതും വലുപ്പമുള്ളതുമായ കൊക്ക് ചേർത്തടച്ചാലും ഇടയിൽ ഒരു വിടവുണ്ടായിരിക്കും. അതാണ് ഇതിന് ചേരാക്കൊക്കൻ അഥവാ ഓപ്പൺ ബിൽ എന്ന പേര് ലഭിക്കാൻ കാരണം. കുഞ്ഞുങ്ങളുടെ ചുണ്ടിന് വിടവുണ്ടാവില്ല. പ്രജനനകാലത്ത് ഇവയ്ക്ക് വെള്ളനിറമാകും.

കൂട്ടമായിട്ടാണ് പൊതുവെ സഞ്ചരിക്കുന്നത്. എന്നാൽ, വിരളമായി ഇണയോടൊപ്പവും ഒറ്റയ്ക്കും കാണാവുന്നതാണ്. നന്നായി പറക്കാൻ ഇവയ്ക്ക് സാധിക്കും. പറക്കുമ്പോൾ കാലുകളും കഴുത്തും നീട്ടിപ്പിടിക്കും. ആകാശത്തിൽ ഉയരത്തിലാണിവ പറക്കുക. പാരച്യൂട്ട് പോലെയാണ് താഴേക്കിറങ്ങുന്നത്. ഇവ നിശ്ശബ്സഞ്ചാരികളാണ്. പ്രജനനകാലത്ത് ചെറിയ ശബ്ദങ്ങൾ പുറപ്പെടുവിക്കും. കൂട്ടമായിപ്പറക്കുമ്പോൾ ഹൂ.. ഹൂ.. എന്ന് ശബ്ദിക്കും.

ആഴം കുറഞ്ഞ പാടങ്ങളിലും ജലാശയങ്ങളിലും ചതുപ്പുകളിലും സാവധാനം നടന്നാണ് ഇരതേടുന്നത്. മത്സ്യങ്ങൾ, ഞണ്ടുകൾ, കക്കകൾ, വിരകൾ, മറ്റ് ഉഭയ ജീവികൾ തുടങ്ങിയവയാണ് ഇവയുടെ ഇരകൾ. വലുപ്പമുള്ള ഇരകളോടാണ് താല്പര്യം. അതിന് അനുയോജ്യമായ വിധത്തിലാണ് പക്ഷിയുടെ കൊക്കിന്റെ ഘടന.

ജലാശയങ്ങളുടെ തീരത്ത് മറ്റ് പക്ഷികളോടൊപ്പം ചേർന്ന് കോളനിയായിട്ടാണ് കൂടുകൂട്ടുക. വെള്ളത്തിൽ പാതി മുങ്ങിനിൽക്കുന്ന മരക്കൊമ്പുകളിൽ ചുള്ളിക്കമ്പുകൾ വൃത്താകൃതിയിൽ തട്ടുപോലെ നിരത്തി

വച്ചാണ് കൂടുണ്ടാക്കുന്നത്. ഇതിന്റെ നടുക്ക് ഒരു കുഴിയുണ്ടാക്കി അതിൽ ജലസസ്യങ്ങളും ഇലകളും നിരത്തിയാണ് മുട്ടയിടുന്നത്. ഒരു സീസണിൽ 3-4 വെളുത്ത മുട്ടകളിടും. ആൺ-പെൺ പക്ഷികൾ മാറിമാറി അടയിരിക്കും. 25-30 ദിവസം കൊണ്ട് മുട്ടവിരിയും. കുഞ്ഞുങ്ങൾക്ക് ക്രീം നിറ മാണ്. ഇവയെ പാതിവിടർത്തിയ ചിറകുകൾക്കിടയിലാക്കി സംരക്ഷിക്കും. 35 ദിവസം കഴിയുമ്പോൾ കുഞ്ഞുങ്ങൾ കൂട് വിടും. ആൺപക്ഷിക്ക് ഇണകളായി ചിലപ്പോൾ ഒന്നിലധികം പെൺപക്ഷികളുണ്ടാവും. ഇവ യെല്ലാം ഒരേ കൂട്ടിലാണ് മുട്ടയിടുക. കുഞ്ഞുങ്ങളുടെ സംരക്ഷണവും സഹകരിച്ചാണ്. കേരളത്തിൽ ഇവ കൂടൊരുക്കാറില്ല. ചില സ്ഥലങ്ങളിൽ വളരെ വിരളമായി കൂടുകൾ കണ്ടെത്തിയിട്ടുണ്ട്.

ചോരക്കാലി
Common redshank / Redshank
ശാസ്ത്രനാമം: ട്രിംഗാ ടോട്ടാനസ്
Tringa totanus Linnaeus, 1758
കുടുംബം: സ്കോലോപാസിഡേ

കേരളത്തിലെത്തുന്ന ഒരു ദേശാടനപ്പക്ഷിയാണ് ചോരക്കാലി. പൊതുവെ വിരളമായ ഇവയെ വടക്കൻ കേരളത്തിലാണ് കാണാറുള്ളത്. ജലസസ്യ ങ്ങൾ നിറഞ്ഞ വിശാലമായ പ്രദേശങ്ങളിലും ചതുപ്പുകളിലുമാണ് ഇവ യുടെ വാസം.

നീർക്കാടയുടെ ബന്ധുവാണിത്. 27-29 സെ.മീറ്ററാണ് ഇതിന്റെ നീളം. 85-155 ഗ്രാം ഭാരം വരുന്ന ഇതിന് 60-65 സെ.മീ. ചിറകുവിസ്താരവും വരും. മെലിഞ്ഞു നീണ്ട കാലുകളും നീണ്ട ചുണ്ടുമാണ് പ്രത്യേകത കൾ. ചിറകുകളിലും മാറിടത്തിലും ധാരാളം തവിട്ടു വരകൾ ഉണ്ടാ യിരിക്കും. അടിഭാഗം വെള്ളയാണ്. ചുവന്ന കാലുകളും അറ്റം കറുത്ത കൊക്കും തിരിച്ചറിയാനുള്ള പ്രധാന അടയാളങ്ങളാണ്. കാലിന്റെ ചുവപ്പുവർണ്ണമാണ് ഇവയുടെ പേരിനാധാരം. കൊക്കിന്റെ പകുതി നല്ല ചുവപ്പും ബാക്കി കറുപ്പുമാണ്. മറ്റൊരു മുഖ്യ തിരിച്ചറിയൽ അടയാള മാണ് ഇരുണ്ട ചിറകുകളുടെ പിറകിൽ ദേഹത്തോട് തൊട്ടുകിടക്കുന്ന വീതിയുള്ള തൂവെള്ളപ്പട്ട. കുഞ്ഞുങ്ങൾക്ക് കൊക്ക് മുഴുവനും കറുപ്പു നിറവും കാലുകൾക്ക് പച്ച കലർന്ന മഞ്ഞനിറവുമായിരിക്കും. ഉടലിന്റെ നിറത്തിലും നേരിയ വ്യത്യാസമുണ്ടാവും.

ഇവ ചെറുസംഘമായിട്ടാണ് സഞ്ചരിക്കുന്നത്. വളരെയധികം ശ്രദ്ധാ ലുവായ ഒരു പക്ഷിയാണിത്. എപ്പോഴും ചിലയ്ക്കുന്ന സ്വഭാവമാണ്.

പറക്കുന്ന സമയത്ത് ടിയ്യൂ... ടിയ്യൂ... ടിയ്യൂ... എന്ന് ചൂളമടിക്കുന്ന രീതിയിൽ ചിലയ്ക്കാറുണ്ട്.

തീറ്റതേടുന്നതും ചേക്കേറുന്നതും കൂട്ടമായിട്ടാണ്. ആഴമില്ലാത്ത ജലാശയങ്ങളിൽ, കാലുകൾ പൂർണമായി വെള്ളത്തിൽ മുങ്ങിനില്ക്കുന്ന രീതിയിൽ ഇറങ്ങി നിന്നും നിലത്ത് നടന്നും, ചെളിയിൽ ഓടിനടന്നുമാണ് ആഹാരം സമ്പാദിക്കുന്നത്. ചെറുമത്സ്യങ്ങൾ, പുഴുക്കൾ, മത്സ്യങ്ങൾ, ഒച്ചുകൾ എന്നിവയാണ് ഇരകൾ.

ഇവ മുട്ടയിടുന്നത് കേരളത്തിനു പുറത്താണ്. വേനൽക്കാലത്താണ് മുട്ടയിടൽ. ആണും പെണ്ണും സഹകരിച്ചാണ് മുട്ടയിടാനുള്ള സ്ഥലമൊരുക്കുന്നത്. നീർത്തടങ്ങളിലെ സസ്യങ്ങൾ മറഞ്ഞ നിലത്ത് നിർമ്മിക്കുന്ന ആഴം കുറഞ്ഞ കുഴികളിലാണ് മുട്ടയിടുക. 3-5 മുട്ടകളുണ്ടാവും. നരച്ച മഞ്ഞനിറമുള്ള മുട്ടകളുടെ പുറത്ത് ഇരുണ്ട തവിട്ടുനിറമുള്ള ധാരാളം കുത്തുകളും പാടുകളും കാണും. ആണും പെണ്ണും അടയിരിക്കും. 22-25 ദിവസം കൊണ്ട് മുട്ടകൾ വിരിയും. കുഞ്ഞുങ്ങളെ പോറ്റുന്നത് ഒന്നിച്ചാണ്. കുഞ്ഞുങ്ങൾ പറക്കാറാകുന്നതിനു മുൻപുതന്നെ പെൺകിളി കൂടുവിട്ടുപോകും. പിന്നീട് കുഞ്ഞുങ്ങളുടെ മേൽനോട്ടച്ചുമതല ആൺകിളിക്കാണ്. ചിലപ്പോൾ കുഞ്ഞുങ്ങളെ പങ്കുവച്ച് മാതാപിതാക്കൾ വെവ്വേറെ പോറ്റുന്നതും കാണാറുണ്ട്.

ചോരക്കാലി ആള
Common tern
ശാസ്ത്രനാമം: സ്റ്റെർണാ ഹൈറുണ്ടോ
Sterna hirundo Linnaeus, 1758

(സ്റ്റെർണാ ഫ്ളൂവിയാറ്റിലിസ്
Sterna fluviatilis Naumann, 1839)

കുടുംബം: സ്റ്റെർണിഡേ

ധ്രുവപ്രദേശങ്ങളോടടുത്ത പ്രദേശങ്ങളിലും ഏഷ്യ, യൂറോപ്പ്, ആഫ്രിക്ക, അമേരിക്ക എന്നീ വൻകരകളിലെ സമശീതോഷ്ണ മേഖലകളിലും കാണപ്പെടുന്ന ഒരു കടൽപ്പക്ഷിയാണിത്. ഇവ തണുപ്പുകാലത്ത് ഉഷ്ണമേഖലാ മിതോഷ്ണമേഖലാ പ്രദേശങ്ങളിലേക്ക് കുടിയേറും. പൂർണമായും ജലവുമായി ബന്ധപ്പെട്ടാണ് ഇവയുടെ ജീവിതം. അതിനാൽ, കടൽത്തീരങ്ങളിലും കായൽക്കരകളിലുമാണ് ഇവയെ കാണുന്നത്. കേരളത്തിൽ ഇവ ശിശിരകാല സന്ദർശകരായെത്തുന്നു.

ഇവ കടൽക്കാക്കയുടെ അടുത്ത ബന്ധുക്കളാണ്. നാട്ടുകാക്കയോളം വലുപ്പമുള്ള ഇതിന് 30–35 സെ.മീ. നീളം വരും. ചുവന്ന വലിയ കൊക്കും ചുവപ്പുനിറത്തിലുള്ള ആകർഷകമായ കാലുകളും ഇവയുടെ സവിശേഷതകളാണ്. കാലിന്റെ ചുവപ്പുനിറം മൂലമാണ് ചോരക്കാലി എന്ന പേർ ലഭിച്ചത്. പറക്കുമ്പോൾ കൊക്ക് നേരെ താഴോട്ടു ചൂണ്ടിപ്പിടിക്കാറുണ്ട്. നീണ്ടു നേർത്ത് അറ്റം രണ്ടായിപ്പിരിഞ്ഞ വാലിന് ചക്കിപ്പരുന്തിന്റെ വാലിനോടാണ് സാമ്യം. ഇതിന്റെ പുറവും ചിറകുകളുടെ മുകൾഭാഗവും മങ്ങിയ ചാരനിറമാണ്. തലയിലെ തൊപ്പി പ്രജനനകാലത്ത് നല്ല കറുപ്പുനിറവും മറ്റു സമയങ്ങളിൽ ധാരാളം തവിട്ടു വരകളുള്ളതുമായിരിക്കും. ചിറകിന്റെ അഗ്രഭാഗത്ത് അടിയിൽ ഇരുണ്ട ചാരനിറമാണ്. ദേഹത്തിന്റെ മറ്റു ഭാഗങ്ങൾ തൂവെള്ളയായിരിക്കും.

ഇവയുടെ നേർക്കാഴ്ച മനോഹരമാണ്. ജലപരപ്പിൽ പാറിക്കിടക്കാൻ സാധിക്കുന്ന ഇവയ്ക്ക് നീന്താൻ കഴിയില്ല. ക്രാ.. ക്രാ.. എന്ന പരുക്കൻ ശബ്ദമാണ് ഇവ പുറപ്പെടുവിക്കുന്നത്.

ഇവയുടെ മുഖ്യഇരകൾ മത്സ്യങ്ങളാണ്. ഞണ്ടുകളെയും കക്കകളെയും വിരകളെയും തിന്നാറുണ്ട്. ചെറിയ സംഘമായിപ്പറന്നാണ് ഇരയെ കണ്ടെത്തുന്നത്. കണ്ടെത്തിയാൽ നിമിഷനേരം കൊണ്ട് വെള്ളത്തിൽ ഊളിയിട്ട് ഇരയുമായി പൊങ്ങി വരും.

വിവിധങ്ങളായ ആവാസസ്ഥാനങ്ങളിലാണ് ഇവ പ്രജനനം നടത്തുന്നത്. പൊതുവെ, പാറകൾ നിറഞ്ഞ കടൽത്തീരങ്ങളിലും ദ്വീപുകളിലും മറ്റുമാണ് മുട്ടയിടാനുള്ള സ്ഥലങ്ങൾ കണ്ടെത്തുക. കൂടുകൾ മിക്കവാറും മണലിലോ ചരലിലോ ഉണ്ടാക്കുന്ന ചെറിയ കുഴികളായിരിക്കും. ചിലപ്പോൾ ഇതിനകത്ത് ചപ്പുചവറുകൾ നിരത്തിയിരിക്കും. മൂന്ന് മുട്ടകൾ വരെ ഇടും. അടഞ്ഞ വെള്ളനിറമുള്ള മുട്ടകളുടെ പുറത്ത് ചില പാടുകൾ കാണും. ആൺ–പെൺ പക്ഷികൾ മാറിമാറി അടയിരിക്കും. 21–22 ദിവസം കൊണ്ട് മുട്ടവിരിയും. 22–28 ദിവസമാകുമ്പോൾ കുഞ്ഞുങ്ങൾ പറന്നുപോകും.

ടെമ്മിങ്കി മണലൂതി
Temminck's stint

ശാസ്ത്രനാമം: *കാലിഡ്രിസ് ടെമ്മിങ്കി*

Calidris temmincki Leisler,1812

കുടുംബം: സ്കോലോപാസിഡേ

യൂറോപ്പിന്റെയും ഏഷ്യയുടെയും വടക്കേയറ്റത്തുള്ള ആർക്ടിക് സൂചിയിലവനങ്ങളിൽ വിതരണം ചെയ്യപ്പെട്ടിരിക്കുന്ന ഒരിനം മണലൂതിയാണ്

ടെമിങ്കി മണലൂതി. ശിശിരകാലം ചെലവിടാൻ ഇവ ഇൻഡ്യാ ഉപഭൂഖണ്ഡത്തിലും ദക്ഷിണ പൂർവ്വേഷ്യയിലും ആഫ്രിക്കയിലുമുള്ള ഉഷ്ണമേഖലാപ്രദേശങ്ങളിലേക്ക് കുടിയേറുന്നു. ഇതൊരു ശുദ്ധജല നീർപ്പക്ഷിയാണ്. കേരളത്തിലെ നദികളുടെയും തടാകങ്ങളുടെയും തീരദേശ വെള്ളക്കെട്ടുകളുടെയും കരയിലും പാടങ്ങൾ, വേലിയേറ്റവും ഇറക്കവും നടക്കുന്ന ചെളിത്തട്ടുകൾ എന്നിവിടങ്ങളിലുമാണ് ഇവയെത്തുന്നത്. ഡച്ചുകാരനായ പ്രകൃതിസ്നേഹി കോൺറാഡ് ജേക്കബ്ബ് ടെമ്മിങ്കിന്റെ സ്മരണാർത്ഥമാണ് ശാസ്ത്രനാമവും വിളിപ്പേരും നൽകിയിരിക്കുന്നത്.

ഇതൊരു ചെറിയ പക്ഷിയാണ്. വാലുൾപ്പടെ 13-15 സെ.മീറ്ററാണ് നീളം. 20-30 ഗ്രാം ഭാരവും 35-38 സെ.മീ. ചിറകുവിസ്താരവും വരും. ശരീരത്തിന്റെ മുകൾഭാഗത്തിന് തവിട്ടുനിറമാണ്. ചിറകുകളുടെ അറ്റങ്ങളിൽ അല്പം ഇരുണ്ട ഏതാനും പുള്ളികളുണ്ടാവും. നെഞ്ചിലെ തവിട്ടുനിറം ഒഴിച്ചാൽ അടിവശം പൂർണ്ണമായും വെള്ളയായിരിക്കും. വാൽ ചെറുതാണ്. ഇതിലെ പുറംതൂവലുകൾ വെള്ളയും മറ്റുള്ളവ തവിട്ടുമാണ്. ചിറകുകൾ നീണ്ടതും കൂർത്തതുമാണ്. കാലുകൾ മഞ്ഞ. കറുത്ത കണ്ണുകൾക്ക് ചുറ്റും ഒരു വെള്ള വലയം കാണാം. നീണ്ട് കൂർത്ത കൊക്കിന് കറുപ്പുനിറം.

ഇവയെ ഒറ്റയ്ക്കും ചെറുകൂട്ടമായും കാണും. മൃദുസ്വരത്തിൽ കിളിളി..കിളിളി... എന്നാണ് കൂജനം. നിലത്താണ് ഇരതേടൽ. വിരകൾ, മൊളസ്കുകൾ, ക്രസ്റ്റേഷ്യനുകൾ, പ്രാണികൾ, പുഴുക്കൾ എന്നിവയാണ് ഇരകൾ.

മേയ്-ജൂൺ ആണ് പ്രജനനകാലം.കൂടുകെട്ടുന്നത് കുറച്ച് സസ്യങ്ങളുള്ള വരണ്ട നിലത്താണ്. മണ്ണിൽ ആഴം കുറഞ്ഞ ചെറിയ കുഴികളുണ്ടാക്കി അകത്ത് ഉണങ്ങിയ പുല്ലുകളോ ഇലകളോ നിരത്തിയാണ് കൂടൊരുക്കുക. സവിശേഷമായ ഒരു പ്രജനന രീതിയാണ് ഇവ പിന്തുടരുന്നത്. ഇണകൾ വെവ്വേറെ സെറ്റ് മുട്ടകൾക്ക് അടയിരിക്കും എന്നതാണ് ഒരു സവിശേഷത. ഒരു ആൺകിളി കണ്ടെത്തുന്ന പ്രജനനസ്ഥലത്ത് കൂടൊരുക്കി ആ ഇണയെ സ്വീകരിച്ച് പെൺകിളി 3-4 മുട്ടകളിടും. അടയിരിക്കാനുള്ള ചുമതല ആണിന് കൊടുത്തശേഷം ഇത് മറ്റൊരിണയെ കണ്ടെത്താനായി പറന്നു പോകും. അവിടെ ഇത് അടുത്ത ഒരു സെറ്റ് മുട്ടകളിടും. ഇവയ്ക്ക് പെൺപക്ഷി തന്നെ അടയിരിക്കും. ഇതേ സമയം ആദ്യത്തെ ഇണ മറ്റൊരു പെൺകിളിയെ ഇണയായി സ്വീകരിച്ചിരിക്കും. അതിലെ മുട്ടകൾക്ക് അടയിരിക്കുന്നത് അവയിട്ട പെൺകിളിയായിരിക്കും.

തന്റെ ആദ്യ ഇണയിലെ മുട്ടകൾക്ക് മാത്രമേ ആൺകിളി അടയിരിക്കൂ. കുഞ്ഞുങ്ങളെ തീറ്റിപ്പോറ്റുന്നതും ഇതേ രീതിയിലായിരിക്കും. 21-22 ദിവസം കൊണ്ട് മുട്ടകൾ വിരിയും. വിരിഞ്ഞയുടൻ കുഞ്ഞുങ്ങൾ കൂട് വിടുകയും സ്വയം തീറ്റതേടാൻ പഠിക്കുകയും ചെയ്യും. 21-22 ദിവസമാകുമ്പോൾ ഇവ പറക്കമുറ്റും. ജൂലൈ-ഒക്ടോബർ ആണ് ദേശാടനകാലം. രാത്രിയാണ് ദേശാടനയാത്ര നടത്തുക. മേയ്-ജൂണിൽ പ്രജനനത്തിനായി തിരികെ പറക്കും.

തവിടൻ നെല്ലിക്കോഴി

Slaty-legged crake/ Banded crake

ശാസ്ത്രനാമം: *റാല്ലിന യൂറിസൊണോയിഡ്സ്*

Rallina eurizonoides Lafresnaye, 1845

കുടുംബം: റാലിഡേ

ഇന്ത്യ, പാക്കിസ്ഥാൻ, ശ്രീലങ്ക, ഫിലിപ്പൈൻസ്, ഇൻഡോനേഷ്യ തുടങ്ങിയ ദക്ഷിണേഷ്യൻ രാജ്യങ്ങളിൽ കണ്ടുവരുന്ന ഒരു നീർപ്പക്ഷിയാണ് തവിടൻ നെല്ലിക്കോഴി. കുളക്കോഴിയുടെ അടുത്ത ബന്ധുക്കളാണിവ. ഇവയുടെ ആവാസം ചതുപ്പുകളിലും ഈറ്റക്കാടുകളിലും ജലാശയങ്ങളോടു ചേർന്ന കുറ്റിക്കാടുകളിലും പൊന്തകളിലുമാണ്. കേരളത്തിൽ വിരളമാണ്.

21-25 സെ.മീ. നീളവും 47-50 സെ.മീ. ചിറകുവിസ്താരവും വരുന്ന ഇവയുടെ ചിറകുകളുടെ പുറം, വാൽ എന്നിവ തവിട്ടു കലർന്ന പച്ച നിറമാണ്. കുറിയ വാൽ പെട്ടെന്ന് ഉയർത്തിയും താഴ്ത്തിയും താളത്തിൽ ചലിപ്പിക്കുന്ന സ്വഭാവമുണ്ട്. ഉദരത്തിൽ വെള്ളയും കറുപ്പും നിറത്തിലുള്ള വരകൾ ഇടകലർന്ന് കാണപ്പെടുന്നു. തലയും കഴുത്തും തവിട്ടു കലർന്ന ചുവപ്പ്. കാലുകൾക്ക് സ്ലേറ്റിന്റെ നിറം. ഇംഗ്ലിഷ് വിളിപ്പേര് കാലിലെ ചാരനിറം സൂചിപ്പിക്കുന്നു. വിരലുകൾക്ക് നീളമുണ്ടായിരിക്കും. ആൺ-പെൺ പക്ഷികൾ ഒരുപോലെയാണ്. കുഞ്ഞുങ്ങൾക്കും മുതിർന്നവയുടെ നിറം തന്നെയാണ്.

പൊന്തകളിലെ ഒളിത്താവളങ്ങളിലാണ് ഇവ മിക്കപ്പോഴും കഴിയുക. നാണം കുണുങ്ങികളായ ഈ പക്ഷികൾ മനുഷ്യരെക്കണ്ടാൽ അതിവേഗം ഓടിയൊളിക്കും.ചെറിയ ഭയമുണ്ടായാൽപ്പോലും ഓടി പൊന്തകളിൽ മറയും. മികച്ച ഓട്ടക്കാരാണിവ. സാമാന്യവേഗത്തിൽ പറക്കാനും ഇവയ്ക്ക് സാധിക്കും. കുളക്കോഴിയെപ്പോലെയാണ് പറക്കൽ.

ഇവ മിശ്രഭോജികളാണ്. ഉഭയജീവികളും ഷഡ്പദങ്ങളും സസ്യ
ങ്ങളും ഇവയുടെ ആഹാരമാണ്. ചെളിനിലത്ത് നടന്നാണ് ഇരതേടു
ന്നത്.

ജൂലൈ-സെപ്തംബറാണ് മുട്ടയിടീൽക്കാലം. നിലത്തോ കുറ്റിച്ചെടി
കളുടെ ചുവട്ടിലോ കൂടുണ്ടാക്കും. 2-4 മുട്ടകളാണ് പതിവ്. ആണും
പെണ്ണും മാറിമാറി അടയിരിക്കും.

തവിട്ടുതലയൻ കടൽക്കാക്ക
Brown-headed gull

ശാസ്ത്രനാമം: *ലാറസ് ബ്രണ്ണിസെഫാലസ്*
Larus brunnicephalus Jerdon, 1840

(*ക്രോയ്ക്കോസെഫാലസ് ബ്രണ്ണിസെഫാലസ്*
Chroicocephalus brunnicephalus Jerdon, 1840)

കുടുംബം: ലാറിഡേ

മലേഷ്യയിൽ പ്രജനനം നടത്തുകയും മഞ്ഞുകാലത്ത് ദക്ഷിണേഷ്യ
യിലെ ഉൾനാടൻ ജലാശയങ്ങളിലേക്കും തീരങ്ങളിലേക്കും ദേശാടനം
നടത്തുകയും ചെയ്യുന്ന ഒരു നീർപ്പക്ഷിയാണ് തവിട്ടുതലയൻ കടൽ
ക്കാക്ക. കേരളത്തിലെത്തുന്ന ഈ ശിശിരകാലപ്പറവയെ അഴിമുഖ
ങ്ങളിലും കടൽത്തീരങ്ങളിലും കായലോരങ്ങളിലും നവംബർ മുതൽ
ഏപ്രിൽ വരെ കാണാവുന്നതാണ്.

കരിന്തലയൻ കടൽക്കാക്കയെക്കാൾ അല്പം കൂടി വലുപ്പം വരുന്ന
ഇതിന് 40-45 സെ.മീ. നീളവും 450-715 ഗ്രാം ഭാരവുമുണ്ടാകും. ഇതിന്റെ
തല, കഴുത്ത്, അടിവശം എന്നിവ വെള്ളനിറമായിരിക്കും. ചിറകിന്റെ
അഗ്രം നല്ല കറുപ്പാണ്. ഇതിൽ അണ്ഡാകൃതിയിലുള്ള ഒന്നോ രണ്ടോ
വലിയ വെള്ളപ്പൊട്ടുകളുണ്ടാവും. ഇത് മുകളിലും താഴെയുമായി
തെളിഞ്ഞുകാണും. ചിറകിന്റെ മറ്റു ഭാഗങ്ങൾ ചാരനിറമാണ്. കണ്ണിനു
പിന്നിലായി ചെവി പോലെ തോന്നുന്ന അർദ്ധചന്ദ്രാകൃതിയിലുള്ള ഒരട
യാളമുണ്ടാവും. അഗ്രം തടിച്ചതും അല്പം വളവോടു കൂടിയതുമാണ്
കൊക്ക്. കൊക്കിന്റെ അറ്റം കറുപ്പ്. കൊക്ക്, കാല്, വായ എന്നിവ പിന്നീട്
ചുവപ്പുനിറമായി മാറാറുണ്ട്. ഇവയുടെ വാലിന് അല്പം വലുപ്പം കുറ
വാണ്. പ്രജനനകാലത്ത് മുഖവും തലയുടെ മുൻപകുതിയും നല്ല തവിട്ടു

നിറമായി മാറും. ആ സമയത്താണ് ഇവ കേരളത്തിലെത്തുന്നത്. അതി നാലാണ് ഇവയ്ക്ക് തവിട്ടുതലയൻ എന്ന വിളിപ്പേര് വന്നത്.

സംഘമായി ജീവിക്കുന്ന പക്ഷികളാണിവ. മറ്റ് കടൽക്കാക്കകളോ ടൊപ്പവും മറ്റും ഇവയെ കാണാൻ സാധിക്കും. മാംസാഹാരികളായ ഇവ യുടെ ഇരകൾ മത്സ്യങ്ങളും ചെമ്മീനും ഞണ്ടും ഒച്ചും തുടങ്ങിയ ജല ജീവികളാണ്.

കൂടൊരുക്കൽ നടക്കുന്നത് ഹിമാലയത്തിനു വടക്കോട്ടുള്ള ഭാഗങ്ങളി ലാണ്. കൂട്ടമായിട്ടാണ് കൂടൊരുക്കൽ.

തിരക്കാട
Sanderling
ശാസ്ത്രനാമം: *കാലിഡ്രിസ് ആൽബ*
Calidris alba Pallas, 1764
കുടുംബം: സ്ക്കോലോപാഡിഡേ

ആർട്ടിക്ക് പ്രദേശങ്ങളിൽ പ്രജനനം നടത്തുകയും തണുപ്പുകാലത്ത് ദക്ഷിണ അമേരിക്ക, ദക്ഷിണ യൂറോപ്പ്, ആഫ്രിക്ക, ആസ്ട്രേലിയ, ഇന്ത്യ തുടങ്ങിയ രാജ്യങ്ങളിലേക്ക് വലിയ കൂട്ടങ്ങളായി ദേശാടനം നടത്തുകയും ചെയ്യുന്ന ഒരു ചെറിയ നീർപ്പക്ഷിയാണ് തിരക്കാട. കേരളത്തിലെ കടൽ ത്തീരങ്ങളിൽ സെപ്തംബർ മുതൽ മേയ് വരെ ഇവയെ കാണപ്പെടു ന്നുണ്ട്.

ഇതിന് 18-20 സെ.മീ. നീളവും 40-110 ഗ്രാം ഭാരവും വരും. പരമാ വധി ചിറക് വിസ്താരം 35-45 സെ.മീ. ആണ്. ഇതിന്റെ ശരീരം ഉരുണ്ട് തടിച്ചതാണ്. തല, ഉടലിന്റെ മുകൾഭാഗം, ചിറകുകൾ എന്നിവയെല്ലാം വിളറിയ ചാരമായിരിക്കും. ഇതിൽ കറുപ്പും വെള്ളയും നിറത്തിലുള്ള പുള്ളികളുണ്ടായിരിക്കും. ശരീരത്തിനടിവശം തൂവെള്ളനിറമാണ്. കൊക്കും കണ്ണുകളും കാലുകളും വിരലുകളും കറുപ്പാണ്. കൊക്ക് ചെറുതാണ്. മറ്റു കാടകളിൽ നിന്ന് വ്യത്യസ്തമായി ഇതിന് പിൻവിരലു ണ്ടാവില്ല. മണൽത്തീരങ്ങളിലൂടെ വേഗത്തിലോടാൻ ഇത് സഹായക മാണ്. ചെറിയ വാലിലും കറുപ്പുനിറം കാണാം. പ്രജനനകാലത്ത് ദേഹ ത്തിന്റെ മുകൾവശവും കഴുത്തും തലയും ചെങ്കൽനിറമായി മാറും. അടിവശം അപ്പോഴും വെള്ളനിറമായിരിക്കും. ആൺ-പെൺ പക്ഷികൾ

കാഴ്ചയ്ക്ക് സമാനരാണെങ്കിലും പെണ്ണ് അല്പം വലുതായിരിക്കും. നിറവും അല്പം കുറവായിരിക്കും.

കടലിന്റെ തീരത്തുള്ള മണലിലൂടെ ഇവ സദാ നടന്നുകൊണ്ടിരിക്കും. നടക്കുമ്പോൾ സൈക്കിൾ ചവിട്ടുന്ന രീതിയിലാണ് ഇവയുടെ കാലുകൾ ചലിക്കുന്നത്. നന്നായി പറക്കാനുമാവും. പറക്കുമ്പോൾ പ്ളീ... പ്ളീ... പ്ളീ... എന്നോ, വീ... വീ... വീ... എന്നോ നീട്ടീ ശബ്ദിക്കാറുണ്ട്. ഇവയ്ക്ക് കുളിക്കുന്ന സ്വഭാവമുണ്ട്. വെള്ളത്തിലിറങ്ങി മുതുകുവരെ വെള്ളത്തിൽ മുങ്ങി കുടഞ്ഞാണ് കുളി. കുളിയും അതിനുശേഷമുള്ള തൂവലുണക്കലും കൗതുകമുണർത്തുന്ന കാഴ്ചയാണ്.

മത്സ്യങ്ങളും തവളകളും ഒച്ചുകളും കടൽപ്രാണികളും വിരകളും മറ്റുമാണ് ഭക്ഷണം. ജലാശയങ്ങളുടെയരികിൽ നിലത്തു ഓടിനടന്നാണ് പ്രധാനമായും ഇരതേടുന്നത്. ഓടുന്നതിനിടയിൽ ചെറുമത്സ്യങ്ങളെയും ഞണ്ടുകളെയും വേഗത്തിൽ കൊത്തിയെടുത്ത് വിഴുങ്ങും. ആവശ്യമെങ്കിൽ വെള്ളത്തിലിറങ്ങിയും ഇരതേടാൻ മടിക്കാറില്ല. നനഞ്ഞ മണൽത്തിട്ടയിൽ ചുണ്ടുകൊണ്ട് തട്ടി, മണ്ണിൽ പൂഴ്ന്നിരിക്കുന്ന ഇരകളെ കണ്ടെത്താൻ ഇതിന് കഴിവുണ്ട്. പ്രജനനകാലത്ത് ഇവ പ്രാണികളെയും സസ്യങ്ങളെയും തിന്നാറുണ്ട്.

നനവുള്ള സ്ഥലങ്ങളിലെ ഉണങ്ങിയ ചരൽപ്രദേശങ്ങളാണ് കൂടുനിർമ്മാണത്തിന് തെരഞ്ഞെടുക്കുന്നത്. ഇവിടെ തറയിലുണ്ടാക്കുന്ന ചെറുകുഴികളിൽ മുട്ടയിടും. 3-4 മുട്ടകളുണ്ടാവും. ഇവ കേരളത്തിൽ കൂടുകെട്ടിയതായി അറിവില്ല.

തിരമുണ്ടി

Western reef egret/Western reef heron

ശാസ്ത്രനാമം: *എഗ്രെറ്റ ഗുലാറിസ്*
Egretta gularis Bosc, 1792
കുടുംബം: അർഡീഡേ

ഏഷ്യയുടെ ചില ഭാഗങ്ങൾ ആഫ്രിക്ക, ദക്ഷിണ യൂറോപ്പ് എന്നിവിടങ്ങളിൽക്കാണുന്ന കൊക്കുവർഗ്ഗത്തിലെ ഒരു നീർപ്പക്ഷിയാണ് തിരമുണ്ടി. ഒക്ടോബർ മുതൽ മേയ് വരെ ഇവ ദേശാടനത്തിന്റെ ഭാഗമായി കേരളത്തിലെത്താറുണ്ട്. അടുത്ത കാലത്തായി ഇവയുടെ എണ്ണം വളരെ കുറയുന്നതായി വിലയിരുത്തപ്പെടുന്നു. കടലുണ്ടിയിലും മറ്റുമാണ്

ഇപ്പോളിവയെ കാണുന്നത്. അതും വിരളമായി മാത്രം. ചതുപ്പുകളിലും കണ്ടൽക്കാടുകളിലും തണ്ണീർത്തടങ്ങളിലും മറ്റുമാണ് ഇവയുടെ ആവാസ സ്ഥാനങ്ങൾ.

ചിന്നമുണ്ടിയോട് ആകൃതിയിലും വലുപ്പത്തിലും സാദൃശ്യമുള്ള ഒരു പക്ഷിയാണിത്. ഇതിന് 60-65 സെ.മീ. നീളവും 280-700 ഗ്രാം ഭാരവുമുണ്ടാകും. ചിറകുവിസ്താരം 85-100 സെ.മീ. വരും. ഇവയിൽ ഭൂരിഭാഗവും ഇരുണ്ട ചാരനിറം (നീല കലർന്ന ചാരനിറം) ഉള്ളവരാണ്. എന്നാൽ, വെള്ളനിറക്കാരും ഉണ്ട്. തലയിൽ രണ്ട് തൂവലുകൾ മുകളിലേക്കുയർന്ന് പിറകിലേക്ക് ചാഞ്ഞ് നാടപോലെ നിൽക്കുന്നത് കാണാം. കൊക്കിന്റെയും കാലിന്റെയും നിറം നോക്കിയാണ് ഇവയെ തിരിച്ചറിയുന്നത്. നീണ്ട കഴുത്തും കൊക്കും തടിച്ചതാണ്. മേൽക്കൊക്കിന് ചാരനിറവും കീഴ്ക്കൊക്കിന് മഞ്ഞനിറവുമായിരിക്കും. നീണ്ട് തടിച്ച കാലുകളുടെ മുട്ടിന് മുകളിൽ ചാരനിറവും താഴെ മഞ്ഞനിറവുമായിരിക്കും. കണ്ണിനും കൊക്കിനുമിടയിലുള്ള പട്ടയ്ക്കു പച്ചയോ മഞ്ഞയോ ആണ് നിറം. പ്രജനനകാലത്ത് നിറവ്യത്യാസമുണ്ടാവും. നിറം മാറുമ്പോഴും തൊണ്ടയും താടിയും വെള്ളനിറത്തിലും കാലുകൾ മഞ്ഞനിറത്തിലും തന്നെയായിരിക്കും. ആണിനും പെണ്ണിനും ഒരേ നിറമായിരിക്കും.

മിക്കവാറും ഇണയോടൊപ്പമായിരിക്കും സഞ്ചാരം. വിരളമായി ഒറ്റയ്ക്കും കാണാവുന്നതാണ്. നിശ്ശബ്ദമായിട്ടാണ് സഞ്ചാരം. പ്രജനന കാലത്ത് മാത്രമേ ശബ്ദമുണ്ടാക്കാറുള്ളൂ.

മത്സ്യങ്ങളാണ് മുഖ്യ ഇരകൾ. എന്നാൽ, മറ്റു ജലജീവികളെയും തിന്നും. തിരകളിൽപ്പോലും ഇറങ്ങിനിന്ന് ഇവ ഇരപിടിക്കുന്നത് കാണാവുന്നതാണ്. ആഴം കുറഞ്ഞ ജലാശയങ്ങളിലിറങ്ങി കാലിട്ടിളക്കിയും ചിറ കടിച്ചും ഇരകളെ വിരട്ടി, ഓടിച്ചുപിടിക്കാറുണ്ട്. നിശ്ചലമായി കാത്തുനിന്നും ഇരകളെ പിടികൂടാറുണ്ട്.

മുട്ടയിടുന്നത് തീരദേശനീർത്തടങ്ങളുടെ പരിസരങ്ങളിലാണ്. മരങ്ങളിലോ കുറ്റിച്ചെടികളിലോ കമ്പുകൾ നിരത്തി പീഠരൂപത്തിലാണ് കൂട് നിർമ്മിക്കുന്നത്. ആൺപക്ഷികൾ ചുള്ളികൾ കൊണ്ടുവരികയും പെൺ പക്ഷികൾ അത് അടുക്കിവയ്ക്കുകയുമാണ് പതിവ്. ഇളം നീലയോ പച്ചയോ നീല കലർന്ന പച്ചയോ നിറമുള്ള 3-4 മുട്ടകളിടും. മുട്ടയിടാൻ തുടങ്ങുന്നതു മുതൽ അടയിരിക്കൽ ആരംഭിക്കും. ആണും പെണ്ണും മാറി മാറി അടയിരിക്കും. 23-24 ദിവസം കൊണ്ട് മുട്ടകൾ വിരിയും. കുഞ്ഞുങ്ങൾക്കു വെള്ളനിറത്തിൽ ചാരപ്പുള്ളികൾ കാണും. കുഞ്ഞുങ്ങളെ പരിപാലിക്കുന്നത് ആൺ-പെൺ പക്ഷികൾ ചേർന്നാണ്. അവ കഴിച്ച് ഭാഗികമായി ദഹിച്ച ഭക്ഷണം തികട്ടിച്ചാണ് കുഞ്ഞുങ്ങൾക്ക് നൽകുന്നത്. ഏകദേശം ഒരുമാസം പ്രായമാകുമ്പോൾ കുഞ്ഞുങ്ങൾ സ്വയം ഇരതേടി പറന്നുപോകും. കേരളത്തിൽ ഈ പക്ഷികൾ കൂടൊരുക്കുന്നതായി റിപ്പോർട്ടില്ല.

തെറ്റിക്കൊക്കൻ
Whimbrel

ശാസ്ത്രനാമം: *ന്യൂമേനിയസ് ഫെയോപ്പസ്*
Numenius phaeopus Linnaeus, 1758
കുടുംബം: സ്കോലോപാസിഡേ

വടക്കേ അമേരിക്കയിലും യൂറോപ്പിലും ഏഷ്യയിലും പ്രജനനം നടത്തുകയും ആഫ്രിക്ക, ദക്ഷിണ അമേരിക്ക, ദക്ഷിണേഷ്യ, വടക്കേ അമേരിക്കയുടെ തെക്കൻ മേഖലകൾ എന്നിവിടങ്ങളിലേക്ക് ദേശാടനം നടത്തുകയും ചെയ്യുന്ന ഒരു നീർപ്പക്ഷിയാണ് തെറ്റിക്കൊക്കൻ. ഒക്ടോബർ മുതൽ ഏപ്രിൽ വരെയുള്ള കാലത്ത് കേരളത്തിൽ കാണപ്പെടുന്നു. കടലുണ്ടി പോലുള്ള പ്രദേശങ്ങളിലാണ് ഇവ കൂടുതലായി വിരുന്നിനെത്തുന്നത്. കാടക്കൊക്കുകളുടെ ബന്ധുക്കളായ ഇവ തെക്കൻ കേരളത്തിൽ വിരളമാണ്. ആഫ്രിക്കൻ യുറേഷ്യൻ ദേശാടന നീർപ്പക്ഷി സംരക്ഷണ കരാറിൽ ഉൾപ്പെടുത്തിയിട്ടുള്ള പക്ഷിയാണിത്.

നാടൻകോഴിയോളം വലുപ്പമുള്ള ഇതിന് 35–45 സെ.മീ. നീളവും 75–90 സെ.മീ. ചിറകുവിസ്താരവും 270–490 ഗ്രാം ഭാരവും കാണും. ആൺ-പെൺ പക്ഷികൾ ഒന്നുപോലെയായിരിക്കും. ഇതിന്റെ കൊക്കുകൾ നീളമുള്ളതും അല്പം താഴോട്ടു വളഞ്ഞതുമാണ്. കാലുകൾക്ക് കനവും നീളവുമുണ്ടാവും. ദേഹത്തിന്റെ മുകൾവശം കടുത്ത തവിട്ടു നിറം. ധാരാളം കറുത്ത പുള്ളികളുണ്ടായിരിക്കും. അടിഭാഗത്ത് അടഞ്ഞ തവിട്ടുനിറം. നെറ്റിയിൽ മൂന്നു പട്ടകൾ കാണും. ഇവയിൽ നടുവിലുള്ളത് ഇളം തവിട്ടുനിറവും വശങ്ങളിലുള്ളത് കറുപ്പ് നിറവുമായിരിക്കും. വാൽ ചെറുതാണ്. വ്യക്തമായിക്കാണാവുന്ന നരച്ച വെള്ളനിറമുള്ള ഒരു പുരികം ഈ പക്ഷിക്കുണ്ട്. ഇതിനു തലയിലും നേരിയ വരകളുണ്ടായിരിക്കും.

പ്രജനനകാലത്തൊഴികെ മിക്കവാറും ചെറുസംഘമായിട്ടാണ് സഞ്ചരിക്കുന്നത്. വേഗത്തിൽ പറക്കാനും നന്നായി ഓടാനും ഈ പക്ഷികൾക്കു സാധിക്കും. ഹിവി വിവിവി എന്ന രീതിയിലാണ് ശബ്ദം.

ഈ പക്ഷിയുടെ മുഖ്യാഹാരം മത്സ്യങ്ങളും ഞണ്ടുകളും മറ്റുമാണ്. ജലാശയത്തിലും ചെളിയിലും ഇറങ്ങിനിന്നാണ് ഇരപിടിക്കുന്നത്. ചെളിയിൽ കൊക്കുകൊണ്ട് ചികഞ്ഞാണ് ഇരപിടിക്കുന്നത്.

മണ്ണിൽത്തീർക്കുന്ന കുഴികളിലാണ് മുട്ടയിടുന്നത്. കുഴികളുടെ അകവശം ഇലകൾ നിരത്തി മൃദുലമാക്കും. ഒരു സീസണിൽ 3–5 മുട്ടകളിടും. സ്വർണ്ണനിറമോ നീലയും പച്ചയും കലർന്ന നിറമോ ഉള്ള മുട്ടകളുടെ പുറത്ത് കടും തവിട്ടുനിറമുള്ള പുള്ളികളുണ്ടാവും. ആണും പെണ്ണും മാറിമാറി അടയിരിക്കും. 22–28 ദിവസം കൊണ്ടാണ് മുട്ടകൾ

വിരിയുന്നത്. അടയിരിക്കുന്ന പക്ഷികൾ അക്രമകാരികളാകാറുണ്ട്. ഇവയ്ക്കരികിലെത്തുന്ന മനുഷ്യരെപ്പോലും ഇവ ആക്രമിക്കുന്ന പതിവുണ്ട്. കൂടൊരുക്കൽ നടക്കുന്നത് കേരളത്തിലല്ല.

നാടൻ താമരക്കോഴി / ഈർക്കിലിക്കാലൻ/ചവറുകാലി

Bronze-winged jacana

ശാസ്ത്രനാമം: *മെറ്റോപ്പിഡിയസ് ഇൻഡിക്കസ്*
Metopidius indicus Latham, 1790

കുടുംബം: ജക്കാനിഡേ

ഇന്ത്യയിലും ദക്ഷിണ പൂർവ്വേഷ്യയിലും കണ്ടുവരുന്ന ഒരിനം താമര ക്കോഴിയാണിത്. ജലസസ്യങ്ങൾ വളർന്നുനിൽക്കുന്ന ജലാശയങ്ങളാണ് ഇവയുടെ ഇഷ്ട ആവാസസ്ഥാനങ്ങൾ. സ്ഥിരവാസികളായ ഒരു പക്ഷി യാണിത്. നമ്മുടെ നാട്ടുകോഴിയുടെ പകുതിയോളം വലുപ്പമുള്ള ഇതിന് 28–31 സെ.മീ. നീളമുണ്ടാവും. വാൽ തീരെയില്ലെന്ന് തോന്നുന്ന മുതിർന്ന പക്ഷിക്ക് ദൂരെനിന്ന് നോക്കുമ്പോൾ ഇരുണ്ട നിറമായിത്തോന്നും. എന്നാൽ, അടുത്തെത്തി നോക്കിയാൽ ശരീരത്തിനു മുകൾഭാഗം പച്ച നിറമാണെന്ന് കാണാം. തലയും കഴുത്തും നീല കലർന്ന കറുപ്പും അടി വശം കറുപ്പുമായിരിക്കും. കണ്ണിനോട് ചേർന്ന് ഒരു വെള്ളവരയുണ്ടാവും. വാലും വാലിന് ചുറ്റുമുള്ള ഭാഗവും ചെമ്പുനിറമായിരിക്കും. കൊക്കിന്റെ മുൻപകുതി മഞ്ഞയും ബാക്കി കടുംപച്ചയുമാണ്. നീളം കൂടിയ കാലു കൾക്ക് നരച്ച പച്ചനിറം.

ഒറ്റയ്ക്കും ഇണകളോടൊപ്പവും ഇവ വിഹരിക്കും. ജലസസ്യങ്ങളുടെ മീതെ നടക്കാനും വേഗത്തിൽ ഓടാനും ഇവയ്ക്ക് സാധിക്കും. നീണ്ടു നേർത്ത കാലുകൾ സാവധാനം എടുത്തുവച്ചാണ് ഇവയുടെ നടപ്പ്. നന്നായി പറക്കാനും ഇവയ്ക്കാവും. സവിശേഷ നിറവിന്യാസം മൂലം ജലസസ്യങ്ങളുടെയിടയിൽ നില്ക്കുന്ന പക്ഷിയെ പെട്ടെന്ന് തിരിച്ചറിയാൻ സാധിക്കില്ല. ശത്രുസാന്നിദ്ധ്യമുണ്ടായാൽ ഇവ വേഗത്തിൽ സസ്യങ്ങളുടെ യിടയിൽ മറയും. പ്ലീ..പ്ലീ..പ്ലീ.. എന്നാണ് ശബ്ദം.

മാംസഭോജിയാണിത്. മത്സ്യങ്ങൾ, ഒച്ചുകൾ, പുഴുക്കൾ, മറ്റ് ജലജീവി കൾ എന്നിവയാണ് ഇരകൾ. പതുങ്ങി നിന്നാണ് ഇരയെ പിടികൂടുന്നത്.

ജലസ്യങ്ങളും മറ്റും കൂട്ടിവച്ച് വെള്ളത്തിനു മുകളിലാണ് കൂടൊരു ക്കുന്നത്. ആമ്പൽ, താമര എന്നിവയുമായി മമത പുലർത്തുന്ന ഇവ അവ യുടെ ഇലകളിലും മുട്ടയിടും. കൂടൊരുക്കുന്നതും മുട്ട സംരക്ഷിക്കുന്നതും കുഞ്ഞുങ്ങളെ തീറ്റിപ്പോറ്റുന്നതുമെല്ലാം ആൺ-പെൺപക്ഷികൾ ഒന്നി ച്ചാണ്. 2–4 മുട്ടകളാണ് സാധാരണ കാണുന്നത്.

നീലക്കോഴി

Purple Moorhen /Purple Swamphen

ശാസ്ത്രനാമം: *പോർഫൈഫെറിയോ പോർഫൈഫെറിയോ*
Porphyrio porphyrio Linnaeus, 1758
കുടുംബം: റാല്ലിഡേ

യൂറോപ്പ്, ആഫ്രിക്ക, ഏഷ്യ, ആസ്ട്രേലിയ, ന്യൂസിലാന്റ്, എന്നിവിടങ്ങളിൽ കാണപ്പെടുന്ന ഒരു നീർപ്പക്ഷിയാണ് നീലക്കോഴി. ധാരാളം ഈർപ്പവും മഴയുമുള്ള പ്രദേശങ്ങളാണ് ഇവയ്ക്ക് പ്രിയം. ജലസസ്യങ്ങൾ നിറഞ്ഞ കുളങ്ങളിലും ഉപയോഗശൂന്യമായ വയലുകളിലും നീലക്കോഴികളെ കാണാവുന്നതാണ്. വയലിലേയും കുളത്തിലേയും പാഴ് സസ്യങ്ങൾ വളർന്നുനിൽക്കുന്ന ഭാഗങ്ങളിലായിരിക്കും നീലക്കോഴിയുടെ താവളം. തൃശൂരിലെ കോൾനിലങ്ങൾ, കണ്ണൂരിലെ ചതുപ്പുകൾ എന്നിവിടങ്ങളിലും സ്ഥിരവാസിയായ ഇവ സാധാരാണമാണ്.

മനോഹരമായൊരു പക്ഷിയാണിത്. കുളക്കോഴിയോട് സാമ്യമുള്ള ഇവ പ്രകടമായ വ്യത്യാസം കാണിക്കുന്നത് ദേഹത്തിലെ നിറത്തിലാണ്. ഇവയുടെ ശരീരമൊട്ടാകെ തിളക്കമുള്ള നീലനിറമാണ്. കാലുകളും കൊക്കും നെറ്റിയും കടുംചുവപ്പ്. കാൽവിരലുകൾക്കു നീളമുണ്ട്. വലിയകൊക്കിന് ത്രികോണാകൃതി. മേൽച്ചുണ്ട് വലുതും തടിച്ചതുമാണ്. ഇത് തലയിലേക്ക് കയറി പരന്ന ഷീൽഡുപോലെ കാണപ്പെടും. കണ്ണിന് ചുവപ്പ് നിറം. നീളം കുറഞ്ഞ വാലിനടിഭാഗത്ത് വെള്ളനിറമാണ്. ഇടയ്ക്കിടെ വാൽ പൊക്കുകയും താഴ്ത്തുകയും ചെയ്യാറുണ്ട്. അപ്പോൾ ഈ വെള്ളനിറം വ്യക്തമാണ്. സാധാരണയായി നമ്മുടെ നാടൻകോഴിയുടെ വലുപ്പമുണ്ടായിരിക്കും. ഇതിന് 38–50 സെ.മീ. നീളം വരും. ആൺപക്ഷി താരതമ്യേന വലുതാണ്. 700–1000 ഗ്രാം ഭാരമുണ്ടാകും. പെൺപക്ഷിയുടെ ഭാരം 520–870 ഗ്രാമാണ്. 90–100 സെ.മീ. ചിറക് വിസ്താരം ഉണ്ടാവും.

ചെറുകൂട്ടമായി ജീവിക്കുന്ന ഒരു പക്ഷിയാണിത്. മനുഷ്യസാമീപ്യം ഉണ്ടായാൽ ഉടനെ ഇവ സസ്യങ്ങൾക്കിടയിലേക്ക് മറയാറുണ്ട്. നിലത്ത് നടന്നാണ് ഇരതേടുന്നതെങ്കിലും വേഗത്തിൽ ഓടാനും പറക്കാനും നീലക്കോഴികൾക്ക് സാധിക്കും. കാലുകൾ ചർമ്മബന്ധിതമല്ലെങ്കിലും നന്നായി നീന്തും. ആണിനെയും പെണ്ണിനെയും തിരിച്ചറിയാൻ ബുദ്ധിമുട്ടാണ്.

ജലസസ്യങ്ങളും ജലജീവികളുമാണ് ഇവയുടെ ഭക്ഷണം.

ഇവയുടെ മുട്ടയിടലും അടയിരിക്കലും ജൂൺ–സെപ്റ്റംബർ മാസങ്ങളിലാണ്. ഇടതൂർന്ന ജലസസ്യങ്ങൾ നിറഞ്ഞിരിക്കുന്ന സ്ഥലങ്ങളാണ് കൂടിനായി ഉപയോഗിക്കുന്നത്. ജലത്തിൽ പൊങ്ങിക്കിടക്കുന്ന രീതിയിലാണ് കൂടുണ്ടാക്കുക. സസ്യങ്ങൾ കൊണ്ടാണ് കൂടൊരുക്കുന്നത്. കൂട്ടിലേക്ക് ഒന്നോ രണ്ടോ പ്രവേശന കടവാടം ഉണ്ടാവും. 3–6 മുട്ടകളിടും.

മുട്ടകൾക്ക് അടഞ്ഞ മഞ്ഞനിറം. ഇതിൽ ചുവപ്പു കലർന്ന തവിട്ടു നിറത്തിലുള്ള കുത്തുകൾ ഉണ്ടാവും. 23-27 ദിവസം കൊണ്ട് ഇവ വിരിയും. ആണും പെണ്ണും അടയിരിക്കും. മുട്ട വിരിഞ്ഞു കഴിഞ്ഞാലുടൻ കുഞ്ഞുങ്ങൾ സ്വതന്ത്രരായി നടക്കാൻ തുടങ്ങും. എന്നാലും 10-14 ദിവസം മാതാപിതാക്കളുടെ സംരക്ഷണത്തിലായിരിക്കും സഞ്ചരിക്കുന്നത്. ഒരു കൂട്ടിൽ ഒന്നിലധികം പെൺപക്ഷികൾ മുട്ടയിടാറുണ്ട്. അങ്ങനെയുള്ള അവസരത്തിൽ അവയെല്ലാം മാറിമാറി അടയിരിക്കും. കൂടിന് കാവലായി മറ്റ് പക്ഷികളുമുണ്ടാകും. കുഞ്ഞിനു കറുപ്പ് കലർന്ന ചാരനിറമാണ്. കുഞ്ഞുങ്ങളെ ആമ, പാമ്പ്, കീരി, പന്നിയെലി തുടങ്ങിയവ പിടികൂടാറുണ്ട്. വയലും മറ്റാവാസവ്യവസ്ഥയും നഷ്ടമാകുന്നതും വേട്ടയുമാണ് നീലക്കോഴിയുടെ നിലനില്പിനെ ബാധിച്ചിരിക്കുന്നത്.

നീലമാറൻ കുളക്കോഴി

Blue breasted rail/Slaty breasted rail

ശാസ്ത്രനാമം: ഗാലിറാലസ് സ്ട്രയേറ്റസ്

Gallirallus striatus Linnaeus,1766

കുടുംബം: റാലിഡേ

ഇൻഡ്യാ ഉപഭൂഖണ്ഡത്തിലും ദക്ഷിണ പൂർവ്വേഷ്യയിലും കാണാറുള്ള, സ്ഥിരവാസിയായ ഒരു നീർപ്പക്ഷിയാണ് നീലമാറൻ കുളക്കോഴി. എല്ലാത്തരം തണ്ണീർത്തട ആവാസ വ്യവസ്ഥകളിലും ഇവയെക്കാണാം. കേരളത്തിലെ നെൽപ്പാടങ്ങളിലും കണ്ടൽക്കാടുകളിലും ചതുപ്പുകളിലും ഇവയെ കണ്ടെത്തിയിട്ടുണ്ട്.

ഇതിന് 25-30 സെ.മീ. നീളം വരും. 100-140 ഗ്രാമാണ് സാധാരണ തൂക്കം. ഇവയ്ക്ക് പൊതുവെ, മുകളിൽ ചെമ്പിച്ച തവിട്ടുനിറവും വശങ്ങളിൽ ഇരുണ്ട ചാരനിറവുമാണ്. മുതുകിലും വശങ്ങളിലും ചിറകുകളിലും കറുപ്പും വെള്ളയും നിറമുള്ള ധാരാളം ചെറിയ വരകളും പുള്ളികളും കാണും. തലയും കഴുത്തും അല്പം നീണ്ടിരിക്കും. മൂർദ്ധാവ് മുതൽ പിൻകഴുത്തു വരെ ചുവപ്പു കലർന്ന ചെങ്കൽ നിറമായിരിക്കും. തലയുടെ കീഴ്പ്പകുതിയും മുൻകഴുത്തും തൊണ്ടയും മാറുമെല്ലാം നീല കലർന്ന ചാരനിറം അഥവാ സ്ലേറ്റ് നിറമാണ്. നീലമാറൻ എന്ന വിളിപ്പേരിനു കാരണം ഈ നിറമാണ്. കൊക്ക് നീണ്ടതാണ്. ഇതിന് പൊതുവെ ചുവപ്പു കലർന്ന ഓറഞ്ചു നിറമായിരിക്കും. അറ്റത്ത് നേരിയ തോതിൽ ചാരനിറം കലർന്നിരിക്കും. കാലുകൾക്ക് നേരിയ മഞ്ഞ കലർന്ന ചാരനിറം. കണ്ണുകൾചുവപ്പ്. വാൽ ചെറുതാണ്. ത്രികോണാകൃതി.

ഇവ കൂട്ടമായാണ് ജീവിക്കുക. അപകടഘട്ടങ്ങളിൽ വേഗത്തിൽ പറക്കാനാകുമെങ്കിലും പൊതുവെ, പറക്കുന്നതിൽ വിമുഖരാണ്. നല്ല വേഗത്തിൽ ഓടും. മിശ്രഭോജികളാണ്. വിരകൾ, മൊളസ്കുകൾ, ക്രസ്റ്റേഷ്യനുകൾ, പ്രാണികൾ, പുഴുക്കൾ, ചിലന്തികൾ എന്നിവയോടൊപ്പം ജലസസ്യങ്ങളുടെ വിത്തുകളും മുകുളങ്ങളുമൊക്കെ ഭക്ഷിക്കും. കൂടെക്കൂടെ ശബ്ദമുണ്ടാക്കാറുണ്ട്. കർക്കശമായി ക്റെക്ക് ക്റെക്ക് എന്നാണ് സാധാരണ ശബ്ദമുണ്ടാക്കുക.

ജൂൺ മുതൽ ഒക്ടോബർ വരെയാണ് പ്രജനനകാലം. ചതുപ്പിനരികിൽ നിലത്ത് ചെടികൾക്കിടയിൽ ഒളിപ്പിച്ചുവച്ച രീതിയിലാണ് കൂട് നിർമ്മിക്കുന്നത്. പുല്ലുകൾ മാത്രം ഉപയോഗിച്ചാണ് കൂടൊരുക്കുക. 5 മുട്ടകൾ വരെകാണും. മുട്ടയിട്ടു കഴിഞ്ഞാലും കൂട്ടിൽ ഇവ പച്ചപ്പുല്ലുകൾ വച്ചുകൊണ്ടിരിക്കുന്നതായി കണ്ടെത്തിയിട്ടുണ്ട്. മുട്ടകൾക്ക് ഇരുണ്ട ക്രീംനിറമാണ്. പുറത്ത് ചുവപ്പ് കലർന്ന തവിട്ടുനിറമുള്ള പുള്ളികൾ കാണും.

നീർക്കാട

Common sandpiper

ശാസ്ത്രനാമം: *ആക്റ്റിറ്റിസ് ഹൈപ്പോല്യൂക്കോസ്*
Actitis hypoleucos Linnaeus, 1758
(*ട്രിംഗാ ഹൈപ്പോലൂക്കോസ്*
Tringa hypoleucos Linnaeus, 1758)
കുടുംബം: സ്കോലോപാസിഡേ

യൂറോപ്പിലെയും ഏഷ്യയിലെയും മിതോഷ്ണമേഖലകളിലും സമശീതോഷ്ണമേഖലകളിലും പ്രജനനം നടത്തുകയും ശിശിരകാലത്ത് ആഫ്രിക്ക, ദക്ഷിണേഷ്യ, ആസ്ത്രേലിയ എന്നിവിടങ്ങളിലേക്ക് ദേശാടനം നടത്തുകയും ചെയ്യുന്ന ഒരു നീർപ്പക്ഷിയാണിത്. സെപ്തംബർ മുതൽ മേയ് മാസം വരെ ദേശാടനപക്ഷിയായി കേരളത്തിലെത്തുന്നു. നമ്മുടെ മിക്കവാറും തണ്ണീർത്തടങ്ങളിലും കായൽത്തീരങ്ങളിലും വിശാലമായ പാടങ്ങളിലും ഇവയെ കാണാവുന്നതാണ്.

ഇതൊരു ചെറുപക്ഷിയാണ്. 19–20 സെ.മീ. നീളം കാണും. നീണ്ട കൊക്കും ചെറിയ തലയുമാണിതിന്. ശരീരത്തിന്റെ മുൻവശം തടിച്ചുരുണ്ടതും പിൻവശം കൂർത്തതുമാണ്. വാൽ തീരെച്ചെറുതാണ്. കാലുകൾക്കു നീളമുണ്ടായിരിക്കും. തല, പുറംകഴുത്ത്, ചിറകുകൾ

എന്നിവയെല്ലാം ഇരുണ്ട തവിട്ടുനിറവും അടിഭാഗം വെള്ളയുമാണ്. കണ്ണിനുമീതെ ഒരു വെള്ളവരയുണ്ടാവും. അടിവശത്തെ വെള്ളനിറം ഇരുണ്ടമാറിന്റെയും ചുമലിന്റെയും ഇടയിലൂടെ അല്പദൂരം മുകളിലേക്ക് പരന്ന് കാണാറുണ്ട്. ചിറകുകൾ വിടർത്തുമ്പോൾ നടുക്കായി നെടുനീള ത്തിൽ ഒരു വെള്ളപ്പട്ട ഉണ്ടായിരിക്കും.

സഞ്ചാരം ഒറ്റയ്ക്കാണ്. ഇവയ്ക്ക് കുളിക്കുന്ന ശീലമുണ്ട്. ഇവയുടെ കുളിയും തുടർന്നുള്ള തൂവലുണക്കലും മനോഹരമായ കാഴ്ചയാണ്. ഇവ പറക്കുമ്പോൾ പ്ളീ... പ്ളീ... പ്ളീ... എന്നോ, ടീ... ടീ... ടീ... എന്നോ നീട്ടി വിളിക്കാറുണ്ട്.

മത്സ്യങ്ങൾ, തവളകൾ, ഒച്ചുകൾ, വിരകൾ തുടങ്ങിയവയാണ് ഇരകൾ. നിലത്ത് ഓടിനടന്നാണ് ഇരതേടുന്നത്. ഇരതേടുമ്പോൾ, പൃഷ്ഠഭാഗം സദാ മേലോട്ടും താഴോട്ടും ഇളക്കിക്കൊണ്ടിരിക്കും. ആഴം കുറഞ്ഞ ജലാ ശയങ്ങളിൽ ഇറങ്ങിനിന്നും ഇരതേടും.

മേയ്-ആഗസ്റ്റാണ് പ്രജനനകാലം. ഹിമാലയത്തിലും അതിനു വട ക്കുള്ള പ്രദേശങ്ങളിലുമാണ് കൂടുകൂട്ടുന്നത്. കുഞ്ഞുങ്ങൾ വളർന്നാ ലുടനെ ഇവ കേരളത്തിലേക്ക് നീലപ്പൊന്മാൻ ദേശാടനയാത്ര ആരംഭിക്കും. കേരളത്തിലെത്തുന്ന ദേശാടനക്കാരിൽ ഏറെക്കാലം ഇവിടെ തങ്ങുന്ന ഒരു പക്ഷിയാണ് നീർക്കാട.

നീലപ്പൊന്മാൻ/പൊന്മാൻ/ ചെറിയ മീൻകൊത്തി

Small blue kingfisher / Common kingfisher / River kingfisher

ശാസ്ത്രനാമം: *അൽസെഡോ അത്തിസ്*
Alcedo atthis Linnaeus, 1758

കുടുംബം: അൽസെഡിനിഡേ

ഏഷ്യ, യൂറോപ്പ്, ആഫ്രിക്ക എന്നീ വൻകരകളിലെ ജലാശയങ്ങളിൽ കാണപ്പെടുന്ന ഒരു പക്ഷിയാണ് നീലപ്പൊന്മാൻ. ഇന്ത്യയിൽ ഏതാണ്ട് പന്ത്രണ്ടോളം ജാതി മീൻകൊത്തികളെ തിരിച്ചറിഞ്ഞിട്ടുണ്ട്. ഇവയിൽ ആറെണ്ണം കേരളത്തിലുണ്ട്. നാട്ടിൻപുറങ്ങളിൽ സാധാരണയായി കാണ പ്പെടുന്ന മീൻക്കൊത്തിച്ചാത്തൻമാരിലെ ചെറുതും അത്ര സുലഭമല്ലാത്ത തുമായ ഒരിനമാണിത്. ഒരുകാലത്ത് കേരളത്തിലെ ഏതാണ്ടെല്ലാ പ്രദേശ ങ്ങളിലും കാണപ്പെട്ടിരുന്ന ഇവയിന്ന് ഏതാനും മേഖലകളിൽ മാത്രമായി

ചുരുങ്ങിയിരിക്കുന്നു. സ്ഥിരവാസികളായ ഇവയുടെ ആവാസം തണ്ണീർ ത്തടങ്ങളിലും നദീതീരങ്ങളിലുമാണ്.

അങ്ങാടിക്കുരുവിയെക്കാൾ അല്പംകൂടി വലുപ്പമുള്ള ഇതിന് പരമാ വധി 16 സെ.മീ. നീളവും 35-45 ഗ്രാം ഭാരവും 25 സെ.മീ. ചിറകു വിസ്താരവുമുണ്ടാകും. ഇതിന്റെ ശരീരത്തിന്റെ മുകൾഭാഗമെല്ലാം തിളക്ക മുള്ള നീലനിറമാണ്. അടിഭാഗം ആകർഷകമായ ഓറഞ്ച്നിറം. കണ്ണിനു കുറുകെ ചെവിത്തടത്തിൽ ചെമ്പിച്ച തവിട്ടുനിറമുള്ള ഒരു പട്ടയും അതി നടുത്തായി ഒരു തൂവെള്ളപ്പട്ടയും കാണാവുന്നതാണ്. കാലുകൾക്ക് ചുവപ്പ് നിറം. കൊക്ക് കറുപ്പ്. ഇവയിലെ ആൺ-പെൺ പക്ഷികളെ തിരിച്ചറിയാൻ പ്രയാസമാണ്. പെണ്ണിന്റെ കീഴ്ച്ചുണ്ടിന് ഓറഞ്ച് കലർന്ന ചുവപ്പുനിറമായിരിക്കുമെന്നതാണ് പ്രധാന വ്യത്യാസം. ചുണ്ടിന്റെ അറ്റം കറുപ്പുനിറമായിരിക്കും.

ഇവ ഏകാന്തവാസികളാണ്. ചേക്കേറുന്നതും ഒറ്റയ്ക്കുതന്നെ. പ്രജ നനകാലത്ത് ഇണപ്പക്ഷിയോടൊപ്പം കാണാം. മിക്കവാറും നിശ്ശബ്ദരാ യിട്ടാണ് ഇവയുടെ സഞ്ചാരം.

മറ്റു മീൻകൊത്തികളെപ്പോലെ മത്സ്യങ്ങളും ജലജീവികളുമാണ് ഇവ യുടെയും ഇഷ്ടഭക്ഷണം. മരക്കൊമ്പുകളിലും കരയിലും ഇരയെക്കാത്ത് വളരെനേരം നിശ്ശബ്ദമായി ഇവയിരിക്കാറുണ്ട്. ഇരയെക്കണ്ടെത്തിയാൽ ശരവേഗത്തിൽ പറന്നിറങ്ങി അതിനെ പിടികൂടി തിരിച്ച് മരക്കൊമ്പിലെ ത്തിയ ശേഷം വിഴുങ്ങും.

പ്രജനനകാലം നവംബർ-ജൂൺ മാസമാണ്. പുഴക്കരയിലെ മൺതിട്ട കളിലാണ് ഇവ കൂട് നിർമ്മിക്കുന്നത്. ഒരു തവണ 3-4 മുട്ടകൾ ഇടാ റുണ്ട്. മുട്ടകൾ ഉരുണ്ടതും തിളങ്ങുന്ന വെള്ളനിറമുള്ളതുമാണ്. 2 സെ.മീ. വ്യാസം വരുന്ന മുട്ടയ്ക്ക് 4 ഗ്രാമിലധികം തൂക്കമുണ്ടാകും. പകൽ ആൺ -പെൺ പക്ഷികൾ മാറിമാറി അടയിരിക്കുമെങ്കിലും രാത്രികാലത്ത് പെൺ പക്ഷികൾ മാത്രമാണ് അടയിരിക്കുക. മുട്ടകൾ വിരിയാൻ 19-20 ദിവസം വേണ്ടിവരും. കുഞ്ഞുങ്ങളെ തീറ്റിപ്പോറ്റുന്നത് ഇരുവരും ചേർന്നാണ്.

പച്ച എരണ്ട
Cotton teal/ Cotton pygmy goose
ശാസ്ത്രനാമം: നെറ്റാപ്പസ് കോറമാൻഡെലിയാനസ്
Nettapus coromandelianus Gmelin, 1789
കുടുംബം: അനാറ്റിഡേ

ഇൻഡ്യ, പാക്കിസ്ഥാൻ, ബംഗ്ലാദേശ്, ദക്ഷിണ പൂർവ്വേഷ്യ, ആസ്ട്രേലിയ എന്നിവിടങ്ങളിലെ സ്ഥിരവാസിയായ ഒരു നീർപ്പക്ഷിയാണ് പച്ച എരണ്ട.

കേരളത്തിൽ കാണപ്പെടുന്ന ഏറ്റവും ചെറിയ എരണ്ടയിനമാണിത്. വിശാലമായ ജലാശയങ്ങളിലും ചതുപ്പ് പ്രദേശങ്ങളിലും ഇവയെ കാണാം. ഇതിന് 26-30 സെ.മീ. നീളം വരും. താരതമ്യേന വലുതായ ആണിന് 255-310 ഗ്രാമും പെണ്ണിന് 185-255 ഗ്രാമും ഭാരമുണ്ടാവും. ഏറെക്കുറെ താറാവിനെപ്പോലെയാണിത്. തമ്മിൽ തിരിച്ചറിയാൻ പ്രയാസമാണ്. പേര് സൂചിപ്പിക്കുന്നതു പോലെ ഇവയുടെ ശരീരത്തിൽ പച്ചനിറമുണ്ട്. പ്രജനനേതര കാലങ്ങളിൽ ചിറകിലുള്ള വെള്ളപ്പട്ടയിലൊഴികെ ആണിന് പെണ്ണിൽ നിന്നും വ്യത്യാസമുണ്ടാകാറില്ല. മുതുകും ചിറകുകളും പച്ചയും തവിട്ടും നിറമാണ്. ശരീരത്തിന്റെ മുകൾഭാഗത്ത് തിളങ്ങുന്ന, കറുപ്പു കലർന്ന പച്ചനിറമായിരിക്കും. ദേഹത്തിന്റെ അടിഭാഗം വെള്ളനിറമാണ്. ചില കാലങ്ങളിൽ കഴുത്തിനു ചുറ്റും കറുപ്പു നിറമുള്ള ഒരു വലയം കാണാം. കണ്ണിനുമുകളിലൂടെ ഇരുണ്ട നിറമുള്ള ഒരു വരയുണ്ടാകും. പറക്കുമ്പോൾ ചിറകുകളുടെ അരികിൽ വീതിയുള്ള ഒരു വെള്ളവര തെളിഞ്ഞു കാണാം. പ്രജനനകാലത്ത് ആണിനും പെണ്ണിനും നിറ വ്യത്യാസമുണ്ടാകും.

ജലസസ്യങ്ങൾ നിറഞ്ഞ പ്രദേശങ്ങളാണ് ഇവയുടെ വിഹാരകേന്ദ്രങ്ങൾ. ഇണയോടൊപ്പവും ചെറുസംഘമായും വിഹരിക്കാറുണ്ട്. ഇവ പറക്കുമ്പോൾ ക്വാക്കി കക്ക്.. ക്വാക്കി കക്ക്.. എന്ന ശബ്ദമുണ്ടാക്കാറുണ്ട്. സസ്യങ്ങളും നെന്മണികളും ചെറുജലജീവികളുമാണ് ഭക്ഷണം.

ജൂലൈ-സെപ്തംബർ ആണ് പ്രജനനകാലം. ഇവ ഇന്ത്യയുടെ പല ഭാഗങ്ങളിലും കൂടുകെട്ടുന്നതായി വിവരമുണ്ട്. വെള്ളത്തിലോ വെള്ളത്തിനരികിലോ നിൽക്കുന്ന മരങ്ങളിലെ പൊത്തുകളിലാണ് മുട്ടയിടുന്നത്. പൊത്തുകളുടെ അകം ഉണക്കപ്പുല്ലുകളും തൂവലുകളുമൊക്കെ നിരത്തി മൃദുവാക്കിയിരിക്കും. 6-12 മുട്ടകൾ കാണും. മുട്ടയ്ക്ക് കോഴിമുട്ടയുടെ ആകൃതിയും ഇളം ക്രീം നിറവുമാണ്. ഇതിന് സന്താനനഷ്ടം പതിവാണ്. ആമകൾ, പാമ്പുകൾ, ഇരപിടിയൻപക്ഷികൾ എന്നിവയെല്ലാം കുഞ്ഞുങ്ങളെയും മുട്ടകളെയും ആഹരിക്കാറുണ്ട്. മിക്കവാറും ഒന്നോ രണ്ടോ കുഞ്ഞുങ്ങളേ പൂർണ്ണ വളർച്ചയെത്താറുള്ളൂ.

പച്ചക്കാലി
Common greenshank

ശാസ്ത്രനാമം: *ട്രിംഗാ നെബുലേറിയ*
Tringa nebularia Gunnerus, 1767
കുടുംബം: സ്കോലോപാസിഡേ

വടക്കൻ ഏഷ്യ, വടക്കൻയൂറോപ്പ്, വടക്കൻ സ്കോട്ലാന്റ് എന്നിവിടങ്ങളിൽ പ്രജനനം നടത്തുന്ന ഒരു ശുദ്ധജലപ്പറവയാണ് പച്ചക്കാലി.

തണുപ്പുകാലത്ത് ഇവ ഇന്ത്യയിലേക്ക് ദേശാടനം നടത്തുന്നു. ഇവയെ കേരളത്തിലും വിരളമായി കാണാവുന്നതാണ്. ജലസസ്യങ്ങൾ നിറഞ്ഞ പ്രദേശങ്ങളാണ് ഈ പക്ഷികളുടെ ഇഷ്ടമേഖലകൾ.

ഇതിന് 30-35 സെ. മീ. വലുപ്പമുണ്ടാകും. ചിറക് വിസ്താരം 55-65 സെ.മീറ്ററാണ്. ഭാരം190-200 ഗ്രാം. ഇവയുടെ മൂർദ്ധാവിനും പിൻകഴുത്തിനും ചിറകുകൾക്കും ഇളംചാരനിറം. മുഖം, കഴുത്ത്, ഉദരം എന്നിവിടങ്ങളിൽ വീതി കുറഞ്ഞ, ചെറിയ വരകളുണ്ടായിരിക്കും. ചിറകുകളിലും നേർത്ത വരകൾ കാണാം. അടയാളങ്ങളില്ലാത്ത അടിവശത്തിന് മുഷിഞ്ഞ വെള്ളനിറമാണ്. ചിറകുകളിൽ വെള്ളയോ കറുപ്പോ നിറങ്ങളുണ്ടായിരിക്കും. തടിച്ചു നീണ്ട കൊക്ക് അല്പം മുകളിലേക്ക് വളഞ്ഞതാണ്. നീണ്ടു മെലിഞ്ഞ കാലുകൾക്ക് ഇളംപച്ചനിറം.പച്ചക്കാലി എന്ന പേര് കാലുകളുടെ നിറവുമായി ബന്ധപ്പെട്ടാണ് കിട്ടിയത്. കൊക്കിന് പച്ച കലർന്ന കറുപ്പ് നിറം. ആൺ-പെൺ പക്ഷികളെ തിരിച്ചറിയാൻ പ്രയാസമാണ്.

ഒറ്റയ്ക്കാണ് ഇവ വിഹരിക്കുക. പറക്കൽ വേഗത്തിലാണ്. പറക്കുമ്പോൾ ടിയൂ... ടിയൂ... ടിയൂ... എന്ന് ചിലയ്ക്കാറുണ്ട്. മത്സ്യങ്ങൾ ഉൾപ്പടെയുള്ള ജലജീവികളാണ് ഇവയുടെ ആഹാരം. ഇരതേടുന്നത് നിലത്ത് നടന്നാണ്.

കേരളത്തിനു പുറത്താണ് ഇവയുടെ പ്രജനനം നടക്കുന്നത്. ചതുപ്പുകളിലെ ഉണങ്ങിയ നിലത്തെ കുഴികളിലാണ് മുട്ടയിടുന്നത്. 2-4 മുട്ടകളുണ്ടാവും. മുട്ടയ്ക്ക് അടഞ്ഞ മഞ്ഞനിറം. ഇതിൽ ധാരാളം ഇരുണ്ട പുള്ളികൾ കാണും.

പട്ടക്കണ്ണൻ എരണ്ട

Common teal/Eurasian teal

ശാസ്ത്രനാമം: *അനാസ് ക്രെക്ക*

Anas crecca Linnaeus,1758

കുടുംബം: അനാറ്റിഡേ

കോരിച്ചുണ്ടൻ എരണ്ടയെപ്പോലെ യൂറോപ്പിന്റെയും ഏഷ്യയുടെയും വടക്കൻ മേഖലകളിലും വടക്കേ അമേരിക്കയിലുടനീളവും കണ്ടു വരുന്ന ഒരിനം ചെറിയ എരണ്ടയാണ് പട്ടക്കണ്ണൻ എരണ്ട. ഇവയും ശിശിര കാലത്ത് ഇൻഡ്യാ ഉപഭൂഖണ്ഡം ഉൾപ്പടെയുള്ള ദക്ഷിണ മേഖലകളി

ലേക്ക് ദേശാടനം നടത്തും. തണ്ണീർത്തടങ്ങളാണ് ഇവയുടെയും താവളങ്ങൾ.

താരതമ്യേന വലുപ്പം കുറഞ്ഞ ഈ പക്ഷിക്ക് 34-38 സെ.മീ. നീളവും 53-60 സെ.മീ. ചിറകുവിസ്താരവും കാണും. പ്രജനനകാലത്തൊഴികെ ആണും പെണ്ണും കാഴ്ചയ്ക്ക് ഒരുപോലെയാണ്. ആണിന് അല്പം വലുപ്പം കൂടും. ആണിനും പെണ്ണിനും യഥാക്രമം 340 ഗ്രാം, 320 ഗ്രാം എന്നിങ്ങനെയാണ് തൂക്കം.

ധാരാളം വരകളും പുള്ളികളുമുള്ള, ചെമ്പിച്ച തവിട്ടുനിറമാർന്ന ദേഹം, തടിച്ചു കുറുകിയ കഴുത്ത്, ഉരുണ്ട തല, ഇരുണ്ട ചാരനിറമുള്ള കൊക്ക്, തവിട്ടുനിറമുള്ള കണ്ണുകൾ, നരച്ച മഞ്ഞനിറമുള്ള ചർമ്മബന്ധിതമായ കാലുകൾ, ചിറകുകളിൽ പറക്കുമ്പോൾ കാണുന്ന കടുംപച്ച, കറുപ്പ്, വെള്ള പട്ടകൾ എന്നിവയാണ് പൊതുലക്ഷണങ്ങൾ.

പ്രജനനകാലത്ത് ആണിന്റെ ശരീരം വർണ്ണമനോഹരമാണ്. ഈ സമയത്ത് ഇവയുടെ ശരീരത്തിന് ചാരനിറമായിരിക്കും. നിറം കുറഞ്ഞ അടിവശത്ത് ഇരുണ്ട ചാരനിറമുള്ള ധാരാളം ചെറിയ വരകളും മുതുകിലും ചിറകുകളിലും വീതിയുള്ള വരകളും കാണാം. ക്രീംനിറമുള്ള നെഞ്ചിൽ കറുത്ത പൊട്ടുകളുണ്ടാവും. തല ഇരുണ്ട ചെങ്കൽനിറം. ബോട്ടിൽ പച്ചനിറത്തിൽ വീതിയുള്ള കൺപട്ടയുണ്ട്. ഇതിന് താഴെ ക്രീം നിറമുള്ള ഒരു വരയും കാണാം. വാലിൽ കറുപ്പും വെളുപ്പും തൂവലുകളുണ്ടാവും. വാലിനടിയിൽ ത്രികോണാകാരത്തിൽ വളരെ പ്രകടമായ ഒരു മഞ്ഞപ്പാടുണ്ട്. ഇത് പറക്കുമ്പോഴാണ് കൂടുതൽ വ്യക്തമായി കാണുക. പ്രജനനകാലം കഴിയുന്നതോടെ വർണ്ണത്തൂവലുകൾ കൊഴിഞ്ഞ് ആൺപക്ഷി പെൺപക്ഷിയെപ്പോലെയാകും.

ഇവ വലിയ കൂട്ടമായാണ് കഴിയുക. എപ്പോഴും ശബ്ദമുണ്ടാക്കി ക്കൊണ്ടിരിക്കും. ഇതൊരു മിശ്രഭോജിയാണ്. നിലത്തും ആഴം കുറഞ്ഞ ജലത്തിലും ഇരതേടും. സസ്യഭാഗങ്ങളും വിത്തുകളും പ്രാണികളും അകശേരുകികളുമൊക്കെയാണ് ഭക്ഷണം.

ഏപ്രിൽ-മേയ് ആണ് പ്രജനനകാലം. ജലാശയങ്ങൾക്ക് സമീപത്ത് വരണ്ട നിലത്താണ് കൂടൊരുക്കുക. നിലത്ത് ചെറിയ കുഴിയുണ്ടാക്കി അകത്ത് ചെറുതൂവലുകളും പൂടയും ഇലകളും നിരത്തും. നേർത്ത പച്ച നിറമുള്ള 10 മുട്ടകളിടും. 21-23 ദിവസമാണ് അടയിരിപ്പ്. വിരിഞ്ഞിറങ്ങി അധികം താമസിയാതെതള്ളപ്പക്ഷി കുഞ്ഞുങ്ങളെ വെള്ളത്തിലിറക്കും. പെണ്ണ് മാത്രമാണ് അടയിരിക്കുകയും കുഞ്ഞുങ്ങളെ പോറ്റുകയും ചെയ്യുക. 25-30 ദിവസം പ്രായമാകുമ്പോൾ കുഞ്ഞുങ്ങൾ സ്വയം തീറ്റ തേടിത്തുടങ്ങും.

പവിഴക്കാലി
Black-winged stilt /Pied stilt /Common stilt
ശാസ്ത്രനാമം: ഹിമാന്റോപ്പസ് ഹിമാന്റോപ്പസ്
Himantopus himantopus Linnaeus, 1758
കുടുംബം: റിക്കർവിറോസ്ട്രിഡേ

ആഫ്രിക്കയിലും ഏഷ്യയിലും അമേരിക്കൻ ഐക്യനാടുകളിലും കാണപ്പെടുന്ന ഒരു പക്ഷിയാണ് പവിഴക്കാലി. പട്ടക്കോഴിയുടെ വലുപ്പമുള്ള ഈ പക്ഷി കേരളത്തിൽ ദേശാടകരായി എത്തുകയാണ് പതിവ്. വിശാലമായ തടാകങ്ങളിലും പാടങ്ങളിലും പൊന്തകളിലും മറ്റും ഇതിനെ കാണാവുന്നതാണ്.

മനോഹരമായ ഒരു പക്ഷിയാണിത്. ഇതിന് 35-40 സെ.മീ. നീളം വരും. ചിറക് വിസ്താരം ശരാശരി 75 സെ.മീറ്ററും ഭാരം 160-215 ഗ്രാമുമാണ്. കറുപ്പും വെള്ളയും നിറങ്ങളുള്ള ഇവയുടെ ദേഹം മെലിഞ്ഞതാണ്. പറക്കുമ്പോൾ വെള്ളയും കറുപ്പും നിറങ്ങൾ വ്യക്തമായി കാണാവുന്നതാണ്. നീണ്ട കാലുകൾക്ക് പവിഴത്തിന്റെ പിങ്ക് നിറമാണ്. പവിഴക്കാലിയെന്ന വിളിപ്പേരിന് കാരണമിതാണ്. വിരലുകൾക്ക് നിളം കുറവാണ്. നീണ്ടു കൂർത്തതും നേർത്തതുമായ കൊക്കിനും ചിറകുകൾക്കും കറുപ്പുനിറം. കണ്ണുകൾ ചുവപ്പ്. ദേഹത്തിന്റെ മറ്റുഭാഗങ്ങൾ തൂവെള്ളയാണ്. പൊതുവെ മങ്ങിയ നിറമുള്ള കുഞ്ഞിന് ദേഹത്തിലെ കറുപ്പ് ഭാഗത്ത് വരകളുണ്ടായിരിക്കും.

5-15 എണ്ണം വരുന്ന സംഘമായിട്ടാണ് ഇവയുടെ സഞ്ചാരം. പറക്കുമ്പോൾ ഇടയ്ക്ക് ശബ്ദിക്കാറുണ്ട്. കിക്ക്... കിക്ക്... എന്നാണ് ശബ്ദം.

ഇവ മാംസഭോജികളാണ്. മത്സ്യങ്ങളും തവളകളും ഞണ്ടുകളും ഒച്ചുകളും വിരകളും മറ്റുമാണ് ഇരകൾ. ആഴം കുറഞ്ഞ ജലാശയങ്ങളിൽ നിലത്തു നടന്നാണ് ഇവ ഇരതേടുന്നത്. നീണ്ട കാലുകൾ വെള്ളത്തിൽ നിന്ന് ഉയർത്തി എടുത്ത് വെച്ചാണ് നടക്കുന്നത്. ആവശ്യമെങ്കിൽ, ആഴം കൂടിയ സ്ഥലങ്ങളിൽ ഇറങ്ങിനിന്നും ഇരതേടും.

കേരളത്തിൽ ഇവ വിരളമായി പ്രജനനം നടത്തുന്നതായി സൂചനകളുണ്ട്. ജീവിതകാലം മുഴുവനും ഇവ ഒരിണയോടൊപ്പമാണ് കഴിയുന്നത്. ജലാശയക്കരയിൽ നിലത്താണ് കൂടൊരുക്കുന്നത്. ചിലപ്പോൾ, അടുത്തടുത്തായി ഏതാനും കൂടുകൾ കാണും. 3-5 മുട്ടകളുണ്ടാകും. മുഷിഞ്ഞ മഞ്ഞനിറമുള്ള മുട്ടയിൽ കറുത്ത പുള്ളികളുണ്ടാവും. ആൺ പക്ഷികൾ കൂടുകൂട്ടുന്നതിലും കുഞ്ഞുങ്ങളെ സംരക്ഷിക്കുന്നതിലും തീറ്റുന്നതിലും സജീവമായ പങ്കുവഹിക്കും.

പാതിരാക്കൊക്ക് /പകലുണ്ണാൻ/ തൊപ്പിക്കൊക്ക്

Black-crowned night heron/Night heron

ശാസ്ത്രനാമം: നിക്ടികോറാക്സ് നിക്ടികോറാക്സ്
Nycticorax nycticorax Linnaeus, 1758

കുടുംബം: അർഡീഡേ

ചില ഏഷ്യൻ രാജ്യങ്ങളിലും തെക്കേ അമേരിക്കയിലും കാണപ്പെടുന്ന ഒരു പക്ഷിയാണ് പാതിരാക്കൊക്ക്. കൊറ്റികളിലെ വ്യത്യസ്ത നിറമുള്ള ഒന്നാണിത്. ചതുപ്പുകളിലും വിശാലമായ തണ്ണീർത്തടങ്ങളിലും വിരളമായി കാണപ്പെടുന്നു.

കുളക്കൊക്കിനെക്കാൾ വലുപ്പമുള്ള ഇതിന് 58–65 സെ.മീ. നീളമുണ്ടാകും. തലയും പുറവും നീല കലർന്ന കറുപ്പാണ്. കഴുത്ത്, താടി, തൊണ്ട എന്നിവ നരച്ച വെള്ളനിറം. ചിറകുകൾ നീല കലർന്ന ചാരനിറം. കണ്ണുകൾ ചുവപ്പ്. കണ്ണിനു മുകളിൽ പുരികം പോലെ ഒരു വെളുത്ത വരയുണ്ടാവും. ഇളം പച്ചനിറമുള്ള കാലുകൾ. പ്രജനന കാലത്ത് കാലുകൾ റോസ് നിറമാകും. മറ്റു കൊറ്റികളെ അപേക്ഷിച്ച് ചെറുതും തടിച്ചതുമായ കഴുത്താണിതിന്. പ്രജനനകാലത്ത് മൂർദ്ധാവിൽ രണ്ട് നാടത്തൂവലുകൾ പ്രത്യക്ഷപ്പെടും. മുതിർന്ന പക്ഷിയുടെ ശരീരം ആകെക്കൂടി സുന്ദരമാണ്. കുഞ്ഞുങ്ങൾ മുതിർന്ന പക്ഷികളിൽ നിന്ന് തികച്ചും വ്യത്യസ്തരായിരിക്കും. ഇവയ്ക്ക് ധാരാളം പുള്ളികളും വരകളുമുള്ള തവിട്ടു നിറമായിരിക്കും. കൊക്കുകൾ തടിച്ച് കുറുകിയിരിക്കും. ഇവ പൂർണവളർച്ചയെത്താൻ ഏതാനും ആഴ്ചകൾ വേണ്ടിവരും.

ചെറുകൂട്ടമായിട്ടാണ് ഇവയുടെ സഞ്ചാരം. സന്ധ്യയ്ക്കും മഴക്കാലങ്ങളിൽ വെയിലില്ലാത്ത പ്രഭാതങ്ങളിലുമാണ് ഇവയെ കാണാൻ സാധിക്കുന്നത്. കഠിനമായ വെയിൽ ഇവയ്ക്കിഷ്ടമല്ല. ഇരുട്ടിനെ സ്നേഹിക്കുന്നതിനാലാണ് ഈ പക്ഷിക്ക് പാതിരാക്കൊക്കെന്ന പേര് ലഭിച്ചത്. നിക്ടികോറാക്സ് എന്ന ശാസ്ത്രനാമത്തിനും അർത്ഥം രാത്രിയിലെ പക്ഷി എന്നുതന്നെയാണ്. മരങ്ങളിലാണ് ഇവയുടെ വിശ്രമം.ഇതിനെ ശബ്ദം കൊണ്ടാണ് സാധാരണ തിരിച്ചറിയുന്നത്. കർക്കശമായ ഷ്ക്വോർക്ക്... എന്നാണ് സ്വരം.

ഇവ മാംസഭോജികളാണ്. മത്സ്യങ്ങൾ ഉൾപ്പടെയുള്ള ജലജീവികളാണ് ഇരകൾ. ചതുപ്പുകളിലും ജലാശയങ്ങളിലുമാണ് ഇരതേടൽ. വെള്ളത്തിനരികിൽ ഇവ അനങ്ങാതെ നിശ്ശബ്ദമായി ഇരയെ കാത്ത് നില്ക്കുന്നത് പതിവാണ്.

ഇവയുടെ പ്രജനനകാലം ഫെബ്രുവരി മുതൽ ജൂൺ വരെയാണ്. വർഷത്തിൽ ഒരു തവണയണ് മുട്ടയിടുന്നത്. 2–3 മുട്ടകളുണ്ടാവും.

പുള്ളിക്കാടക്കൊക്ക്

Wood sandpiper

ശാസ്ത്രനാമം: *ട്രിംഗാ ഗ്ലാറിയോള*
Tringa glareola Linnaeus, 1758
കുടുംബം: സ്കോലോപാസിഡേ

യൂറോപ്പിലെയും ഏഷ്യയിലെയും തണുപ്പു കൂടിയ പ്രദേശങ്ങളിലെ നീർത്തടങ്ങളിൽ പ്രജനനം നടത്തുകയും ആഫ്രിക്കയിലേക്കും ദക്ഷിണഷ്യയിലേക്കും ആസ്ട്രേലിയയിലേക്കും ദേശാടനം നടത്തുകയും ചെയ്യുന്ന ഒരിനം നീർപ്പക്ഷിയാണിത്. കേരളത്തിൽ ഇവ ദേശാടനപ്പക്ഷികളായിട്ടാണ് കാണപ്പെടുന്നത്. ശുദ്ധജലശായങ്ങളുമായി ബന്ധപ്പെട്ടാണ് ഇവ ജീവിക്കുന്നതും പ്രജനനം നടത്തുന്നതും. മുഖ്യമായും കായലോരങ്ങളിലും ചതുപ്പുകളിലുമാണ് വാസം. തടാകങ്ങളിലും വെള്ളമുള്ള വയലുകളിലും കാണാറുണ്ട്. കേരളത്തിൽ സെപ്തംബർ മുതൽ മേയ് വരെ ഇവയെക്കാണാനാവും.

നീർക്കാടയുടെ അടുത്ത ബന്ധുവാണിത്. കരിമ്പൻ കാടക്കൊക്കുമായി വളരെ സാമ്യമുള്ള ഇതിനെ അവയിൽ നിന്നും തിരിച്ചറിയാൻ സഹായിക്കുന്നത് ശരീരത്തിലെ പുള്ളികളുടെ വ്യത്യാസവും, ചിറകുകളുടെ അടിവശത്തെ ചാരനിറവുമാണ്. കരിമ്പൻ കാടക്കൊക്കിന്റെയത്രയും തന്നെ വലുപ്പമുള്ള ഇതിന് 20–23 സെ.മീ. നീളവും 65–85 ഗ്രാം ഭാരവും 56–57 സെ.മീ. ചിറകുവിസ്താരവും കാണും. ദേഹം ചാരം കലർന്ന തവിട്ടുനിറമാണ്. അടിവശം വെള്ളനിറം. നീളമുള്ള കാലുകൾക്ക് മഞ്ഞനിറം. കൊക്ക് നീണ്ടതാണ്. കറുപ്പ് നിറം. കൊക്കിൽ നിന്ന് കണ്ണിനു മുകളിലൂടെ കടന്നുപോകുന്ന ഒരു വെള്ളഅടയാളമുണ്ട്. പേരിനെ അന്വർത്ഥമാക്കും വിധത്തിൽ കവിളിലും തലയിലും ദേഹത്തിന്റെ മുകൾ ഭാഗത്തും ധാരാളം പുള്ളികളുണ്ടായിരിക്കും.

സംഘമായിട്ടാണ് സഞ്ചാരം. ഒരു സംഘത്തിൽ 10–30 എണ്ണം കാണും. പറക്കുമ്പോൾ ഇഫ്... ഇഫ്... ഇഫ്... എന്നോ ഗിഫ്... ഗിഫ്... ഗിഫ്... എന്നോ വേഗത്തിൽ പറയുന്നതുപോലെ തോന്നും. മത്സ്യങ്ങളും തവളകളും ഞണ്ടുകളും ഒച്ചുകളും വിരകളും മറ്റുമാണ് ഇരകൾ.

നിലത്താണ് കൂടൊരുക്കുന്നത്. തറയിലുണ്ടാക്കുന്ന ചെറിയ കുഴിയുടെ അകത്ത് ഇലകളും തണ്ടുകളും പായലുകളും നിരത്തിയിരിക്കും. മരങ്ങളിൽ മറ്റു പക്ഷികൾ ഉപേക്ഷിച്ചുപോയ കൂടുകളും ചിലപ്പോൾ ഉപയോഗിക്കാറുണ്ട്. സാധാരണയായി 4 മുട്ടകളാണ് പതിവ്. വർഷത്തിൽ ഒരു തവണയാണ് മുട്ടയിടുന്നത്. 22–23 ദിവസമാണ് അടയിരിപ്പ്. ഒരു മാസം പ്രായമാകുമ്പോൾ കുഞ്ഞുങ്ങൾ പറക്കമുറ്റും. കൂടൊരുക്കലും കുഞ്ഞിനെ വിരിയിക്കലും കേരളത്തിനു പുറത്താണ്. കുഞ്ഞ് വിരിഞ്ഞ ശേഷമാണ് ഇവ കേരളത്തിലെത്തുന്നത്.

പുള്ളിച്ചുണ്ടൻ കൊതുമ്പന്നം
Spot-billed pelican

ശാസ്ത്രനാമം: *പെലിക്കാനസ് ഫിലിപ്പെൻസിസ്*
Pelecanus philippensis Gmelin,1789
കുടുംബം: പെലിക്കാനിഡേ

ഇന്ത്യ, ശ്രീലങ്ക, പാക്കിസ്ഥാൻ, ഇന്തോനേഷ്യ, മലേഷ്യ, കംബോഡിയ തുടങ്ങിയ രാജ്യങ്ങളിൽ കാണപ്പെടുന്ന ഒരിനം ഞാറപ്പക്ഷിയാണ് പുള്ളിച്ചുണ്ടൻ കൊതുമ്പന്നം. കേരളത്തിൽ ദേശാടനക്കാരായി എത്തുന്ന വലിയ പക്ഷികളിലൊന്നാണിത്. ഇവ വിരളമാണ്. വിശാലമായ കുളങ്ങളിലും മറ്റു ജലാശയങ്ങളിലുമാണ് ഇവയെത്തുക. കടുത്ത വംശനാശഭീഷണി നേരിടുന്ന ഇത് റെഡ് ലിസ്റ്റിൽ ഉൾപ്പെട്ടിട്ടുണ്ട്.

ഇതൊരു വലിയ പക്ഷിയാണ്. ഇതിന് 125-150 സെ.മീ. നീളവും 4-6 കി.ഗ്രാം തൂക്കവും കാണും. ദേഹം ഏറെക്കുറെ ചാരനിറമാണ്. കറുപ്പു നിറവും കാണാം. ചിറകുകളുടെ അഗ്രഭാഗം കറുപ്പാണ്. കട്ടിയുള്ള നീണ്ട കൊക്കും, നീളം കുറഞ്ഞ ബലമുള്ള കാലുകളുമാണ്. ഇവയുടെ കൊക്കിന്റെ കീഴ്ഭാഗം ഒരു സഞ്ചിയായി രൂപപ്പെട്ടിരിക്കും. ഇതിന്റെ അഗ്രം മഞ്ഞനിറവും മറ്റുഭാഗങ്ങൾ മങ്ങിയ റോസ്നിറവുമാണ്. കൊക്കിൽ ചെറിയ പുള്ളികളുണ്ടായിരിക്കും. ഇതാണ് പേരിനാധാരം. പ്രായമാകാത്തവയുടെ കൊക്ക് മുഴുവനായും ചാരനിറമായിരിക്കും. പ്രജനനകാലത്ത് ഇവയുടെ ശരീരത്തിന് നിറവ്യത്യാസമുണ്ടാകും. കുഞ്ഞുങ്ങളും മുതിർന്നവയിൽ നിന്ന് വ്യത്യസ്തരായിരിക്കും.

ചെറുസംഘമായിട്ടാണ് സഞ്ചരിക്കുന്നതും കൂടുകൂട്ടുന്നതും. ഭാരക്കൂടുതലുള്ളതിനാൽ പറക്കാൻ പ്രയാസമാണ്. എങ്കിലും, ചിറകടിച്ച് ആയാസപ്പെട്ട് നന്നായി പറക്കും. പൊതുവെ നിശ്ശബ്ദമായാണ് വിഹരിക്കുക.

വലിയ മത്സ്യങ്ങളാണ് ഇഷ്ടആഹാരം. ഒപ്പം ചെറു ജലജീവികളെയും ഭക്ഷിക്കാറുണ്ട്. ജലാശയത്തിനു മുകളിലൂടെ പറന്നുകൊണ്ട് ഇരയുടെ സ്ഥാനം മനസ്സിലാക്കി, അവയെ പിടിച്ചെടുക്കുന്നതാണ് ഇവയുടെ രീതി.

കൂട്ടമായാണ് കൂടുകെട്ടുന്നത്. മരങ്ങളിലെ താഴ്ന്ന കൊമ്പുകളിൽ ചുള്ളികളും പുല്ലുകളും മറ്റും കട്ടിയായി അടുക്കിവച്ചാണ് കൂട് നിർമ്മിക്കുക. 3-4 മുട്ടകളിടും. 30-33 ദിവസം കൊണ്ട് ഇവ വിരിയും. 3-4 മാസം വേണ്ടിവരും കുഞ്ഞുങ്ങൾ പറക്കമുറ്റാൻ. അതുവരെ ഇവ കൂട്ടിലോ കൂടിന്റെ പരിസരത്തോ കഴിയും. കേരളത്തിൽ ഇവയുടെ കൂടൊരുക്കൽ നടന്നതായി റിപ്പോർട്ടില്ല. എന്നാൽ, തമിഴ്നാട്ടിൽ ഇതിന്റെ കൂടുകൾ ധാരാളമായി കാണാം.

പുള്ളിച്ചുണ്ടൻ താറാവ്
Spot-billed duck

ശാസ്ത്രനാമം: അനാസ് പോസിലോറിങ്കാ
Anas poecilorhyncha Forster,1781
കുടുംബം: അനാറ്റിഡേ

പാക്കിസ്ഥാനും ഇൻഡ്യയും മുതൽ ജപ്പാന്റെ തെക്കൻ പ്രദേശങ്ങൾ വരെയുള്ള മേഖലകളിൽ സ്ഥിരവാസിയായ ഒരിനം താറാവാണിത്. ഇതിന് വിവിധ രാജ്യങ്ങളിലായി മൂന്ന് ഉപജാതികളുണ്ട്. കേരളത്തിൽ സ്ഥിര വാസികളാണെങ്കിലും വളരെ വിരളമാണ്. ഇവ ശിശിരകാല സന്ദർശക രാണെന്നും അഭിപ്രായമുണ്ട്. ജലസസ്യങ്ങൾ നിറഞ്ഞ വിശാലമായ പ്രദേശങ്ങളാണ് പുള്ളിച്ചുണ്ടൻ താറാവുകളുടെ വിഹാരകേന്ദ്രങ്ങൾ.

ഒറ്റനോട്ടത്തിൽ താറാവെന്ന് തോന്നുന്ന മനോഹരമായ ഒരു കാട്ടു പക്ഷിയാണിത്. താറാവിനോളം വലുപ്പമുള്ള ഇതിന് ശരാശരി 58–63 സെ.മീ. നീളവും 790–1500 ഗ്രാം ഭാരവും 83–95 സെ.മീ. ചിറകുവിസ്താരവും കാണും. ഇവയെ തിരിച്ചറിയാൻ സഹായിക്കുന്നത് കൊക്കിന്റെ അറ്റ ത്തുള്ള മഞ്ഞനിറവും കറുത്തനിറമുള്ള കൺതടവും മൂർദ്ധാവുമാണ്. ഇത് ചിലപ്പോൾ തവിട്ടുനിറത്തിലും കാണാറുണ്ട്. ദേഹത്ത് വരകളും പൊട്ടുകളുമുണ്ട്. ചിറകുകളും വാലും ചേരുന്ന ഭാഗത്തുള്ള തൂവലുകൾക്ക് വെള്ളനിറമാണ്. ആണും പെണ്ണും കാഴ്ചയ്ക്ക് ഒരുപോലെയാണെങ്കിലും ആൺപക്ഷിയുടെ കൊക്കിനും കണ്ണിനുമിടയിൽ ഒരു ചുവപ്പ് അടയാള മുണ്ടായിരിക്കും. കുഞ്ഞുങ്ങൾക്ക് കറുപ്പുനിറമാണ്. മുതുകിൽ മഞ്ഞ നിറം കാണും.

ഒറ്റയ്ക്കും ഇണകളായും ചെറുകൂട്ടമായും കാണപ്പെടും. സാധാരണ ഗതിയിൽ ഇണയോടൊപ്പമാണ് സഞ്ചരിക്കുന്നത്. നീന്തലും പറക്കലും വേഗത്തിലാണ്. ഒച്ച താറാവിന്റേതുപോലെയാണ്.

മിക്കവാറും മാംസഭോജികളാണ്. മത്സ്യങ്ങളും ചെറു ജീവികളുമാണ് മുഖ്യാഹാരം. സസ്യങ്ങളും വിത്തുകളുമെല്ലാം തിന്നാറുണ്ട്. വെള്ളത്തിൽ മുങ്ങിത്തപ്പിയാണ് ഇരതേടൽ.

ജലാശയങ്ങൾക്കടുത്താണ് കൂടൊരുക്കുന്നത്. കൂട് കണ്ടുപിടിക്കാൻ ബുദ്ധിമുട്ടാണ്. 7–13 മുട്ടകളാണ് പതിവ്. അവസാന മുട്ടയും ഇട്ടുകഴി ഞ്ഞാലേ അടയിരിക്കൽ ആരംഭിക്കൂ. അതിനാൽ കുഞ്ഞുങ്ങളെല്ലാം ഒരേ സമയത്താണ് വിരിയുക. 22–24 ദിവസം കൊണ്ട് മുട്ടവിരിയും. ഇവയ്ക്ക് സന്താനനഷ്ടം പതിവാണ്. ആമകൾ, കീരികൾ, പാമ്പുകൾ, മറ്റ് ഇര പിടിയൻമാർ എന്നിവയെല്ലാം മുട്ടയെയും കുഞ്ഞിനെയും അപഹരിക്കാ റുണ്ട്. പലപ്പോഴും പ്രായപൂർത്തിയാകുന്നത് ഒന്നോ രണ്ടോ മാത്രമായി രിക്കും.

പുള്ളിമീൻകൊത്തി

Lesser pied kingfisher /Pied kingfisher

ശാസ്ത്രനാമം: സെറൈൽ റൂഡിസ്

Ceryle rudis Linnaeus, 1758

കുടുംബം: സെറിലിഡേ

ദക്ഷിണേഷ്യയിലുടനീളം കാണപ്പെടുന്ന ഒരിനം മീൻകൊത്തിയാണിത്. ഇന്ത്യയിലെ സമതലപ്രദേശങ്ങളിലാണ് ഇവയെ കാണാനാവുക. വെള്ളയും കറുപ്പും മാത്രം നിറങ്ങളുള്ള ഏകജാതി മീൻകൊത്തിയാണിത്. ദക്ഷിണേന്ത്യയിൽ ഏതാണ്ട് മിക്കവാറും പ്രദേശങ്ങളിൽ ഇവയെ കാണാം. കേരളത്തിലെ മിക്ക വലിയ ജലാശയതീരങ്ങളിലുമുണ്ട്.

ഇതിന് 30 സെ.മീ. നീളം വരും. ദേഹത്തിന്റെ മുകൾഭാഗത്ത് കറുപ്പും വെള്ളയും നിറത്തിലുള്ള വരകളും പുള്ളികളും നിറഞ്ഞിരിക്കും. അടിഭാഗം ഏറെക്കുറെ വെള്ളയാണ്. മാറിടത്തിൽ, പെണ്ണിന് ഒന്നും ആണിന് രണ്ടും കറുത്ത പട്ടയുണ്ടാവും. ആണിനെയും പെണ്ണിനെയും തിരിച്ചറിയാനുള്ള ഏകമാർഗ്ഗമാണിത്. ഇരുണ്ട നിറമുള്ള കൊക്ക് കഠാരപോലെ നീണ്ട് കൂർത്തതാണ്. കറുത്ത കാലുകൾ. തലയിൽ ശിഖയുണ്ട്.

ഇവയെ സാധാരണയായി ഒറ്റയ്ക്കാണ് കാണുന്നത്. ചെറുസംഘമായും നിരീക്ഷിക്കപ്പെട്ടിട്ടുണ്ട്. സംഘത്തിൽ മാതാപിതാക്കളും കുഞ്ഞുങ്ങളുമായിരിക്കും കാണുക. പ്രജനനകാലത്ത് ഇണയോടൊപ്പം സഞ്ചരിക്കും. ഇവ വിശ്രമിക്കുന്നത് ജലാശയക്കരകളിലാണ്. വിരളമായി ശബ്ദിക്കാറുണ്ട്.

അന്തരീക്ഷത്തിൽ കാറ്റുചവിട്ടി നില്ക്കാൻ ഇവയ്ക്കു സാധിക്കും. ജലാശയത്തിന് മുകളിൽ ഇങ്ങനെ നിന്നുകൊണ്ട് താഴെ ഇരയുടെ സാന്നിധ്യം മനസ്സിലാക്കി അതിവേഗം താഴേക്ക് പറന്ന് ഞൊടിയിടയിൽ അതിനെ കൊക്കിലാക്കുകയാണ് രീതി. ഒരു ചെറുയുദ്ധവിമാനം കുത്തനെ നിലത്തേക്ക് പതിക്കുന്നതുപോലെയാണ് ഇത് വെള്ളത്തിലേക്ക് കൂപ്പുകുത്തുന്നത്. മറ്റു മീൻകൊത്തികൾക്കില്ലാത്ത ഈ കഴിവ് നേരിട്ട് കാണുകതന്നെ വേണം. പറക്കലും ഇരതേടലും വേഗത്തിലാണ്. മത്സ്യങ്ങൾ, ഞണ്ടുകൾ, ഒച്ച് തുടങ്ങിയവയാണ് ഇരകൾ. പൊതുവെ മീൻകൊതിയന്മാരാണിവ.

നവംബർ മുതൽ ജൂൺ വരെയാണ് പ്രജനനകാലം. പുഴക്കരയിലും മറ്റുമുള്ള മൺതിട്ടകളിലുണ്ടാക്കുന്ന മാളങ്ങളാണ് കൂടുകൾ. ഇവ കണ്ടെത്താൻ പ്രയാസമാണ്. ഒരു സ്ഥലത്ത് അടുത്തടുത്തായി ഒന്നിലധികം പക്ഷികളുടെ മാളങ്ങൾ കാണും. മാളങ്ങൾക്ക് ഒരു മീറ്ററോളം നീളം

കാണും. ഒരു തവണ 3-5 മുട്ടകളിടും. മുട്ടകൾ ഉരുണ്ടതും തിളക്കമുള്ള തുമാണ്. 18 ദിവസമാണ് അടയിരിപ്പ്. ആൺ-പെൺ പക്ഷികൾ മാറി മാറി അടയിരിക്കും. കുഞ്ഞുങ്ങൾ തള്ളപ്പക്ഷികളെപ്പോലെയാണ്. മൂന്നാഴ്ചയോളം ഇവ മാതാപിതാക്കളോടൊപ്പം കഴിയും. മാതാവും പിതാവും കുഞ്ഞുങ്ങളെ തീറ്റിപ്പോറ്റും.

പുഴആള

River tern/Indian river tern

ശാസ്ത്രനാമം: *സ്റ്റെർണാ ഓറാൻഷ്യ*

Sterna aurantia Gray,1831

കുടുംബം: സ്റ്റെർണിഡേ

ദക്ഷിണേഷ്യയിലെ പല രാജ്യങ്ങളിലും കാണപ്പെടുന്ന ഒരു നീർപ്പക്ഷി യാണ് പുഴആള. ഇന്ത്യ, തായ്‌ലന്റ്, ലാവോസ്, കംബോഡിയ, വിയറ്റ്നാം, തെക്കൻചൈന എന്നിവിടങ്ങളിലാണ് ഇവയെ കാണുക. ശുദ്ധജലാശയ ങ്ങളിലും ചിലപ്പോൾ അഴിമുഖങ്ങളിലും ഇവയെ കാണാവുന്നതാണ്. കേരളത്തിലെ നദീതീരങ്ങളിലും കായലോരങ്ങളിലും വിരളമായി കാണുന്നു. പേരുസൂചിപ്പിക്കുന്നതു പോലെ ഇവയെ കൂടുതലായി കാണുന്നത് പുഴകളുടെ തീരത്താണ്. കേരളത്തിൽ ഇവ സ്ഥിരവാസി കളാണ്.

ഇതിന് 38-46 സെ. മീ. നീളമുണ്ടാകും. ആണും പെണ്ണും ഒരുപോലെ യാണ്. ശരീരം വലുപ്പമുള്ളതാണ്. വാൽ ഉൾപ്പെടെയുള്ള മുകൾഭാഗ മെല്ലാം നരച്ച ചാരനിറവും കഴുത്തുൾപ്പെടെയുള്ള അടിഭാഗം വെള്ള നിറവുമാണ്. വാലിന് നീളമുണ്ടായിരിക്കും. മറ്റ് ആളകളിൽ കാണപ്പെടു ന്നതുപോലുള്ള, വാലിലെ നീണ്ട പുറംതൂവലുകൾ ഇതിനും കാണാ വുന്നതാണ്. മൂർദ്ധാവും നെറ്റിയും കറുത്തനിറം. പ്രജനനകാലത്താണ് ഇത് വ്യക്തമായി കാണുന്നത്. കാലുകൾ ചുവപ്പ്. കൊക്ക് റോസ് കലർന്ന മഞ്ഞനിറം. കുഞ്ഞുങ്ങൾക്ക് നിറവ്യത്യാസമുണ്ടാവും. ഇവയുടെ ദേഹത്ത് ചെറിയ കറുത്ത പുള്ളികളുണ്ടാവും.

ഏകാന്തമായിട്ടാണ് ഇവയെ മിക്കപ്പോഴും കാണുന്നത്. പ്രജനന കാലത്ത് ഇണയോടൊപ്പം കാണും. ജലപ്പരപ്പിൽ പാറിക്കിടക്കാൻ കഴി യുമെങ്കിലും ഇവയ്ക്ക് നീന്താൻ സാധിക്കില്ല. ചിലപ്പോൾ ശബ്ദിക്കാ റുണ്ട്. ശബ്ദം പരുക്കനാണ്.

മാംസഭോജിയാണിത്. മുഖ്യാഹാരം മീനാണ്. എന്നാലും മറ്റ് ജല ജീവികളെയും ഭക്ഷിക്കാറുണ്ട്. വെള്ളത്തിൽ മുങ്ങിയാണ് ആഹാര സമ്പാദനം.

കേരളത്തിൽ ഇവ കൂടൊരുക്കാറുണ്ട്. പാറകൾ നിറഞ്ഞ പ്രദേശങ്ങളിലാണ് കൂടൊരുക്കുന്നത്.

പെരുങ്കൊക്കൻ പ്ലോവർ

Great thick-knee/Great stone plover

ശാസ്ത്രനാമം: *എസാക്കസ് റിക്കർവിറോസ്ട്രിസ്*

Esacus recurvirostris Cuvier, 1829

കുടുംബം: ബർഹിനിഡേ

ഇൻഡ്യ, പാക്കിസ്ഥാൻ, ശ്രീലങ്ക എന്നിവിടങ്ങളിലും ദക്ഷിണ പൂർവ്വേഷ്യയിലെയും ഉഷ്ണമേഖലകളിൽ കണ്ടുവരുന്ന ഒരു വലിയ കൊറ്റി വർഗ്ഗ പക്ഷിയാണ് പെരുങ്കൊക്കൻ പ്ലോവർ. തടാകക്കരകളിലും നദീതീരങ്ങളിലുമുള്ള ചരൽപ്രദേശങ്ങളിലാണ് ഇവയെ കാണപ്പെടുന്നത്. നാടോടികൾ എന്ന് വിശേഷിപ്പിക്കാവുന്ന ഇവ പൊതുവെ വിരളമാണ്.

നീളം ഏറെയില്ലാത്ത തടിച്ച കൊക്കുകളും വണ്ണം കൂടിയ കഴുത്തും ഇതിന്റെ സവിശേഷതകളാണ്. കൊക്കിന്റെ അഗ്രഭാഗത്ത് കറുപ്പും ആരംഭ ഭാഗത്തിന് മഞ്ഞ നിറവുമാണ്. കൊക്കിന് മുകളിൽ നേരിയ വളവുണ്ടാവും. ദേഹത്തിന് വെള്ളകലർന്ന ചാരനിറം. ഈ പക്ഷിയുടെ നെറ്റിത്തടവും കൺപട്ടയും കഴുത്തിലെ വളയവും വെള്ളനിറമാണ്. കണ്ണിന് മഞ്ഞനിറമായിരിക്കും. കണ്ണിനോട് ചേർന്ന് മുകളിലും താഴെയുമായി വീതികൂടിയ രണ്ടു കറുത്ത പട്ടകളും ഉണ്ടാവും. പക്ഷിയുടെ ചിറകുകളിലും ഇതുപോലെ വീതി കൂടിയ ഒരു കറുത്ത പട്ടയുണ്ടാവും. പറക്കുമ്പോഴാണ് ഇത് വ്യക്തമാവുക. വിശ്രമിക്കുമ്പോൾ ചിറകുകൾക്ക് കുറുകെയുള്ള വെള്ളപ്പാട് വ്യക്തമായി കാണാം. വാലിന് നീളം കുറവാണ്. ഇവയുടെ കാലുകൾക്ക് നീളമുണ്ടായിരിക്കും. ആൺ-പെൺ പക്ഷികൾക്ക് നിറവ്യത്യാസമുണ്ടാകില്ല. കുഞ്ഞുങ്ങൾക്ക് അടഞ്ഞ നിറമായിരിക്കും. ഇതിന് 50–55 സെ.മി. നീളം വരും. തടിച്ച കൊക്കിന് 7 സെ.മീറ്ററോളം നീളമുണ്ടാകും.

രാവിലെയും സന്ധ്യയ്ക്കും രാത്രിയുമാണ് സാധാരണ സജീവമാകുന്നത്. ചിലപ്പോൾ പകൽ സമയത്തും അലസമായി നടക്കും. ഇടയ്ക്കിടെ കുറച്ചുദൂരം ഓടിയും ഇവ ഇരതേടാറുണ്ട്. സുലഭമായി കാണാൻ കഴിയുന്നത് മഴക്കാലത്താണ്. വേഗത്തിൽ ഓടാനും അതുപോലെ പറക്കാനും ഇവയ്ക്കു സാധിക്കും. ശത്രുസാന്നിധ്യമുണ്ടായാൽ വേഗത്തിൽ ഓടി രക്ഷപ്പെടാനാണ് സ്വതവേ ഭീരുക്കളായ ഇവ ശ്രമിക്കുക.

മിശ്രഭോജികളായ ഇവ ഇരതേടുന്നത് നിലത്ത് നടന്നും ഇടയ്ക്കിടെ കുറച്ചുദൂരം ഓടിയുമാണ്. ഞണ്ടുകളും വലിയപ്രാണികളും ധാന്യങ്ങളും മറ്റുമാണ് ഭക്ഷണം.

ഒരു മുട്ടയാണിടുക. നരച്ച മഞ്ഞനിറമുള്ള ഇതിന്റെ പുറത്ത് തവിട്ടു നിറമുള്ള ധാരാളം പാടുകൾ കാണും.

പെരുമുണ്ടി

Large Egret /Great Egret

ശാസ്ത്രനാമം: കാസ്മെറോഡിയസ് ആൽബ

Casmerodius alba modesta J E Gray, 1831

കുടുംബം: ആർഡിഡേ

ലോകത്ത് മിക്കവാറും പ്രദേശങ്ങളിൽ കണ്ടു വരുന്ന ഒരു നീർപ്പക്ഷി യാണ് പെരുമുണ്ടി. പേരു സൂചിപ്പിക്കുന്നതു പോലെ ഇത് വലിയ ഒരിനം മുണ്ടിയാണ്. സ്ഥിരവാസിയാണിത്. കേരളത്തിൽ വിരളമാണ്. എന്നാൽ, ചില സംസ്ഥാനങ്ങളിൽ സുലഭമായി കാണുന്നുണ്ട്. പാടങ്ങളും വിശാല മായ ജലാശയങ്ങളുമാണ് ഇവയുടെ വിഹാരകേന്ദ്രങ്ങൾ.

ഇതിന് 70-105 സെ.മീ. നീളം കാണും. കാലുകൾക്ക് 80 സെ.മീ. ഉയരം. ചിറക് വിസ്താരം 130-140 സെ.മീ. 950 ഗ്രാം തൂക്കം. ആണും പെണ്ണും കാഴ്ചയ്ക്ക് ഒരുപോലെയാണ്. ആണ് താരതമ്യേന വലുതാണ്. തൂവെള്ളനിറവും ഉയരമുള്ള കാലുകളും നല്ല നീളമുള്ളതും എസ് ആകൃതിയിൽ വളഞ്ഞതുമായ കൊക്കുമാണ് ഇവയുടെ പ്രകടമായ സവി ശേഷതകൾ. കൊക്ക് തടിച്ചതും നീളമുള്ളതുമാണ്. ഇതിന് പ്രജനന കാലത്ത് കറുപ്പുനിറവും മറ്റു കാലങ്ങളിൽ മഞ്ഞനിറവുമായിരിക്കും. കാൽത്തണ്ടിന് ചുവപ്പുനിറമാണ്. പാദത്തിനും വിരലുകൾക്കും തവിട്ടു കലർന്ന കറുപ്പുനിറം. മാറിടത്തിലും മുതുകിലും നീണ്ട തൂവലുകൾ കാണും. കൊക്കിനും കണ്ണിനുമിടയിൽ ഇളംപച്ചനിറമാണ്. ആണിനും പെണ്ണിനും പ്രജനനകാലത്ത് നീണ്ട് നേർത്തതും ഒഴുകിക്കിടക്കുന്നതു മായ തൂവെള്ളത്തൂവലുകൾ പ്രത്യക്ഷപ്പെടും. ഈ സമയത്ത് കാലു കളുടെ മുകളറ്റത്ത് പിങ്ക് കലർന്ന മഞ്ഞനിറമുണ്ടാകും.

മിക്കവാറും ഒറ്റയ്ക്കാണ് ഇവയെക്കാണുക. പറക്കുമ്പോൾ കഴുത്ത് കുറുക്കി തല ദേഹത്തോട് ചേർത്തു വയ്ക്കുയും കാലുകൾ ചേർത്തു വച്ച് പിന്നിലേക്ക് നീട്ടിപ്പിടിക്കുകയും ചെയ്യും. ഇവ മിക്കവാറും നിശ്ശബ്ദ രാണ്. പ്രജനനകാലത്ത് കക്ക്..കക്ക്..കക്ക്.. എന്ന് ശബ്ദമുണ്ടാക്കും.

മാംസഭോജികളാണിവ. ജലജീവികളാണ് ഇരകൾ. പ്രിയം മത്സ്യ ങ്ങളാണ്. അതിരാവിലെയും വൈകുന്നേരവുമാണ് ഇരതേടൽ.

കൂടൊരുക്കൽ നടക്കുന്നത് മേയ്-നവംബർ മാസങ്ങളിലാണ്. വലിയ മരങ്ങളിലോ കുറ്റിച്ചെടികളിലോ ചുള്ളികളും മറ്റും കൂട്ടിവച്ചാണ് കൂടു ണ്ടാക്കുന്നത്. മുൻവർഷങ്ങളിലെ കൂട് വീണ്ടും ഉപയോഗിക്കുന്ന

പതിവുമുണ്ട്. കൂടുകൾ കൂട്ടമായും മറ്റിനം പക്ഷികളുടെ കൂടുകൾക്കടുത്തുമൊക്കെ കാണാറുണ്ട്. ഒരു സീസണിൽ 2-4 മുട്ടകൾ കാണും. മുട്ടകൾക്ക് നരച്ച നീല കലർന്ന പച്ചനിറം. ആണും പെണ്ണും അടയിരിക്കും. 23-28 ദിവസം കൊണ്ട് മുട്ടകൾ വിരിയും. 42-50 ദിവസം കഴിയുമ്പോൾ കുഞ്ഞുങ്ങൾ പറക്കമുറ്റും.

പൊടിപ്പൊന്മാൻ
Blue-eared kingfisher
ശാസ്ത്രനാമം: *അൽസീഡോ മെനിന്റിങ്ങ്*
Alcedo meninting Horsfield, 1821
കുടുംബം: അൽസീഡിനിഡേ

ഇൻഡ്യാ ഉപഭൂഖണ്ഡം മുതൽ തെക്കുകിഴക്കൻ ഏഷ്യ വരെയുള്ള പ്രദേശങ്ങളിൽ കണ്ടുവരുന്ന ഒരിനം പൊന്മാനാണിത്. കേരളത്തിലെ ഇടതൂർന്ന വനമേഖലകളിലെ തടാകങ്ങളുടെയും നദികളുടെയും തീരങ്ങളിൽ വളരെ വിരളമായി കാണപ്പെടുന്നു. സ്ഥിരവാസിയാണ്. മീൻകൊത്തികളിലെ ചെറിയ അംഗമാണ്. പൊടിപ്പൊൻമാൻ എന്ന പേര്, ഇത് പൊടി അഥവാ ചെറുത് ആണെന്നതിനെയാണ് സൂചിപ്പിക്കുന്നത്.

16 സെ.മീ. നീളവും 15-25 ഗ്രാം ഭാരവുമുള്ള ഈ ചെറുപക്ഷിക്ക് ചെറിയ മീൻകൊത്തിയോട് വളരെ സാമ്യമുണ്ട്. ഒറ്റനോട്ടത്തിൽ ഇവയെ തമ്മിൽ തിരിച്ചറിയാനാവില്ല. നിറവിന്യാസവും വലുപ്പവുമെല്ലാം ഏറെക്കുറെ ഒന്നുപോലെയാണ്. ആകെ പ്രകടമാകുന്ന വ്യത്യാസം ചെറിയ മീൻകൊത്തിയുടെ കവിളിൽക്കാണുന്ന തവിട്ടു കലർന്ന മഞ്ഞനിറത്തിലുള്ള ചെറിയ അടയാളം ഇതിന് കാണില്ല എന്നതാണ്. പകരം ഇവയ്ക്ക് കടും നീലനിറമാണ് കാണപ്പെടുന്നത്. കൂടാതെ ഇവയുടെ ദേഹത്തിന്റെ മുകൾഭാഗത്തിന് കടും നീലനിറവും അടിവശം ഇരുണ്ട ഓറഞ്ചു നിറവുമായിരിക്കും. ചെറിയ മീൻകൊത്തിയെക്കാൾ വാലിന് നീളം കുറവാണ്. കുഞ്ഞുങ്ങൾ മുതിർന്ന പക്ഷികളെപ്പോലെത്തന്നെയാണ്. എന്നാൽ, ചെവിത്തടം ഓറഞ്ചുനിറമായിരിക്കും. ആണിനെയും പെണ്ണിനെയും തിരിച്ചറിയാൻ പ്രയാസമാണ്.

ഇവയുടെ പറക്കൽ വേഗത്തിലാണ്. ശത്രുസാന്നിധ്യം ഉണ്ടായാൽ ധൃതിയിൽ പറന്നകലും. പൊന്മാന്റെ അതേ ശബ്ദമാണിവയ്ക്ക്.

മത്സ്യങ്ങളും മറ്റു ജലജീവികളുമാണ് ഇവയുടെ ഇരകൾ. ഇര പിടിക്കാൻ മിടുക്കരാണിവ. അരുവികളുടെ മുകളിലേക്ക് ഇടതൂർന്ന് വളർന്നിറങ്ങി നില്ക്കുന്ന മരങ്ങളിലാണ് ഇരയെക്കാത്തിരിക്കുക. ഇരയെ

കണ്ടാലുടനെ മരത്തിൽ നിന്ന് വെള്ളത്തിലേക്ക് കൂപ്പു കുത്തി നിമിഷ നേരം കൊണ്ട് അതിനെ പിടികൂടും.

പ്രജനനകാലം ജനുവരി-ജൂൺ. നദിക്കരകളിലെ മൺതിട്ടകളിലുണ്ടാക്കുന്ന മാളങ്ങളിലാണ് മുട്ടയിടുന്നത്. ഒരു തവണ 3-5 മുട്ടകൾ കാണും. ആണും പെണ്ണും മാറിമാറി അടയിരിക്കും. കുഞ്ഞുങ്ങളെ തീറ്റിപ്പോറ്റുന്നതും ഇരുവരും ചേർന്നാണ്.

പൊൻമണൽക്കോഴി

Pacific golden plover

ശാസ്ത്രനാമം: *പ്ലൂവിയാലിസ് ഫൾവ*

Pluvialis fulva Gmelin,1789

കുടുംബം: ചാരാഡ്രിഡേ

സൈബീരിയ മുതൽ പടിഞ്ഞാറൻ അലാസ്ക വരെയുള്ള ആർക്ടിക് തുന്ദ്രകളിൽ പ്രജനനകാലം കഴിച്ചശേഷം ദക്ഷിണേഷ്യയിലും ദക്ഷിണ പൂർവ്വേഷ്യയിലും ആസ്ട്രേലിയയിലും പസഫിക് ദ്വീപുകളിലുംശിശിര കാലം ചെലവഴിക്കുന്ന ഒരു മനോഹര പക്ഷിയാണ് പൊൻമണൽക്കോഴി. ജലവുമായി ബന്ധപ്പെട്ടാണ് ഈ പക്ഷിയുടെ ജീവിതം. അതിനാൽ, തണ്ണീർത്തടങ്ങളുടെ പരിസരങ്ങളിലും ജലസാന്നിധ്യമുള്ള കൃഷിസ്ഥലങ്ങളിലുമാണ് ഇവയെ കാണപ്പെടുന്നത്. കേരളത്തിലെ തീരദേശങ്ങളിലെ വെള്ളക്കെട്ടുകളുടെയും തടാകങ്ങളുടെയും നദികളുടെയും കരയിലും പാടങ്ങൾ, വേലിയേറ്റവും ഇറക്കവും നടക്കുന്നയിടങ്ങളിലെ ചെളിത്തട്ടുകൾ എന്നിവിടങ്ങളിലും ഇവ ദേശാടനത്തിനെത്തുന്നു.

ഇതിന് 23-26 സെ.മീ. നീളം വരും. ഉരുണ്ട തലയും കുറിയ കഴുത്തും നീണ്ട കാലുകളും ചെറിയ വാലും കറുത്ത കണ്ണുകളുമാണിവയ്ക്ക്. നീണ്ട കൊക്കിന് 2 സെ.മീ. നീളം വരും. വാൽ ചെറുതാണ്. ത്രികോണാകൃതി. പ്രജനനകാലത്ത് ഇവയുടെ ശരീരത്തിന്റെ മുകൾഭാഗത്ത് സ്വർണ്ണനിറത്തിലും തവിട്ടുനിറത്തിലുമുള്ള പുള്ളികളു ണ്ടാവും. മുഖവും കഴുത്തും നെഞ്ചും കൊക്കും കാലുകളും കറുപ്പുനിറമായിരിക്കും. മൂർദ്ധാവിൽ നിന്ന് തുടങ്ങി കണ്ണിനു മുകളിലൂടെ പിൻഭാഗത്തെത്തി, കഴുത്തിലൂടെയും ചുമലിലൂടെയും നെഞ്ചിന്റെ വശങ്ങളിലേക്ക് പോകുന്ന ഒരു വെള്ളപ്പട്ട ഈ സമയത്ത് പ്രത്യക്ഷപ്പെടും. പ്രജനനകാലം കഴിഞ്ഞ് മഞ്ഞുകാലമെത്തുമ്പോൾ കറുപ്പുനിറം മാഞ്ഞ് മഞ്ഞനിറമാകും. അടിവശം വെള്ളയായിരിക്കും. അല്പം നരച്ചിരിക്കുമെങ്കിലും ഏതാണ്ട് ഈ നിറവിന്യാസം തന്നെയായിരിക്കും കുഞ്ഞുങ്ങൾക്ക്.

ഇവ വലിയ കൂട്ടമായാണ് ജീവിക്കുന്നതും ദേശാടനം നടത്തുന്നതും. ഉച്ചത്തിൽ ട്യ്യൂയിറ്റ് എന്നോ കെറൂയിറ്റ് എന്നോ ക്യ്യൂയീക്ക് എന്നോ ശബ്ദമുണ്ടാക്കാറുണ്ട്. മിശ്രഭോജികളാണ്. ചെളിനിലത്താണ് ഇരതേടൽ. വിരകൾ, മൊളസ്കുകൾ, ക്രസ്റ്റേഷ്യനുകൾ, പ്രാണികൾ, പുഴുക്കൾ, ചിലന്തികൾ എന്നിവയാണ് ഇരകൾ. പ്രജനനകാലത്ത് ചെറുപഴങ്ങളും വിത്തുകളും മുകുളങ്ങളും ഇലകളുമൊക്കെയാണ് ഭക്ഷിക്കുക. മണൽത്തീരങ്ങളിലും വേലിയേറ്റത്തിരകൾ ഇറങ്ങിയ ഉടൻ അവയ്ക്ക് പിന്നാലെയും ഓടിയും ഇര കൊത്തിയെടുക്കാൻ നിന്നും വീണ്ടും ഓടിയും ഇവ ഇര തേടുന്നത് കൗതുകകരമായ കാഴ്ചയാണ്.

ജൂൺ-ജൂലൈ ആണ് പ്രജനനകാലം. കൂടുകെട്ടുന്നത് തുന്ദ്രയിലെ വരണ്ട മണ്ണിലാണ്. മണ്ണിൽ ആഴം കുറഞ്ഞ ചെറിയ കുഴികളുണ്ടാക്കി അകത്ത് ലൈക്കനുകൾ നിരത്തിയാണ് കൂടൊരുക്കുക. 4 മുട്ടകളിടും. ആണും പെണ്ണും അടയിരിക്കുകയും കുഞ്ഞുങ്ങളെ തീറ്റിപ്പോറ്റുകയും ചെയ്യും. 26 ദിവസം കൊണ്ട് മുട്ടകൾ വിരിയും. വിരിഞ്ഞയുടൻ കുഞ്ഞുങ്ങളും മാതാപിതാക്കളും തുന്ദ്രയിലെ കുറ്റിച്ചെടികളും പുല്ലുകളും നിറഞ്ഞ ഈർപ്പമുള്ള പ്രദേശങ്ങൾ തേടിപ്പോകും. ശത്രുസാമീപ്യമുണ്ടായാൽ, കുഞ്ഞുങ്ങളിൽ നിന്ന് ശത്രുവിന്റെ ശ്രദ്ധ തിരിക്കാനായി ചിറകൊടിഞ്ഞതുപോലെ ഇവ നടിക്കാറുണ്ട്.

മുൾവാലൻ കടൽക്കാക്ക

Pomarine jaegar/Pomarine skua

ശാസ്ത്രനാമം: *സ്റ്റേർക്കോറേറിയസ് പോമറൈനസ്*
Stercorarius pomarinus Temminck, 1815
കുടുംബം: സ്റ്റേർക്കോറേറിഡേ

പ്രധാന കരയിൽ നിന്നകന്ന കടൽമേഖലകളിൽ കാണപ്പെടുന്ന ഒരു കടൽപ്പക്ഷിയാണ് പോമറൈൻ മുൾവാലൻ കടൽക്കാക്ക. യൂറേഷ്യയുടെ ഉത്തരഭാഗങ്ങളിലും വടക്കേ അമേരിക്കയിലുമാണ് ഇവ പ്രജനനകാലം ചെലവഴിക്കുക. പ്രജനനകാലത്ത് തുന്ദ്രാപദേശങ്ങളിലും മറ്റു കാലങ്ങളിൽ തീരദേശങ്ങളിലുമാണിവയെക്കാണുക. മഞ്ഞു കാലത്ത് ഉഷ്ണമേഖലാസമുദ്രങ്ങളിലേക്ക് ദേശാടനം നടത്തുക പതിവാണ്.

മുതിർന്ന പക്ഷിക്ക് 46–47 സെ.മീ. നീളവും 540–920 ഗ്രാം ഭാരവും വരും. 110–140 സെ.മീ. ചിറകുവിസ്താരമാണ് കാണാറ്. പ്രജനനകാലത്ത് 10 സെ.മീ. വരെ നീണ്ട തൂവലുകൾ വാലിൽ പുതുതായുണ്ടാകും.

വാലിലെ മറ്റു തൂവലുകളെക്കാൾ നീണ്ടുനിൽക്കുന്ന ഇവയുടെ അറ്റത്തിന് സ്പൂണിന്റെ ആകൃതിയായിരിക്കും. മഞ്ഞു കാലമാകുമ്പോൾ ഇവ കൊഴിഞ്ഞുപോകും. ഈ സമയത്ത് മുതിർന്നവയെയും കുഞ്ഞുങ്ങളെയും തിരിച്ചറിയുക വിഷമകരമാണ്.

ഇതിന് തടിച്ച ദേഹമാണ്. ഇളംനിറമുള്ളവയും കടുംനിറമുള്ളവയുമായി പ്രകടമായ രണ്ടുതരം വർണ്ണവിന്യാസത്തിൽ ഇവയിലെ അംഗങ്ങളെ കാണാറുണ്ട്. ചിലപ്പോൾ ഇതിന്റെ രണ്ടിന്റെയും മധ്യേയുള്ള നിറത്തിലും കണ്ടെത്തിയിട്ടുണ്ട്. ഇളംനിറമുള്ളവയ്ക്ക് തവിട്ടു കലർന്ന കറുപ്പുനിറമുള്ള മുകൾഭാഗവും കടുംനിറമുള്ളവയ്ക്ക് ഇരുണ്ട കറുപ്പു നിറമുള്ള മുകൾഭാഗവുമാണ് കാണുക.ഇനമനുസരിച്ച് ചിറകുകളുടെ പൊതുനിറത്തിലും വ്യത്യാസം കാണും. രണ്ടിനത്തിന്റെയും അടിഭാഗം വെള്ളനിറമായിരിക്കും. ചിറകുകളിലെ വലിയ തൂവലുകളിൽ വെള്ളയുടെ ഒരു മിന്നായം എപ്പോഴും കാണാവുന്നതാണ്. തലയും കഴുത്തും മഞ്ഞ കലർന്ന കറുപ്പ് നിറമായിരിക്കും. ആൺപക്ഷി താരതമ്യേന ചെറുതാണ്. ഇതിന് ശരാശരി 650 ഗ്രാം ഭാരം വരുമ്പോൾ പെൺപക്ഷിക്ക് 745 ഗ്രാം ഭാരം വരും. ഇതിന് കറുത്ത കണ്ണുകളും കാലുകളുമാണ്. കൊക്കിന്റെ അറ്റത്തിന് കറുത്ത നിറവും ചുവടിലെ പകുതിക്ക് കറുപ്പു കലർന്ന മഞ്ഞനിറവുമാണ് കാണുന്നത്. മേൽക്കൊക്ക് അറ്റത്ത് വളഞ്ഞിരിക്കും.

ഇവ മാംസഭോജികളാണ്. ലെമ്മിങ്ങ് എന്നയിനം മണ്ണെലികളാണ് ഇവയുടെ ഇഷ്ടഭക്ഷണം. പിന്നാലെ ഓടിയാണ് അവയെ പിടികൂടുക. അവ മാളത്തിലൊളിച്ചാൽ ചുണ്ടു കൊണ്ട് മാളം മാന്തിയും പിടികൂടാറുണ്ട്. മണ്ണ് മാന്തി ഇരതേടുന്ന ഒരേയൊരു പ്രാപ്പിടിയനാണിത്. ലെമ്മിങ്ങുകളെയോ മറ്റു കരണ്ടുതീനികളെയോ കിട്ടാതെ വന്നാൽ മാത്രമേ ഇവ മറ്റിരകളെ തേടാറുള്ളൂ. അപ്പോൾ, ചീഞ്ഞഴുകുന്ന മാംസം ആഹരിക്കുകയും മത്സ്യങ്ങളെയും ചെറുപക്ഷികളെയും പിടികൂടുകയും ചെയ്യും. മറ്റു കടൽപ്പക്ഷികളുടെ ഇരകളെ തട്ടിയെടുക്കുന്ന സ്വഭാവവുമുണ്ട്.

ചതുപ്പുമണ്ണിലാണിവ കൂടൊരുക്കുക. നിലത്തുണ്ടാക്കുന്ന ചെറിയ കുഴികളിൽ പുല്ലുനിരത്തിയ ശേഷമാണ് മുട്ടയിടുന്നത്. ഒരു സീസണിൽ 2-3 മുട്ടകളിടും. മുട്ടയ്ക്ക് ഒലിവു കലർന്ന തവിട്ടു നിറം. മുട്ടകളെ സംരക്ഷിക്കുന്ന സ്വഭാവമുണ്ട്. മനുഷ്യസാമീപ്യമുണ്ടായാൽ അവരുടെ തലയ്ക്കു മുകളിലൂടെ ഭീഷണമായിപ്പറന്ന് ഭയപ്പെടുത്തും. പ്രത്യേകതരം ഒച്ചയുണ്ടാക്കി മറ്റു ശത്രുക്കളെയും വിരട്ടിയോടിക്കും. അടയിരിക്കുന്നത് പെണ്ണ് മാത്രമാണ്. 25-27 ദിവസം കൊണ്ട് മുട്ടകൾ വിരിയും. വിരിഞ്ഞ് രണ്ടാം ദിവസം കുഞ്ഞുങ്ങൾ കൂടിനു വെളിയിലിറങ്ങും. തൂവലുകൾ പൂർണ്ണമായി രൂപപ്പെടാനും പറക്കമുറ്റാനും ഒരു മാസം കൂടിയെടുക്കും.

മഞ്ഞക്കൊച്ച

Yellow bittern

ശാസ്ത്രനാമം: ഇക്സോബ്രിക്കസ് സൈനെൻസിസ്
Ixobrychus sinensis Gmelin, 1789
കുടുംബം: അർഡീഡേ

ഇന്ത്യ, ചൈന, തെക്കുകിഴക്കനേഷ്യ, ന്യൂഗീനിയ, മൈക്രോനേഷ്യ എന്നിവിടങ്ങളിലെ സ്ഥിരവാസിയായ ഒരു നീർപ്പക്ഷിയാണ് മഞ്ഞക്കൊച്ച. കൊച്ചവർഗ്ഗത്തിലെ ഏറ്റവും ചെറിയ പക്ഷിയാണിത്. ധാരാളം ജലസസ്യങ്ങളുള്ള ശുദ്ധജലാശയങ്ങളും കൈതക്കാടുകളും ചതുപ്പുകളുമാണ് ഇവയ്ക്കിഷ്ടം. കേരളത്തിൽ ഇത് വളരെ വിരളമാണ്. ഇവ ദേശാടനം നടത്തുന്നതായി ചില സൂചനകളുണ്ട്.

ഇതിന് 36–38 സെ.മീ. നീളമുണ്ടാകും. ആകെക്കൂടി നരച്ച മഞ്ഞനിറമുള്ള ഇതിന്റെ ശരീരത്തിൽ ധാരാളം ചെറിയ പാടുകളും വരകളുമുണ്ടാവും. ഒതുക്കമുള്ള ദേഹവും കുറുകിയ വാലുമാണ് ഇവയ്ക്കുള്ളത്. മഞ്ഞനിറമുള്ള ചുണ്ട് നീണ്ട് കൂർത്തതും ബലമുള്ളതുമാണ്. മൂർദ്ധാവിന് തവിട്ടുനിറമായിരിക്കും. നീണ്ട കാലുകൾക്ക് പച്ച കലർന്ന മഞ്ഞനിറം. ആൺപക്ഷിക്ക് മുഖത്തും കഴുത്തിന്റെ പാർശ്വങ്ങളിലും മുന്തിരിനിറമാണ്. പെൺപക്ഷിക്ക് മങ്ങിയ ഓറഞ്ചുനിറം. കുഞ്ഞുങ്ങളുടെ ദേഹത്ത് ധാരാളം വരകളുണ്ടായിരിക്കും.

ഇവയെ മിക്കപ്പോഴും ഒറ്റയ്ക്കാണ് കാണുക. ഇവയ്ക്ക് അധികം വെയിലേൽക്കുന്നതിഷ്ടമല്ല. അതിനാൽ, വെയിൽ മൂക്കുമ്പോൾ കൈതക്കാടുകളിലോ പാടത്തെ നെൽച്ചെടികൾക്കിടയിലോ അഭയം പ്രാപിക്കും. ഈ സാഹചര്യത്തിന് ഇണങ്ങുന്ന നിറമായതിനാൽ ഇവിടെ നില്ക്കുന്ന പക്ഷിയെ പെട്ടെന്ന് കണ്ടെത്താൻ ബുദ്ധിമുട്ടാണ്. രാവിലെയും വൈകുന്നേരവും ഇവ സജീവമാകും. മഴക്കാലത്തും സന്ധ്യക്കും മറ്റുമാണ് ഇവയെ കൂടുതലായി കാണാറുള്ളത്.

മത്സ്യങ്ങളും തവളകളും കൃമികളും പാറ്റകളും പ്രാണികളും മറ്റുമാണ് ഇവയുടെ ആഹാരം. ചതുപ്പുകളിലെ കോരപ്പുല്ലുകൾക്കിടയിലും നെൽച്ചെടികൾക്കിടയിലും നടന്നും ചിലപ്പോൾ, പൊങ്ങിക്കിടക്കുന്ന ജലസസ്യങ്ങളുടെ മുകളിലൂടെ നടന്നുമാണ് ഇരതേടൽ. നിശ്ശബ്ദമായാണ് ഇരതേടുക. ക്രെക്ക്... ക്രെക്ക്... എന്നാണ് ഇവ ശബ്ദിക്കുക. കകാക്ക്... കകാക്ക്... എന്ന് ശബ്ദിച്ചുകൊണ്ടാണ് പറക്കാൻ തുടങ്ങുന്നത്.

ജലാശയക്കരകളിൽ സസ്യങ്ങൾ ഇടതൂർന്ന് വളരുന്ന സ്ഥലങ്ങളിൽ ഗോപ്യമായാണ് കൂട് കെട്ടുക. കൂട് ചെറുതും ഭംഗിയുള്ളതുമാണ്. കമ്പുകളും പുല്ലുകളും മറ്റും അടുക്കിയാണ് കൂടുണ്ടാക്കുന്നത്. 4–5 മുട്ടകളുണ്ടാവും. മുട്ടകൾക്ക് നരച്ച, നീല കലർന്ന പച്ചനിറം. ആണും പെണ്ണും അടയിരിക്കും.

മീൻകൂമൻ

Brown fish owl

ശാസ്ത്രനാമം: *കെറ്റുപ്പ സിലോണെൻസിസ്*
Ketupa zeylonensis Gmelin, 1788
(*ബ്യൂബോ സിലോണെൻസിസ്*
Bubo zeylonensis Gmelin, 1788)

കുടുംബം: സ്ട്രൈഗിഡേ

ഇന്ത്യാ ഉപഭൂഖണ്ഡം മുതൽ ദക്ഷിണപൂർവ്വേഷ്യ വരെയുള്ള പ്രദേശങ്ങളിൽ കാണുന്ന, മുങ്ങവർഗ്ഗത്തിലെ ഒരു കാട്ടുപക്ഷിയാണ് മീൻകൂമൻ. ഇന്ത്യയിലെ മൂങ്ങവർഗ്ഗക്കാരിൽ വലുപ്പത്തിൽ മൂന്നാം സ്ഥാനമാണിതിന്. കേരളത്തിൽ ഇതിന് വലുപ്പത്തിൽ രണ്ടാം സ്ഥാനമാണ്. കാടുകളിലെയും നാട്ടിൽ മരങ്ങൾ ധാരാളമുള്ള പ്രദേശങ്ങളിലെയും ജലാശയതീരങ്ങളിലെ സ്ഥിരവാസിയാണിത്. ഇവ നാട്ടിൽ വിരളമാണ്.

ചക്കിപ്പരുന്തിന്റെ വലുപ്പമുള്ള ഇവയ്ക്ക് 55–58 സെ.മീ. നീളവും 1–2.5 കി.ഗ്രാം തൂക്കവുമുണ്ടാകും. ചിറകുവിസ്താരം 125–140 സെ.മീ. വരും. പെന്നെ് കണ്ടാൽ ഭയം തോന്നുന്ന രൂപമാണ്. ദേഹം പൊതുവെ തവിട്ടുനിറമാണ്. ഇവിടെ കറുപ്പ് നിറത്തിലുള്ള നിരവധി വരകളും കുറുകെ തവിട്ടുപട്ടകളുമുണ്ടായിരിക്കും. മുഖത്തിന് പൂച്ചയുടെ മുഖത്തിന്റെ ആകൃതിയാണ്. തലയിൽ ചെവിപോലെ ഉയർന്ന് നിൽക്കുന്ന തൂവൽ ക്കൂട്ടമുണ്ട്. കണ്ണുകൾക്ക് സ്വർണ്ണമഞ്ഞനിറം. തൊണ്ടയും മുൻകഴുത്തും ഇരുണ്ട വരകളുള്ള വെള്ളനിറമാണ്. ശരീരത്തിനടിവശം ചുവപ്പ് രാശി യുള്ള മഞ്ഞനിറം. ഇവിടെ കുറുകെ, തരംഗാകൃതിയുള്ള, നരച്ച തവിട്ടു നിറമോ ചെമ്പിച്ച നിറമോ ഉള്ള പട്ടകൾ കാണും. കൊക്കിന് നരച്ച, പച്ച കലർന്ന ചാരനിറമാണ്. കറുത്ത കാലുകളും വിരലുകളും നഗ്നമാണ്. കാലുകളിൽ തവിട്ടുനിറമുള്ള, കൂർത്തുവളഞ്ഞ നഖങ്ങളുണ്ട്. പാദങ്ങളിലും വിരലുകളിലും മുനയുള്ള ശൽക്കങ്ങളുണ്ടാവും. പെണ്ണിന് ആണിനെക്കാൾ വലുപ്പവും ഭാരവും കൂടുതലായിരിക്കും. ഇതല്ലാതെ ഇവ തമ്മിൽ വ്യത്യാസമൊന്നുമുണ്ടാവില്ല.

ഇത് ഭാഗികമായി നിശാസഞ്ചാരിയാണ്. വെളിച്ചമുള്ളപ്പോൾ ഇരുളടഞ്ഞ ഭാഗങ്ങളിൽ ഒളിച്ചിരിക്കും. പകൽ മായുന്നതിനു മുമ്പുതന്നെ ഇവ പുറത്തുവരും. മഴക്കാറുള്ളപ്പോൾ പകലും ഇവയെക്കാണാം. സന്ധ്യയ്ക്കും പുലർച്ചെയും ഇവ കൂടുതൽ ഊർജ്ജസ്വലരാണ്. ബൂം... ബൂം... ബൂം... എന്നോ ഗൂം... ഗൂം... ഗൂം... എന്നോ ഗാംഭീര്യത്തോടെ ചിലയ്ക്കാറുണ്ട്.

പേരു സൂചിക്കുംപോലെ ഇവയുടെ ഇഷ്ടഭക്ഷണം മീനാണ്. ഞണ്ടുകൾ, തവളകൾ, ഉരഗങ്ങൾ, ചെറുസസ്തനികൾ എന്നിവയും ഇവയുടെ

ഇരകളാണ്. ഒഴുക്കില്ലാത്ത ജലാശയങ്ങളിൽ നിന്നാണ് ഇരകളെ കണ്ടെത്തുന്നത്. ജലാശയങ്ങൾക്കടുത്തുള്ള മരക്കൊമ്പുകളിലോ കുറ്റികളിലോ പാറപ്പുറത്തോ നിശ്ചലമായി കാത്തിരുന്നാണ് ഇരയെ കണ്ടെത്തുക. ഇരയെ കണ്ടാലുടനെ പറന്നുതാഴ്ന്ന്, കാലുകൊണ്ട് അതിനെ പിടികൂടുകയാണ് രീതി.

ജനുവരി-ഏപ്രിലാണ് കൂടൊരുക്കൽ കാലം. മരങ്ങളിലെ പൊത്തുകളിലും പാറകളിലെ വിള്ളലുകളിലുമാണ് സാധാരണ കൂടൊരുക്കുന്നത്. 1-2 ഉരുണ്ട മുട്ടകളാണ് പതിവ്. 38 ദിവസമാണ് അടയിരിപ്പ്. 7 ആഴ്ച പ്രായമാകുമ്പോൾ കുഞ്ഞുങ്ങൾ പറക്കമുറ്റും. കേരളത്തിൽ ഈ പക്ഷിയുടെ കൂടൊരുക്കൽ വിരളമായേ കണ്ടെത്തിയിട്ടുള്ളൂ.

വയൽ നായ്ക്കൻ

Lesser adjutant stork

ശാസ്ത്രനാമം: *ലെപ്റ്റോറ്റൈലോസ് ജവാനിക്കസ്*
Leptoptilos javanicus Horsfield, 1821
കുടുംബം: സിക്കോണിഡേ

തെക്കുകിഴക്കനേഷ്യൻ രാജ്യങ്ങളിൽ കാണപ്പെടുന്ന ഒരു പക്ഷിയാണ് വയൽ നായ്ക്കൻ. കാടിനുള്ളിലെ വിശാലമായ കുളങ്ങളിലും ചതുപ്പുകളിലും മറ്റുമാണ് ഇവയുടെ താവളം. കേരളത്തിൽ ഇവ ദേശാടനക്കാരായി എത്തുകയാണ് പതിവ്. കേരളത്തിലെ, കൊക്കുവർഗ്ഗത്തിലെ ഏറ്റവും വലിയ പക്ഷികളിലൊന്നാണിത്. ഇപ്പോൾ ഇവ വിരളമാണ്. കടുത്ത വംശനാശ ഭീഷണി നേരിടുന്ന ഇവ റെഡ് ലിസ്റ്റിൽ ഉൾപ്പെട്ടിരിക്കുകയാണ്.

ഇതിന് 110-120 സെ. മീ നീളമുണ്ടാകും. 4-6 കി.ഗ്രാം ഭാരവും കാണും. ഈ പക്ഷിയുടെ ദേഹം തിളക്കമുള്ള കറുപ്പുനിറമാണ്. രോമം കൊഴിഞ്ഞുപോയതു പോലെ തോന്നുന്ന കഴുത്തിന് നരച്ച മഞ്ഞനിറം. തലയിലെയും കഴുത്തിലെയും ചില രോമങ്ങൾ എഴുന്നുനില്ക്കും. ദേഹത്തിനടിവശം വെള്ളനിറമാണ്. നീണ്ട കട്ടിയുള്ള കൊക്കും, നീളമുള്ള കാലുകളുമാണിവയ്ക്ക്.

സ്വാഭാവിക ആവാസസ്ഥാനങ്ങളിൽ ചെറുകൂട്ടമായിട്ടാണ് ഇവയുടെ സഞ്ചാരം. എന്നാൽ, ഇപ്പോൾ ഇവയെ ഒറ്റയ്ക്കാണ് കാണാറുള്ളത്. അത് ഇവയുടെ വംശനാശത്തിന്റെ തോത് വെളിവാക്കുന്നു. വയനാട്ടിലെ തോൽപ്പെട്ടി വന്യജീവിസങ്കേതത്തിൽ ഈ പക്ഷി ഒറ്റയ്ക്ക് വിഹരിക്കുന്നത് ഈ പുസ്തകത്തിന്റെ ലേഖകൻ കണ്ടിട്ടുണ്ട്. ഭാരക്കൂടുതലുണ്ടെങ്കിലും

ഇവയ്ക്ക് ചിറകടിച്ച് നല്ല വേഗത്തിൽ പറക്കാനാവും. പറക്കുമ്പോൾ നീണ്ട കഴുത്ത് മടക്കിവയ്ക്കുകയും കാലുകൾ നീട്ടിവയ്ക്കുകയുമാണ് പതിവ്. ഇവ പൊതുവെ നിശ്ശബ്ദരാണ്.

മത്സ്യങ്ങളെയും ചെറു ജലജീവികളെയുമാണ് ഇവ ഭക്ഷിക്കുന്നത്. ജലാശയങ്ങളിൽ ഇറങ്ങിനിന്നാണ് ഇരതേടൽ.

ഉയരമുള്ള മരങ്ങളിലാണ് കൂടൊരുക്കൽ. ചുള്ളികൾ നിരത്തിയാണ് കൂട് തയ്യാറാക്കുന്നത്. 1–2 മുട്ടകളാണ് പതിവ്. കൂടൊരുക്കൽ കേരളത്തിൽ നടക്കുന്നില്ല.

വരി എരണ്ട

Garganey/ Blue winged teal

ശാസ്ത്രനാമം: *അനാസ് ക്വെർക്വിഡുല*

Anas querquedula Linnaeus, 1758

കുടുംബം: അനാറ്റിഡേ

യൂറോപ്പിലും പശ്ചിമമേഷ്യയിലും പ്രജനനം നടത്തുകയും ദക്ഷിണാഫ്രിക്ക, ഇൻഡ്യ, ആസ്ട്രേലിയ എന്നിവിടങ്ങളിൽ ശീതകാലം ചെലവഴിക്കുകയും ചെയ്യുന്ന ഒരു നീർപ്പക്ഷിയാണ് വരിഎരണ്ട. വലിയ നദിതീരങ്ങളും തടാകങ്ങളും കായലോരങ്ങളുമാണ് ഇവയുടെ വിഹാരമേഖലകൾ. കേരളത്തിൽ ഒക്ടോബർ മുതൽ മേയ് വരെയുള്ള കാലത്ത് ഇവ ദേശാടകരായി എത്തുന്നു.

ഒറ്റനോട്ടത്തിൽ താറാവിനോട് സാമ്യം തോന്നുന്ന ഒരു പക്ഷിയാണിത്. ഇതിന് 37–41 സെ. മീ. നീളമുണ്ടാകും. ചിറകുവിസ്താരം 59–67 സെ.മീ. ഭാരം 300–400 ഗ്രാം. ഇതിന് പൊതുവെ തവിട്ടു നിറമാണ്. കണ്ണിനു മുകളിൽ നിന്നാരംഭിക്കുന്ന വീതിയുള്ളതും ചുമലുവരെ എത്തുന്നതുമായ തൂവെള്ളപ്പുരികവും തൊണ്ട മുതൽ മാറിടം വരെ കാണുന്ന കടുത്ത തവിട്ടു നിറവുമാണ് ഇതിനെ തിരിച്ചറിയാൻ സഹായിക്കുന്ന പ്രത്യേകതകൾ. ഉടലിന്റെ അടിവശം ഏറെക്കുറെ വെള്ളയാണ്. തവിട്ടുനിറമുള്ള മുതുകുഭാഗത്തും ചിറകുകളിലും ഇടയ്ക്കിടെ വെള്ളത്തൂവലുകൾ കാണാം. തലയും കൊക്കും ചോക്കലേറ്റ് നിറം. ചിറകുകളുടെ മുൻപകുതി ചാരനിറമാണ്. കാലുകൾ കറുപ്പ്. വിരലുകൾ ചർമ്മബന്ധിതമാണ്. പെൺപക്ഷികൾക്ക് മങ്ങിയ നിറമാണ്. പ്രജനനേതര കാലത്ത് ആണിന് ഏകദേശം പെൺപക്ഷിയുടെ നിറമായിരിക്കും.

ചെറുസംഘമായിട്ടാണ് ഇവയുടെ സഞ്ചാരം. വേഗത്തിൽ നീന്തുന്ന ഇവയ്ക്ക് വെള്ളത്തിൽ നിന്ന് കുതിച്ചുയർന്ന് പറക്കാനും സാധിക്കും.

പെൺപക്ഷികൾ മിക്കവാറും നിശ്ശബ്ദരാണ്. ആൺപക്ഷികൾ പ്രജനന കാലത്ത് തുടർച്ചയായി ശബ്ദിക്കും.

മിശ്രഭോജികളാണിവ. മത്സ്യങ്ങളും മറ്റു ജലജീവികളും ജലസസ്യങ്ങളും വേരുകളുമൊക്കെ ഇവയ്ക്ക് ആഹാരമാണ്. ജലാശയത്തിലൂടെ സഞ്ചരിച്ച് ജലത്തിലെ എല്ലാം ആഹരിക്കും.

ഇവ കേരളത്തിൽ കൂടൊരുക്കിയതായി അറിവില്ല. പുല്ലുകൾക്കിടയിലാണ് കൂടുണ്ടാക്കുക. ഒരു തവണ 8–10 മുട്ടകളിടും. 21–23 ദിവസം കൊണ്ട് ഇവ വിരിയും. പെൺഎരണ്ട മാത്രമാണ് അടയിരിക്കുക. 5–7 ആഴ്ചയാകുമ്പോൾ കുഞ്ഞുങ്ങൾ പറക്കമുറ്റും.

വലിയ കടൽക്കാക്ക

Pallas's gull/ Great black-headed gull

ശാസ്ത്രനാമം: *ലാരസ് ഇക്തിയേറ്റസ്*
Larus ichthyaetus Pallas, 1773
(*ഇക്തിയേറ്റസ് ഇക്തിയേറ്റസ്*
Ichthyaetus ichthyaetus Pallas, 1773)
കുടുംബം: ലാറിഡേ

റഷ്യയുടെ ദക്ഷിണഭാഗങ്ങൾ മുതൽ മംഗോളിയ വരെയുള്ള മേഖലകളിലെ ചതുപ്പുകളിലും ദ്വീപുകളിലും പ്രജനനകാലം കഴിച്ചുകൂട്ടിയ ശേഷം കിഴക്കൻ മെഡിറ്ററേനിയൻ, അറേബ്യ, ഇൻഡ്യ എന്നിവിടങ്ങളിൽ ശിശിരകാലവാസത്തിനായി എത്തുന്ന ഒരു കടൽപ്പക്ഷിയാണിത്. ദേശാടനകാലത്ത് ഇവ കേരളത്തിന്റെ അഴിമുഖങ്ങളിലും വിരളമായി എത്താറുണ്ട്. ഒക്ടോബർ മുതൽ മേയ് വരെയാണ് ഇവയെ കാണാറുള്ളത്.

ഇതിന് 55–70 സെ.മീ. നീളം കാണും. 140–170 സെ.മീ. ചിറക് വിസ്താരമുണ്ടാവും. ആണും പെണ്ണും വലുപ്പത്തിൽ വ്യത്യസ്തരാണ്. താരതമ്യേന വലുപ്പം കൂടിയ ആൺപക്ഷിക്ക് ശരാശരി 1.6 കിലോഗ്രാമും പെൺപക്ഷിക്ക് 1.2 കിലോഗ്രാമും ആണ് ഭാരം. ദേഹം തടിച്ചുരുണ്ടതാണ്. മങ്ങിയ ചാരനിറം. തല, കഴുത്ത്, വാൽ, അടിഭാഗം എന്നിവിടങ്ങളിൽ വെള്ള. ഇവയുടെ കാലുകളും കൊക്കും മഞ്ഞനിറമാണ്. കൊക്കിന്റെയും വീതിയുള്ള വാലിന്റെയും അഗ്രം കറുപ്പ്. ചിറകിന്റെ അറ്റത്ത് വെള്ളനിറം കാണും. പ്രജനനകാലത്ത് തല മുഴുവനും കറുപ്പാകും. കുറുകിയ കാലുകളിലെ വിരലുകൾ ചർമ്മബന്ധിതമാണ്.

ചെറുസംഘമായി, വ്യൂഹം ചമച്ചാണ് ദേശാടനപ്പറക്കൽ. പരുന്തുകളെപ്പോലെ അല്പദൂരം ചിറകടിക്കാതെ ഒഴുകിപ്പറക്കാൻ ഇവയ്ക്ക് സാധിക്കും. മറ്റു കടൽക്കാക്കകളെപ്പോലെ ഇവ വലിയ സംഘമായിട്ടല്ല കഴിയുന്നത്.

തികച്ചും മാംസഭോജിയായ ഇതിന്റെ മുഖ്യാഹാരം മീനാണ്. കടലിൽ നിന്ന് നേരിട്ട് പിടികൂടുന്നവയെ മാത്രമല്ല, കടൽക്കരയിൽ കിടക്കുന്ന മീനുകളെയും ഇവ തിന്നും. മത്സ്യാവശിഷ്ടങ്ങളും ഇവയ്ക്ക് പഥ്യം തന്നെ.

വലിയ കടലാള

Large crested tern/Greater crested tern

ശാസ്ത്രനാമം: *തലാസ്സിയസ് ബെർഗി*
Thalasseus bergii Lichtenstein, 1823
(*സ്റ്റെർണ ബെർഗി Sterna bergii*
Lichtenstein, 1823)
കുടുംബം: സ്റ്റെർണിഡേ

ഉഷ്ണമേഖലകളിലെയും മിതോഷ്ണമേഖലകളിലെയും തീരപ്രദേശങ്ങളിലും ദ്വീപുകളിലും വലിയ കോളനികളായി കൂട്ടുകൂട്ടുന്ന കടൽപ്പക്ഷികളാണ് വലിയ കടലാളകൾ. ഉത്തര കേരളത്തിൽ ഇവ ദേശാടനകാലത്ത് എത്തിച്ചേരാറുണ്ട്. കടൽത്തീരത്തോട് ചേർന്ന പ്രദേശങ്ങളിലും അഴിമുഖങ്ങളിലുമാണ് ഇവയെത്തുക.

ഇതിന്റെ ശരീരത്തിന് വാലുൾപ്പെടെ 43–53 സെ.മീ. നീളം വരും. 125–135 സെ.മീ. ആണ് ചിറകുവിസ്താരം. 325–400 ഗ്രാം ഭാരമുണ്ടാകും. ആണും പെണ്ണും കാഴ്ചയ്ക്ക് ഒരുപോലെയാണ്. ഇവയുടെ ദേഹം ചാരം കലർന്ന വെള്ളനിറം. മൂർദ്ധാവും കഴുത്തും ശരീരത്തിനടിഭാഗവും തൂവെള്ളനിറമാണ്. പ്രജനനസമയത്ത് നിറവ്യത്യാസമുണ്ടാവും. പച്ച കലർന്ന ഇളം മഞ്ഞക്കൊക്കും തിളങ്ങുന്ന കറുത്ത തൊപ്പിയും അതിനു പിന്നിലെ കറുത്ത കുടുമയുമാണ് ഈ പക്ഷിയെ തിരിച്ചറിയാൻ സഹായിക്കുന്നത്. കൊക്കിന് 5.5–6.5 സെ.മീ. നീളമുണ്ടാകും. കാലുകൾ കറുപ്പ്. ചാരനിറമുള്ള വാലിന് മീനിന്റെ വാലുപോലെ വി ആകൃതി. വാലിലെ വലിയ തൂവലുകൾക്ക് ഇരുണ്ട നിറമായിരിക്കും.

ചെറുസംഘമായിട്ടാണ് സഞ്ചാരം. ഇവയ്ക്കു നീന്താൻ സാധിക്കില്ല. കൂടെക്കൂടെ ശബ്ദിക്കും.

മാംസഭുക്കുകളാണിവ. ജലജീവികളാണ് ഇരകൾ. മത്സ്യങ്ങളും കണവകളും ഞണ്ടുകളും കടലാമക്കുഞ്ഞുങ്ങളുമൊക്കെ ഇരകളിലുൾപ്പെടും. കടലിനു മുകളിലൂടെ പറന്നാണ് ഇരകളെ കണ്ടെത്തുന്നത്. ഇരയെ

കണ്ടാൽ, ശരവേഗത്തിൽ വെള്ളത്തിൽ മുങ്ങി ഇരയെ കൊക്കിലാക്കുക യാണ് പതിവ്.

നിലത്തുണ്ടാക്കുന്ന ആഴം കുറഞ്ഞ കുഴികളിലാണ് മുട്ടയിടുന്നത്. ചിലപ്പോൾ കൂട്ടിനകത്ത് ചരൽക്കല്ലുകളും കണവയുടെ നാക്കും മറ്റും നിരത്താറുണ്ട്. ഒന്നോ രണ്ടോ മുട്ടകളിടും. ക്രീം നിറത്തിലുള്ള മുട്ടകളുടെ പുറത്ത് കറുപ്പുനിറത്തിലുള്ള പുള്ളികൾ കാണും. വീതിയുള്ള അറ്റ ത്താണ് പുള്ളികൾ കൂടുതലായി കാണുന്നത്. 25-30 ദിവസമാണ് അട യിരിപ്പ്. ആണും പെണ്ണും മാറിമാറി അടയിരിക്കും. ഇവ കേരളത്തിൽ മുട്ടയിടാറില്ല.

വലിയ നീർക്കാക്ക
Great cormorant
ശാസ്ത്രനാമം: *ഫലാക്രോക്കോറാക്സ് കാർബോ*
Phalacrocorax carbo Linnaeus, 1758
കുടുംബം: ഫലാക്രോക്കോറാസിഡേ

ഇതൊരു വലിയ നീർപ്പക്ഷിയാണ്. സ്ഥിരവാസിയായ ഇവയെ വലിയ തടാകങ്ങളിലും നദികളിലുമാണ് കാണുന്നത്. കേരളത്തിൽ ഇവയുടെ എണ്ണം കുറഞ്ഞുവരികയാണ്.

ഇതിന് നീളം 70-105 സെ.മീറ്റർ നീളമുണ്ടാവും. ചിറകുവിസ്താരം 120-160 സെ.മീ. ആണ്. വിവിധ സ്ഥലങ്ങളിൽ 1.5 കിലോഗ്രാം മുതൽ 5.3 കിലോഗ്രാം വരെ ഭാരം ഇതിന് രേഖപ്പെടുത്തിയിട്ടുണ്ട്. ഇതിന്റെ ദേഹ ത്തിന്റെ മുകൾവശം കറുപ്പും അടിവശം നരച്ച വെള്ളയുമാണ്. പ്രജനന കാലത്ത് ചെറിയ രീതിയിൽ നിറവ്യത്യാസമുണ്ടാവും. തലയും കഴുത്തും തടിച്ചതാണ്.

ഇവിടെ വെള്ളത്തൂവലുകൾ കാണാം. കണ്ണിനോട് ചേർന്ന് കവിൾ ത്തടത്തിൽ ചെറിയ വെള്ളപ്പാടുണ്ട്. കാലുകൾ ചർമ്മബന്ധിതമാണ്. ഇണകളായോ ആണും പെണ്ണും കുഞ്ഞുങ്ങളുമടങ്ങിയ ചെറുസംഘ ങ്ങളായോ ആണ് ഇവയുടെ വാസവും സഞ്ചാരവും. ചേക്കേറുന്നത് ജലാശയക്കരകളിലുള്ള മരങ്ങളിലാണ്. വെയിൽ കായുന്ന സ്വഭാവമുണ്ട്. ഇവയ്ക്ക് നല്ല ആഴത്തിൽ മുങ്ങാംകുഴിയിടാൻ കഴിയും.

ഇവ മാംസഭോജികളാണ്. മത്സ്യങ്ങൾ ഉൾപ്പെടുന്ന ജലജീവികളാണ് ഇരകൾ. മത്സ്യങ്ങളാണ് മുഖ്യം. ഇരതേടുന്നത് ആഴം കുറഞ്ഞ ജലത്തി ലാണ്. മുങ്ങാംകുഴിയിട്ട് പിടികൂടുന്ന ഇരയെ ജലോപരിതലത്തിൽ കൊണ്ടുവന്ന ശേഷമാണ് വിഴുങ്ങുന്നത്.

ജലാശയത്തിന്റെ തീരത്താണ് കൂടുകെട്ടുന്നത്. സെപ്തംബർ മാസത്തിലാണ് കൂടൊരുക്കൽ. പായലുകളും മറ്റും കൊണ്ടാണ് കൂടൊരുക്കുന്നത്. ഒരു തവണ 2-3 മുട്ടകളുണ്ടാവും.

വലിയ മണൽക്കോഴി
Greater sand plover
ശാസ്ത്രനാമം: *ചാരാഡ്രിയസ് ലെഷനോൾട്ടി*
Charadrius leschenaultii Lesson, 1826
കുടുംബം: ചാരാഡ്രിഡേ

തുർക്കിയിലെ അർദ്ധ മരുഭൂമികളിലും കിഴക്കോട്ട് മലേഷ്യയിലും പ്രജനനം നടത്തുകയും പൂർവ്വാഫ്രിക്ക, ദക്ഷിണേഷ്യ, ഓസ്ട്രേലിയ എന്നിവിടങ്ങളിൽ മഞ്ഞുകാലം ചെലവഴിക്കുകയും ചെയ്യുന്ന ഒരു നീർപ്പക്ഷിയാണ് വലിയ മണൽക്കോഴി. മണൽക്കോഴികളിൽ വലുപ്പമുള്ള ഒരിനമാണിത്. തണ്ണീർത്തടങ്ങളിലും അഴിമുഖങ്ങളിലുമാണ് ഇവയെ കാണുന്നത്. കേരളത്തിൽ ഇവ ശിശിരകാല സന്ദർശകരാണ്. നവംബർ-മാർച്ച് മാസങ്ങളിലാണ് ഇവയെത്തുക.

നാട്ടുമൈനയോളം വലുപ്പമുള്ള ഇതിന് 22-25 സെ.മീ. നീളം വരും. 13-15 സെ.മീറ്ററാണ് ചിറകുവിസ്താരം ഭാരം 70-100 ഗ്രാം. പൊതുവെ നീണ്ട് മെലിഞ്ഞ ദേഹമാണിതിന്. നരച്ച ചാരനിറം. ഇതിൽ നേരിയ വരകളും പൊട്ടുകളുമുണ്ടായിരിക്കും. മാറിടത്തിന് മങ്ങിയ ചാരനിറം. പുരികവും താടിയും അടിവശവും വെള്ളനിറം. കൊക്കും നെറ്റിയും ചേരുന്ന ഭാഗവും വെള്ളയാണ്. കൊക്ക് അല്പം നീണ്ടതും തടിച്ച് കറുത്തതുമാണ്. നീണ്ട കാലുകളാണ്. ഇവയ്ക്ക് നരച്ച ചാരനിറമോ, നേർത്ത പച്ചനിറമോ ആയിരിക്കും. പ്രജനനകാലത്ത് ആണിന്റെ പിൻ കഴുത്തിലും കഴുത്തിന്റെ വശങ്ങളിലും ചെങ്കൽനിറം പ്രത്യക്ഷപ്പെടും.

സംഘമായിട്ടാണ് ഇവയുടെ സഞ്ചാരം. കൂജനം ട്രി... ട്രീറ്റ്... എന്ന് പരുപരുത്ത സ്വരത്തിലാണ്. വിരകളും മത്സ്യങ്ങളും മറ്റു ജലജീവികളുമാണ് ഭക്ഷണം. നനഞ്ഞ നിലത്തും ചെളിയിലുമൊക്കെ നടന്നാണ് ഇരതേടൽ. കുറച്ചുദൂരം ഓടുകയും അല്പനേരം നിന്ന് ഇരകളെ കൊത്തിയെടുത്ത ശേഷം വീണ്ടും വീണ്ടും ഓടുകയും മുമ്പത്തെപ്പോലെ ഇര പിടിക്കുകയുമാണ് ഇതിന്റെ രീതി. പല ദിശകളിലേക്കാണ് ഇവ ഓടുക.

കൂടൊരുക്കൽ കേരളത്തിലല്ല. തുറസ്സായ സ്ഥലങ്ങളിലെ, ചരൽ നിറഞ്ഞതോ മണൽ നിറഞ്ഞതോ ആയ നിലത്തുണ്ടാക്കുന്ന ആഴം കുറഞ്ഞ കുഴികളിലാണ് മുട്ടയിടുന്നത്. കുഴികളുടെ അകത്ത് ചെറു

കമ്പുകളും മറ്റ് സസ്യഭാഗങ്ങളും നിരത്തിയിരിക്കും. ഒരു തവണ പരമാവധി മൂന്ന് മുട്ടകളുണ്ടാവും. ഇളം മഞ്ഞനിറമുള്ള മുട്ടകളുടെ പുറത്ത് ഇരുണ്ട പുള്ളികൾ കാണും. ആണും പെണ്ണും മാറിമാറി അടയിരിക്കും. 24 ദിവസമാണ് അടയിരിപ്പുകാലം. തീറ്റിപ്പോറ്റാനായി കുഞ്ഞുങ്ങളെ ചിലപ്പോൾ ഇരുവർക്കുമിടയിൽ വിഭജിക്കുന്നത് കാണാറുണ്ട്. 30 ദിവസം പ്രായമായാൽ കുഞ്ഞുങ്ങൾ സ്വതന്ത്രമായി ഇരതേടാനാരംഭിക്കും. കൂട് നിലത്തായതിനാൽ പലപ്പോഴും കുറുക്കന്മാരും മറ്റ് ഇരപിടിയന്മാരും ഇവയുടെ മുട്ടകളെയും കുഞ്ഞുങ്ങളെയും തിന്നാറുണ്ട്.

വലിയ മീവൽക്കാട

Oriental pratincole/Grasshopper bird

ശാസ്ത്രനാമം: ഗ്ലാരിയോള മാൽഡിവാരം

Glareola maldivarum Forster,1795

കുടുംബം: ഗ്ലാരിയോലിഡേ

തെക്കും കിഴക്കും ഭാഗങ്ങളിലെ ചൂടുകൂടിയ മേഖലകളിൽ വിതരണം ചെയ്യപ്പെട്ടിരിക്കുന്ന ഒരു പക്ഷിയാണ് വലിയ മീവൽക്കാട. ഇൻഡ്യയിലും പാക്കിസ്ഥാനിലും ഇൻഡോനേഷ്യയിലും ആസ്ട്രലേഷ്യയിലും ഇവ ദേശാടകരായി എത്തുന്നു. തുറസ്സായ പ്രദേശങ്ങളിലാണ് ഇവയെ കാണുക. വൈകുന്നേരങ്ങളിൽ ജലാശയങ്ങളുടെ പരിസരങ്ങളിൽ ഇര തേടുന്നത് കാണാം.

ഇതിന് ചെറിയ മീവൽക്കാടയുമായി വളരെയധികം സാമ്യമുണ്ട്. ആൺ-പെൺ പക്ഷികളെ നിറം കൊണ്ട് തിരിച്ചറിയാൻ ബുദ്ധിമുട്ടാണ്. മുതിർന്ന പക്ഷിക്ക് 23-24 സെ.മീ. നീളവും ശരാശരി 87 ഗ്രാം ഭാരവും വരും. ഇതിന്റെ ദേഹത്തിന് ഒലിവ് നിറം കലർന്ന തവിട്ടുനിറമാണ്. തവിട്ടു നിറമുള്ള നെഞ്ച്. വെള്ളനിറമുള്ള ഉദരം. തൊണ്ടയ്ക്ക് ഇളം മഞ്ഞനിറം. ഇതിന്റെ അതിരായി, കണ്ണിന്റെ താഴെ നിന്നാരംഭിച്ച് മാല പോലെ കാണുന്ന വീതി കുറഞ്ഞ ഒരു കറുത്ത കോളർ കാണാം. ചിറകുകൾ നീണ്ടതും കൂർത്തതുമാണ്. വലിയ തൂവലുകൾക്ക് കറുപ്പ് നിറം. ചിറകിനടിവശം നിറം കറുപ്പാണ്. നീണ്ട വാലിന്റെ അറ്റം വി ആകൃതിയിൽ വിഭജിതമാണ്. ഇരുണ്ട തവിട്ടുനിറമുള്ള വാലിനടിവശം വെള്ളനിറത്തിലാണ് കാണുന്നത്. ചിറകിന്റെയറ്റം വാലിനെക്കാൾ നീണ്ടുകാണാം. ഇതിന് കുറിയ കാലുകളാണ്. കാലുകൾക്കും പാദങ്ങൾക്കും തവിട്ടു കലർന്ന കറുപ്പ് നിറമായിരിക്കും. മൂർദ്ധാവിന് തവിട്ടുനിറം. നീളം കുറഞ്ഞ കൊക്ക് കറുപ്പുനിറത്തിലാണ് കാണുന്നത്. മേൽക്കൊക്കിനും

കീഴ്ക്കൊക്കിനുമിടയിൽ കടും ചുവപ്പുനിറമുള്ള ഒരു ഭാഗം കാണും. കണ്ണുകൾക്ക് ഇരുണ്ട തവിട്ടുനിറം. കണ്ണിനടിയിൽ അർദ്ധചന്ദ്രാകൃതിയിൽ, വീതി കുറഞ്ഞ ഒരു വെളുത്ത പട്ട കാണാം. പ്രജനനകാലത്തുള്ള നിറങ്ങളെക്കാൾ കുറഞ്ഞ നിറത്തിലായിരിക്കും മററു സമയങ്ങളിൽ കാണുക.

മിക്കവാറും ഇവയെ കൂട്ടമായാണ് കാണുക. പ്രജനനകാലത്ത് ഇണയോടൊപ്പം കാണും. ഇവ മാംസഭോജികളാണ്. മുഖ്യ ഇരകൾ പ്രാണികളും കരയിലുള്ള ആർത്രോപ്പോഡുകളുമാണ്. വിട്ടിലുകൾ, പുൽച്ചാടികൾ, വണ്ടുകൾ, ചീവീടുകൾ, ഈയാംപാറ്റകൾ എന്നിവയെയും ഇവ പിടികൂടാറുണ്ട്. ചെറിയ മീവൽക്കാടയെപ്പോലെ ഇരതേടുന്ന കാര്യത്തിൽ ഇവയും വേഡേഴ്സ് എന്ന വിഭാഗത്തിലെ മറ്റംഗങ്ങളിൽ നിന്ന് വ്യത്യസ്തരാണ്. മറ്റംഗങ്ങൾ നിലത്തുനടന്ന് ഇരതേടുമ്പോൾ, ഇവ പറന്നുകൊണ്ട് ഇരപിടിക്കാനാണ് ഇഷ്ടപ്പെടുന്നത്. നിലത്തുനടന്നും ഇരതേടാറുണ്ട്.

ഇവ കൂട്ടമായാണ് കൂടുകൂട്ടുക. നിലത്തുണ്ടാക്കുന്ന ആഴം കുറഞ്ഞ കുഴികളിലോ മൃഗങ്ങളുടെ കുളമ്പ് പതിഞ്ഞുണ്ടാകുന്ന കുഴികളിലോ ആണ് മുട്ടയിടുക. ഒരു സീസണിൽ 2–3 മുട്ടകളിടും. 17–19 ദിവസം കൊണ്ട് മുട്ടകൾ വിരിയും. 2–3 ദിവസം കഴിയുമ്പോൾ കുഞ്ഞുങ്ങൾ കൂടിനു വെളിയിലിറങ്ങും. ആണും പെണ്ണും ചേർന്ന് കുഞ്ഞുങ്ങളെ തീറ്റിപ്പോറ്റും.

വലിയ രാജഹംസം/ വലിയ അരയന്നക്കൊക്ക്/പുന്നാര

Greater flamingo

ശാസ്ത്രനാമം: *ഫീനിക്കോറ്ററസ് റോസിയസ്*

Phoenicopterus roseus Pallas, 1811

കുടുംബം: എപോഡിഡേ

ഇന്ത്യ, പാക്കിസ്ഥാൻ, തെക്കുകിഴക്കൻ ഏഷ്യ, ആഫ്രിക്ക, യൂറോപ്പ് എന്നിവിടങ്ങളിൽ കണ്ടു വരുന്ന, മനോഹരമായ ഒരു നീർപ്പക്ഷിയാണ് വലിയ രാജഹംസം. ദേശാടനസ്വഭാവമുള്ള ഇവ ഇന്ത്യയിൽ ആദ്യമെത്തുന്നത് ഗുജറാത്തിലാണത്രെ! പിന്നീട്, തമിഴ്നാടിലേക്കും കർണ്ണാടകയിലേക്കും ഇവ കുടിയേറും. ഇക്കൂട്ടത്തിലാണ് കേരളത്തിലുമെത്തുന്നത്. ഇവിടെ ഇവ അധികകാലം തങ്ങാറില്ല. ലവണാംശമുള്ള തണ്ണീർത്തടങ്ങളിലും ചതുപ്പുകളിലുമാണിവയെക്കാണുക. ഇവയ്ക്ക് 50 വർഷത്തിലധികം ആയുസ്സുണ്ടാവും.

പ്രായപൂർത്തിയാകുമ്പോൾ ഇവയ്ക്ക് 125–180 സെ.മീ. നീളവും 2–4 കിലോഗ്രാം ഭാരവും 140–165 സെ.മീ. ചിറകുവിസ്താരവും വരും. ആൺ -പെൺ പക്ഷികൾ വലുപ്പത്തിൽ മാത്രമാണ് വ്യത്യസ്തർ. നീണ്ടു മെലിഞ്ഞ കാലുകളും അസാധാരണമാം വിധത്തിൽ നീണ്ട, മെലിഞ്ഞ കഴുത്തും പ്രത്യേക നിറവും താഴേക്ക് വളരെയധികം വളഞ്ഞ കൊക്കു മാണ് ഇവയുടെ സവിശേഷതകൾ. ഇവയുടെ കഴുത്തിന് മിക്കവാറും ഇംഗ്ലീഷ് അക്ഷരമാലയിലെ എസ് ആകൃതിയായിരിക്കും. ഇത് യഥേഷ്ടം വളയ്ക്കാനും തിരിക്കാനും സാധിക്കുമെന്ന പ്രത്യേകതയുമുണ്ട്. നല്ല നീളമുള്ള കാലുകളുടെ ശരാശരി നീളം 80–120 സെ.മീറ്ററാണ്. പാദത്തിൽ മൂന്ന് മുൻവിരലുകളും ഒരു പിൻവിരലുമാണ് കാണുക. മുൻവിരലുകൾ ചർമ്മബന്ധിതമാണ്. ഉടലിലെ തൂവലുകൾക്ക് കടുംറോസ് അഥവാ പിങ്ക് നിറം. ചിലപ്പോൾ, ചുവന്ന നിറത്തിലും കാണാറുണ്ട്. അടിവശം വെള്ള. തൂവലുകൾ 1–2 വർഷം കഴിയുമ്പോൾ കൊഴിഞ്ഞ് പുതിയവയുണ്ടാകും. ചിറകുകളുടെ മുൻപകുതി ചുവപ്പും പിൻപകുതി കറുപ്പുമാണ്. കൊക്കു കൾക്ക് നരച്ച പിങ്കുനിറമാണ്. പ്രത്യേക രീതിയിൽ വളഞ്ഞ, ഇതിന്റെ അറ്റം കറുപ്പായിരിക്കും. കണ്ണുകൾ മഞ്ഞ. കുഞ്ഞുങ്ങൾക്ക് ചാരനിറവും നിവർന്ന കൊക്കുമാണ് കാണുക.

കൂട്ടമായിട്ടാണ് ഇവയെക്കാണുക. ദേശാടനപ്പറക്കലും കൂട്ടമായി ത്തന്നെയാണ്. അലസമായാണ് പറക്കൽ. പറക്കുമ്പോൾ കഴുത്ത് മുന്നോട്ടും കാലുകൾ രണ്ടും ചേർത്ത് പിന്നോട്ടും നീട്ടിവച്ചിരിക്കും. ഇവ പറക്കുന്നതും പറന്നിറങ്ങുന്നതും മനോഹരമായ കാഴ്ചയാണ്.

ഇവ മാംസഭുക്കുകളാണ്. ചെറുമീനുകൾ, ഞണ്ട്, ചെമ്മീൻ, നത്ത, കല്ലുമ്മേക്കായ് എന്നിവയാണ് ഇരകൾ. ചതുപ്പുകളിലും വിശാലമായ തടാകങ്ങളിലുമാണ് ഇരതേടൽ. വെള്ളത്തിൽ ഇറങ്ങി നിന്ന് ഇരകളെ ഇളക്കിവിട്ട് പിന്നാലെ ഓടി, അവയെ ചെളിയും വെള്ളവുമുൾപ്പെടെ കൊക്കിലാക്കുകയാണ് രീതി. അരിപ്പ പോലുള്ള കൊക്കുകൾക്കിടയി ലൂടെ ചെളിയും വെള്ളവും ഒഴുക്കിക്കളഞ്ഞ ശേഷമാണ് ഇരയെ വിഴുങ്ങുക.

ഇവ ഗുജറാത്തിലെ ചതുപ്പുകളിലാണ് മുട്ടയിടുന്നതെന്ന് പറയ പ്പെടുന്നു. ചതുപ്പുകളിൽ ഒന്നൊന്നര അടി ഉയരത്തിൽ നിർമ്മിക്കുന്ന ചെറിയ മണൽക്കൂനകളിലാണ് മുട്ടയിടുന്നത്. 1–2 മുട്ടകളാണ് പതിവ്. മുട്ടകൾക്ക് ഇളം നീല കലർന്ന വെള്ളനിറം. ഇതിന് 115–145 ഗ്രാം തൂക്ക മുണ്ടാകും. 27–31 ദിവസമാണ് അടയിരിപ്പ് കാലം. ആണും പെണ്ണും മാറി മാറി അടയിരിക്കും. 11 ആഴ്ചയോളം പ്രായമാകുമ്പോൾ തൂവലുകൾ മുളയ്ക്കുകയും നിവർന്ന കൊക്കിനു പകരം പുതിയ കൊക്കുണ്ടാവു കയും ചെയ്യും. രണ്ടു വർഷം കഴിയുമ്പോഴാണ് നിറവ്യത്യാസമുണ്ടാകു ന്നത്. പ്രായപൂർത്തിയാകാൻ ഇവയ്ക്ക് 5–6 വർഷം വേണ്ടിവരും.

വലിയ വാലുകുലുക്കി/ചതുപ്പൻ
Large pied wagtail/White browed wagtail
ശാസ്ത്രനാമം: *മോട്ടാസില്ല മദ്രാസ്പട്ടെൻസിസ്*
Motacilla maderaspatensis Gmelin, 1789
കുടുംബം: മോട്ടാസില്ലിഡേ

കേരളത്തിൽ കാണപ്പെടുന്ന വാലുകുലുക്കികളിലെ ഏറ്റവും വലിയ ഒരിനമാണ് വലിയ വാലുകുലുക്കി. ഇത് കേരളത്തിലെ സ്ഥിരവാസിയാണ്. ജലവുമായി ബന്ധപ്പെട്ടാണ് ഈ പക്ഷിയുടെ ജീവിതം. അതിനാൽ, തണ്ണീർത്തടങ്ങളിലും ചതുപ്പുകളിലും ജലസാന്നിധ്യമുള്ള കൃഷിസ്ഥല ങ്ങളിലുമാണ് ഇവയെ കാണപ്പെടുന്നത്.

ഇതിന് 21 സെ.മീ. നീളവും 25-33 ഗ്രാം ഭാരവുമുണ്ടാവും. കാഴ്ച യിൽ മണ്ണാത്തിപ്പുള്ളാണെന്ന് തെറ്റിദ്ധരിക്കാനിടയുള്ള പക്ഷിയാണിത്. ഇതിന്റെ ദേഹത്തിൽ കറുപ്പും വെളുപ്പും നിറങ്ങൾ മാത്രമേ കാണൂ. കൊക്കിൽ നിന്നാരംഭിച്ച് കണ്ണിനു മുകളിലൂടെ തലയ്ക്കു പിന്നിലേക്കു പോകുന്ന വെള്ളവര ഈ പക്ഷിയെ തിരിച്ചറിയാൻ സഹായിക്കുന്നു. ചിറകിന്റെ അരികുകളും വയറും ഗുദവും വെള്ളനിറത്തിലാണ്. ബാക്കി എല്ലാ ഭാഗങ്ങളും കറുപ്പുനിറം. കാലുകൾ നീണ്ടതും മഞ്ഞ കലർന്ന തവിട്ടുനിറമുള്ളതുമാണ്. വാലും നീണ്ടതാണ്. ഇത് സദാ ആട്ടിക്കൊണ്ടി രിക്കും. അതുമായി ബന്ധപ്പെട്ടാണ് വിളിപ്പേർ ലഭിച്ചിരിക്കുന്നത്. പക്ഷേ, മറ്റു വാലുകുലുക്കികളുമായി താരതമ്യപ്പെടുത്തിയാൽ ഈ പക്ഷിയുടെ വാലാട്ടം കുറഞ്ഞ തോതിലാണ്. ആണിനെയും പെണ്ണിനെയും തിരി ച്ചറിയാൻ ബുദ്ധിമുട്ടാണ്.

മിക്കവാറും ജോടിയായാണ് ഇവയെ കാണുക. നല്ല വേഗത്തിൽ ഇവയ്ക്ക് പറക്കാനാവും. പൊങ്ങിയും താഴ്ന്നുമാണ് പറക്കുക. വയറു കളിലും കെട്ടിടങ്ങളുടെ മുകളിലും നിലത്തും വിഹരിക്കാറുണ്ട്. നിലത്ത് നടന്നാണ് ഇരതേടുന്നത്. മുഖ്യമായും പ്രാണിഭോജിയായ ഇത് മറ്റു ചെറുജീവികളേയും ഭക്ഷിക്കും.

നവംബർ മുതൽ മേയ് വരെയാണ് ഇവയുടെ പ്രജനനകാലം. കൂടൊരുക്കൽ കാലത്ത് ആൺപക്ഷി നന്നായി പാടാറുണ്ട്. പാറയി ടുക്കുകളിലോ, തോടുകളുടെയും പാലങ്ങളുടെയും വിള്ളലുകളിലോ ആയിരിക്കും പുല്ലുകളും പായലുകളും വേരുകളും മൊക്കെ ഉപയോ ഗിച്ച് നിർമ്മിക്കുന്ന കൂട്. കപ്പാകൃതിയുള്ള കൂടിനകം മുടിയും രോമങ്ങളു മൊക്കെ നിരത്തി മൃദുവാക്കിയിരിക്കും. ഒരു സമയം 3-4 മുട്ടകൾ കാണും. മുട്ടകൾക്ക് വെള്ള കലർന്ന തവിട്ടുനിറം. ചിലപ്പോൾ നരച്ച പച്ചയാ യിരിക്കും.

വരവാലൻ ഗോഡ്‌വിറ്റ്
Bar-tailed Godwit
ശാസ്ത്രനാമം: *ലിമോസ ലപ്പോണിക്ക*
Limosa lapponica Linnaeus, 1758
കുടുംബം: സ്കോലോപാസിഡേ

ഉത്തര ഏഷ്യ, അലാസ്ക്ക എന്നിവിടങ്ങളിൽ പ്രജനനം നടത്തുന്ന ഒരു ദേശാടനപ്പക്ഷിയാണ് വരവാലൻ ഗോഡ്‌വിറ്റ്. നിർത്താതെ ഏറ്റവു മധികം ദൂരം ദേശാടനം നടത്തുന്ന ഒരു പക്ഷി കൂടിയാണിത്. ഇത് ഭക്ഷണം കഴിക്കാൻ പോലും നിലത്തിറങ്ങാതെ ബഹുദൂരം സഞ്ചരിക്കും. വടക്കുപടിഞ്ഞാറൻ യൂറോപ്പ്, ആഫ്രിക്ക, ന്യൂസിലാന്റ്, ഓസ്ട്രേലിയ, ദക്ഷിണേഷ്യ എന്നിവിടങ്ങളിൽ ഇവ ദേശാടനം നടത്താറുണ്ട്. കേരള ത്തിൽ സ്ഥിരമായി എത്തുന്ന ദേശാടനപക്ഷിയാണിത്. ഇവ ഉത്തര കേരള ത്തിലാണ് സാധാരണയായി കാണുന്നത്. കടലുണ്ടി പോലുള്ള പ്രദേശ ങ്ങളിലാണ് ഇവയുടെ വാസം. എന്നാൽ ആലപ്പുഴ ജില്ലയിലും മറ്റും കണ്ടി ട്ടുണ്ട്. ഈ പക്ഷികളെ ഏറെക്കുറെ നവംബർ മുതൽ മാർച്ച് വരെയാണ് കേരളത്തിൽ കാണുന്നത്.

നരച്ച വെള്ളനിറമുള്ള ദേഹത്ത് ധാരാളം തവിട്ടുനിറത്തിലുള്ള വര കളുണ്ടായിരിക്കും. കൺപുരികം വ്യക്തമായി കാണാവുന്നതാണ്. നീള മുള്ള കാലുകളും കൊക്കും ഇവയെ അഴിമുഖത്ത് ഇറങ്ങിനിന്ന് ഇര തേടാൻ സഹായിക്കുന്നു. കാലുകൾക്ക് എല്ലാക്കാലത്തും കറുപ്പ് നിറ മാണ്. കൊക്കിന്റെ അഗ്രം വളരെ കൂർത്തതാണ്. തലയിലും കഴുത്തിലും വരകൾ വളരെ നേർത്തതാണ്. ചെറിയ വാലാണുള്ളത്. 37-41 സെ.മീ. നീളമുണ്ടായിരിക്കും. 70-80 സെ.മീ. ചിറക് വിസ്താരം വരും. 190-400 ഗ്രാം ഭാരമുണ്ടാകും.

സംഘമായിട്ടായിരിക്കും സഞ്ചാരം. നന്നായി പറക്കാൻ കഴിവുള്ള പക്ഷികളാണിവ. പ്രജനനകാലത്ത് കഴുത്തും ദേഹത്തിനടിവശവും ചുവപ്പ് നിറമാകും.

ജലാശയങ്ങളിലും ചതുപ്പുകളിലും നടന്നാണ് ഇരതേടുന്നത്. ജല ജീവികളാണ് മുഖ്യ ഇരകൾ. ജലസസ്യങ്ങളും കഴിക്കും. ഇതിനു സ ഹായിക്കും വിധത്തിലാണ് വരവാലൻ ഗോഡ്‌വിറ്റിന്റെ കൊക്കുകൾ.

മുട്ടയ്ക്ക് അടഞ്ഞ മഞ്ഞനിറം. പുറത്ത് തവിട്ടുപുള്ളികൾ. അടയിരി ക്കുന്നതും കുഞ്ഞുങ്ങളെ പരിപാലിക്കുന്നതും ആണും പെണ്ണും ചേർ ന്നാണ്.

വർണ്ണക്കൊക്ക്/വർണ്ണബകം

Painted stork/Indian wood stork

ശാസ്ത്രനാമം: മിക്റ്റീരീയ ല്യൂക്കോസെഫാല

Mycteria leucocephala Pennant, 1769

കുടുംബം: സിക്കോണിഡേ

ഏഷ്യാ വൻകരയിലുടനീളം കാണപ്പെടുന്ന ഒരു നീർപ്പക്ഷിയാണ് വർണ്ണക്കൊക്ക്. ഇന്ത്യയിൽ രാജഹംസം എന്നാണ് ഇതിനെ വിളിക്കുന്നത്. ദേശാടനസ്വഭാവമുള്ള ഇവയെ ആദ്യം കാണുന്നത് ഗുജറാത്തിലാണെന്നാണ് അഭിപ്രായം. ശിശിരകാലത്ത് ഇവ തെക്കേയിൻഡ്യയിലേക്ക് കുടിയേറും. തമിഴ്നാട്, കർണ്ണാടകം, കേരളം എന്നിവിടങ്ങളിലെ വിവിധ ഭാഗങ്ങളിൽ ഇവയെത്താറുണ്ട്. കേരളത്തിൽ വിരളമാണ്. ചതുപ്പുകൾ, വെള്ളക്കെട്ടുകൾ, കുളങ്ങൾ, വെള്ളം നിറഞ്ഞുകിടക്കുന്ന പാടങ്ങൾ എന്നിവിടങ്ങളിലാണ് ഇവയുടെ വാസസ്ഥാനങ്ങൾ. കേരളത്തിൽ ദേശാടനപ്പക്ഷികളായിട്ടാണ് ഇവയെത്തുക. റെഡ് ലിസ്റ്റിൽ ഉൾപ്പെട്ടിരിക്കുന്ന ഇത് കേരളത്തിലെ കൊക്കുവർഗ്ഗ പക്ഷികളിലെ ഏറ്റവും വലുപ്പമുള്ളവയിലൊന്നാണ്.

ഇതിന് 90–100 സെ.മീ. ഉയരമുണ്ടാകും. 150–160 സെ.മീ. ആണ് ചിറകുവിസ്താരം. 2–3.5 കി.ഗ്രാം ഭാരം കാണും. ഇവയുടെ ശരീരം മനോഹരമാണ്. ചെറിയ തലയും അസാധാരണമാം വിധം നീണ്ട കഴുത്തും വലിയ കൊക്കും നീണ്ട കാലുകളുമാണ് ഇവയുടെ സവിശേഷതകൾ. മെലിഞ്ഞ കഴുത്തും തലയും മാറിടവും അടിവയറുമെല്ലാം തൂവെള്ളയാണ്. മുഖം ഓറഞ്ച് കലർന്ന മഞ്ഞയോ ചുവപ്പോ ആയിരിക്കും. നീണ്ട് കൂർത്തതും ബലവത്തുമായ വലിയ കൊക്കാണിതിന്. ഇതിന് ഓറഞ്ചു കലർന്ന മഞ്ഞ നിറം. മേൽക്കൊക്കിന്റെ അറ്റം കീഴ്ക്കൊക്കിനു മുകളിലേക്ക് അല്പം വളഞ്ഞിരിക്കും. വളരെ നീളമുള്ള കാലുകൾക്ക് നേരിയ ചുവപ്പ് നിറമാണ്. ചിറകുകളിൽ വെള്ളയും കറുപ്പും നിറങ്ങൾ ഇടകലർന്ന് കാണും. വാലിന് ചുവപ്പോ പിങ്കോ കലർന്ന വെള്ളനിറമായിരിക്കും. കുഞ്ഞുങ്ങൾക്ക് നിറവ്യത്യാസമുണ്ടാകും. പ്രജനനകാലമൊഴികെയുള്ള സമയങ്ങളിൽ നിറങ്ങൾ മങ്ങിയാണ് കാണുക. ആണിനും പെണ്ണിനും ഒരേ നിറവിന്യാസമാണെങ്കിലും ആണിന്റെ ശരീരത്തിനും കൊക്കിനും വലുപ്പം അല്പം കൂടുതലായിരിക്കും.

ചെറുസംഘമായിട്ടാണ് ഇവ സഞ്ചരിക്കുന്നത്. വെള്ളത്തിൽ ഇറങ്ങിനിന്ന് വിശ്രമിക്കുന്നത് കാണാറുണ്ട്. ചില സമയങ്ങളിൽ തല ശരീരത്തിൽ പൂഴ്ത്തിവച്ച് ഒറ്റക്കാലിൽ നില്ക്കുന്നതും കാണാം. കഴുത്ത് നീട്ടിപ്പിടിച്ചും കാലുകൾ പിന്നോക്കം ചേർത്ത് വച്ചുമാണ് പറക്കൽ.

മാംസഭുക്കാണിത്. മത്സ്യങ്ങൾ, തവള, ഞണ്ട്, വിരകൾ തുടങ്ങിയ ജലജീവികളാണ് ഇരകൾ. ആഴം കുറഞ്ഞ ജലാശയങ്ങളിലാണ് ഇര തേടൽ. സാവധാനം നടന്നും ചിലപ്പോൾ വെള്ളം കലക്കി ഇരകളെ വിരട്ടിയോടിച്ചും ഇരതേടും. പിടികൂടിയ ഇരകൾ രക്ഷപ്പെടാതിരിക്കാനും ചെളി അരിച്ചുമാറ്റി ഇരയെ മാത്രം തിന്നാനും അരിപ്പ പോലുള്ള കൊക്ക് സഹായകമാണ്.

മഴക്കാലത്തോടനുബന്ധിച്ചാണ് പ്രജനനകാലം. മരങ്ങളുടെ മുകളിൽ കൂട്ടമായാണ് കൂട് കെട്ടുക. മറ്റു നീർപ്പക്ഷികൾക്കൊപ്പവും അല്ലാതെയും കൂടുകൾ കാണാം. ഒരു മരത്തിൽത്തന്നെ അടുത്തടുത്തായി അനേകം കൂടുകൾ കാണും. ഒരേ മരത്തിൽത്തന്നെ വർഷങ്ങളോളം കൂടുണ്ടാക്കുന്നതും കണ്ടെത്തിയിട്ടുണ്ട്. ചുള്ളികൾ ഉപയോഗിച്ചുണ്ടാക്കുന്ന കൂടിന് പീഠാകൃതിയായിരിക്കും. അകത്ത് സസ്യഭാഗങ്ങൾ നിരത്തിയിരിക്കും. ഒരു തവണ 2-5 മുട്ടകളിടും. ഒരു മാസമാണ് അടയിരിപ്പ്. ആണും പെണ്ണും മാറിമാറി അടയിരിക്കും. കുഞ്ഞുങ്ങളെ തീറ്റിപ്പോറ്റുന്നതും ഇരുവരും ചേർന്നാണ്. സ്വയം തിന്ന് ഭാഗികമായി ദഹിച്ച ആഹാരം തികട്ടിച്ചാണ് കുഞ്ഞുങ്ങൾക്ക് നൽകുന്നത്. 60-70 ദിവസം പ്രായമായാലേ കുഞ്ഞുങ്ങൾക്ക് പറക്കാനാവൂ. സ്വന്തമായി തീറ്റതേടാൻ മൂന്നു മാസത്തോളം വേണം. അതിനുശേഷവും, 115 ദിവസം പ്രായമാകുന്നതുവരെ ഇവ കൂട്ടിലേക്ക് മടങ്ങിയെത്തും. കേരളത്തിൽ ഇവയുടെ കൂടൊരുക്കൽ നടക്കുന്നത് വളരെ വിരളമായിട്ടാണ്.

വാലൻ എരണ്ട
Northern Pintail

ശാസ്ത്രനാമം: *അനാസ് അക്യൂട്ട*
Anas acuta Linnaeus,1758
കുടുംബം: അനാറ്റിഡേ

യൂറോപ്പിന്റെയും ഏഷ്യയുടെയും അമേരിക്കയുടെയും വടക്കൻ ഭാഗങ്ങളിൽ വ്യാപകമായി വിതരണം ചെയ്യപ്പെട്ടിരിക്കുന്ന ഒരിനം എരണ്ടയാണിത്. ഇവിടങ്ങളിൽ പ്രജനനം നടത്തിയശേഷം, തണുപ്പുകാലം ചെലവിടാൻ ഇവ തെക്ക് ഭൂമദ്ധ്യരേഖാ പ്രദേശങ്ങളിലേക്ക് ദേശാടനം നടത്തുന്നു. പ്രതികൂല കാലാവസ്ഥയിൽ ഇരതേടാനും ഇണചേരാനുമുള്ള

അനുകൂലസാഹചര്യങ്ങൾ തേടിയാണ് ഈ ബഹുദൂര സഞ്ചാരം. ഇവ കേരളത്തിൽ ശിശിരകാല സന്ദർശകരാണ്. വലിയ നദികളിലും തണ്ണീർത്തടങ്ങളിലും കായലോരങ്ങളിലും കാണപ്പെടുന്നു.

കാഴ്ചയിൽ താറാവിനോടു സാമ്യമുള്ള ഒരു പക്ഷിയാണിത്. താറാവിന്റേതു പോലെ പരന്ന ചുണ്ടുകളും തടിച്ചു മാംസളമായ നാക്കും ചർമ്മബന്ധിതമായ മൂന്നു മുൻവിരലുകളോടു കൂടിയ പാദവും ഈ പക്ഷിയുടെ സവിശേഷതകളാണ്. വേഗത്തിൽ പറക്കാൻ കഴിവുള്ള ഇവ മികച്ച മുങ്ങൽ വിദഗ്ദ്ധർ കൂടിയാണ്. ജലത്തിൽ അനായാസേന നീന്താനും ഇവയ്ക്കു കഴിവുണ്ട്.

സാമാന്യം വലിയ താറാവിനോളം വലുപ്പമുള്ള ഇതിന് 50–75 സെ.മീ. നീളം വരും. 80–85 സെ.മീ. ചിറകുവിസ്താരവും കാണും. ചെറിയ തല, നീല കലർന്ന ചാരനിറമുള്ള കൊക്കുകൾ, ചാരനിറമുള്ള കാലുകളും പാദങ്ങളും എന്നിവയാണ് പൊതുസ്വഭാവങ്ങൾ. ആണും പെണ്ണും കാഴ്ചയ്ക്ക് വ്യത്യസ്തരാണ്. ആണിന് വലുപ്പവും ഭാരവും കൂടുതലായിരിക്കും. ഇതിന് 60–75 സെ. മീ. നീളവും 450–1360 ഗ്രാം ഭാരവുമാണ് രേഖപ്പെടുത്തിയിട്ടുള്ളത്. താരതമ്യേന ചെറുതായ പിടയ്ക്കാകട്ടെ, 50–65 സെ.മീ. നീളവും 450–1135 ഗ്രാം ഭാരവുമാണുണ്ടാവുക. ആണിന്റെ, പിന്നിലേക്ക് ചൂണ്ടിനില്ക്കുന്ന നീണ്ടു കൂർത്ത തൂവലുകളാണ് ഇവയുടെ പിൻടെയിൽ എന്ന വിളിപ്പേരിന് കാരണം. അക്യൂട്ട എന്ന സ്പീഷീസ് നാമത്തിലെ സൂചനയും ഇതുതന്നെയാണ്. ആണിന്റെ നെഞ്ചിന് വെള്ളനിറവും തലയ്ക്ക് ആകർഷകമായ, തിളക്കമുള്ള, ഇരുണ്ട ചോക്കലേറ്റ് നിറവുമാണ്. നെഞ്ചിൽ നിന്ന് തലയുടെ പിറകിലേക്ക് വീതി കുറഞ്ഞ ഒരു വെള്ളപ്പട്ട നീളുന്നതുകാണാം. ഇതിന്റെ മുതുകിലും വശങ്ങളിലും ചാരനിറത്തിലും തവിട്ടുനിറത്തിലും കറുപ്പുനിറത്തിലുമുള്ള വരകളും പുള്ളികളും പട്ടകളുമുണ്ടാവും. പെൺപക്ഷിക്ക് ചെമ്പിച്ച തവിട്ടുനിറമുള്ള തലയാണ്. ദേഹത്താകമാനം അതേ നിറത്തിലുള്ള ചെറുപുള്ളികളും വരകളുമുണ്ടായിരിക്കും.

വലിയ കൂട്ടങ്ങളായാണ് ഇവയെ കാണാറ്. ജലജീവികളും ജലസസ്യങ്ങളും വേരുകളും മറ്റുമാണ് ഇവ ഭക്ഷിക്കുക. ചിറകുകൾ വിടർത്തി തല വെള്ളത്തിനടിയിലാക്കി മുങ്ങിത്തപ്പിയാണ് ഇരതേടുന്നത്.

ജലാശയങ്ങളിൽ നിന്ന് അധികം അകലെയല്ലാതെ, ചെടികളാൽ മറയ്ക്കപ്പെട്ട ഉണങ്ങിയ നിലത്താണ് കൂടുകെട്ടുന്നത്. മണ്ണിൽ ചെറിയ കുഴികളുണ്ടാക്കി, അകത്ത് സസ്യഭാഗങ്ങൾ നിരത്തിയാണ് കൂട്ചമയ്ക്കുന്നത്. ഒരു സമയത്ത് 7–9 മുട്ടകൾ കാണും. മുട്ടകൾക്ക് ക്രീം നിറം. അടയിരിക്കുന്നത് പെണ്ണ് മാത്രമാണ്. 22–24 ദിവസം കൊണ്ട് മുട്ടകൾ വിരിയും. 46–47 ദിവസമാകുമ്പോൾ കുഞ്ഞുങ്ങൾ പറക്കമുറ്റും.

വാലൻ താമരക്കോഴി/ ഈർക്കിലിക്കാലൻ

Pheasant tailed Jacana

ശാസ്ത്രനാമം: ഹൈഡ്രോഫാസിയാനസ് ചിരൂഗസ്
Hydrophasianus chirugus Scopoli, 1786

കുടുംബം: ജക്കാനിഡേ

മനോഹരമായൊരു നീർപക്ഷിയാണ് വാലൻ താമരക്കോഴി. ഈ പറവയെ കേരളത്തിലെ ജലസസ്യങ്ങൾ നിറഞ്ഞ ജലാശയങ്ങളിലും അതിനോട് ചേർന്ന വിശാലമായ തണ്ണീർത്തടങ്ങളിലും വിരളമായി കാണപ്പെടുന്നുണ്ട്. താമര, ആമ്പൽ, പായൽ എന്നിവ നിറഞ്ഞ ജലാശയങ്ങളും ചതുപ്പുകളും ഇവയുടെ ഇഷ്ടമേഖലകളാണ്. ഈ സസ്യങ്ങളൂടെ മുകളിലൂടെ വേഗത്തിൽ ഓടാൻ ഇവയ്ക്കു സാധിക്കും.

ഇതിന് 40-58 സെ.മീ. നീളം വരും. മഞ്ഞ, കറുപ്പ്, വെള്ള എന്നീ നിറങ്ങളാൽ അലങ്കൃതമാണിവയുടെ ശരീരം. പ്രജനനകാലത്താണ് പ്രകടമായ നിറവ്യത്യാസമുണ്ടാകുന്നത്. ഇതിന്റെ വാൽ നീണ്ട് അരിവാൾ പോലെ വളഞ്ഞുയർന്ന് നിൽക്കും. ഇതിന് മാത്രം 25 സെ.മീ. നീളം വരും. ചിറകിന്റെ അധികഭാഗവും ഇരുണ്ട തവിട്ടുനിറമാണ്. ഇടയ്ക്കിടെ വെള്ളനിറവും ഉണ്ടായിരിക്കും. കഴുത്തിന്റെ പിൻവശം മഞ്ഞനിറം. കൊക്കിൽ നിന്നാരംഭിക്കുന്ന നരച്ച കറുത്ത പട്ട കഴുത്തിന്റെ വശത്തുകൂടിയിറങ്ങി മാറിൽ ഒരു മാലപോലെ കിടക്കും. ശരീരത്തിനടിവശം നരച്ച വെള്ളനിറമാണ്. മുതുക് തവിട്ട് നിറം. പ്രജനനകാലം ഒഴികെയുള്ള സമയങ്ങളിൽ നീണ്ടവാൽ ഉണ്ടാവില്ല. പ്രജനനകാലത്താണ് പക്ഷിയെ കാണാൻ ഭംഗി കൂടുതൽ. കാലുകൾ നീണ്ടു മെലിഞ്ഞതാണ്. ഇതിനു നരച്ച പച്ചനിറം. ആൺപക്ഷികൾക്ക് 110-135 ഗ്രാം ഭാരം കാണും. താരതമ്യേന വലുതായ പെൺപക്ഷികൾക്ക് 205-260 ഗ്രാം ഭാരമുണ്ടാവും.

പറക്കുന്നത് വിരളമായാണ്. പറക്കൽ അല്പം പ്രയാസമുള്ളതുപോലെ തോന്നും. എന്നാൽ, അത്യാവശ്യം വന്നാൽ നന്നായി പറക്കാനും ഈ പക്ഷികൾക്ക് സാധിക്കും. പ്രജനനകാലത്ത് മ്യാവ്-മ്യാവ് എന്ന് ശബ്ദിക്കാറുണ്ട്. ശത്രുസാന്നിധ്യമുണ്ടാകുമ്പോൾ ഓടി ഒളിക്കുകയാണ് പതിവ്. ജലജീവികളും പ്രാണികളും മറ്റുമാണ് ഭക്ഷണം.

ജലാശയത്തോട് ചേർന്നായിരിക്കും കൂട്. ചണ്ടിയും പുൽത്തണ്ടുകളും കൊണ്ടാണ് കൂടൊരുക്കുന്നത്. ജലാശയത്തിൽ പാറിക്കിടക്കുന്നതുപോലെയാണ് കൂടുകൾ മിക്കവയും. ചെറിയ കൂടുകളിൽ നാലു മുട്ടകളുണ്ടാവും. കടുത്ത തവിട്ടുനിറമുള്ള മുട്ടയിൽ ധാരാളം കുത്തുകളും പുള്ളികളുമുണ്ടായിരിക്കും. അടയിരിക്കുന്നതും കുഞ്ഞിനെ സംരക്ഷിക്കുന്നതും ആൺപക്ഷികളാണത്രെ. മുട്ടയിട്ടുകഴിഞ്ഞാലുടനെ കൂട് വിടുന്ന

പെൺപക്ഷികൾ ഒരു ഋതുവിൽ ഒന്നിൽ കൂടുതൽ പൂവൻമാരെ വരിക്കുകയും ഒന്നിൽക്കൂടുതൽ തവണ മുട്ടയിടുകയും ചെയ്യുമെന്ന് പറയപ്പെടുന്നു.

വാൾക്കൊക്കൻ

Eurasian Curlew

ശാസ്ത്രനാമം: *ന്യൂമേനിയസ് അർക്വാട്ട*
Numenius arquata Linnaeus,1758
കുടുംബം: സ്ക്കോലോപാസിഡേ

യൂറോപ്പിലെയും ഏഷ്യയിലെയും മിതോഷ്ണ മേഖലകളിലുടനീളം പ്രജനനം നടത്തുന്ന ഒരു പക്ഷിയാണിത്. കേരളത്തിലെ അഴിമുഖങ്ങളിലും കായലോരങ്ങളിലും ദേശാടനത്തിനെത്തുന്നു. പൊതുവെ എണ്ണത്തിൽ വളരെക്കുറഞ്ഞ ഇവ തെക്കൻ കേരളത്തിൽ വിരളമാണ്. കടലുണ്ടി പോലുള്ള മേഖലകളിലാണ് ഇതിനെ കൂടുതലായി കാണുന്നത്.

നാടൻ കോഴിയോളം വലുപ്പം വരുന്ന ഇതിന് 50–60 സെ. മീറ്ററാണ് നീളം. ചിറകുവിസ്താരം 90–105 സെ.മീ. വരും. 410–1360 ഗ്രാമാണ് ഭാരം. ആണും പെണ്ണും കാഴ്ചയ്ക്ക് ഒരുപോലെയാണ്. ദേഹമാകമാനം കടുംതവിട്ടുനിറം. അതിൽ ധാരാളം കറുത്തപുള്ളികളുണ്ടായിരിക്കും. അടിഭാഗത്ത് നരച്ച വെള്ള കലർന്ന നിറമാണ്. വാൽ ചെറുതാണ്. വാലിന്റെ ഭാഗത്തുള്ള തൂവലുകളിൽ കറുത്തനിറം അല്പം കുടുതലായി കാണാം. അവ്യക്തമായി കാണാവുന്ന നരച്ച വെള്ളനിറമുള്ള ഒരു പുരികം ഈ പക്ഷിക്കുണ്ട്. തലയിലും നേരിയ വരകളുണ്ടായിരിക്കും. കൊക്കുകൾ വീതി കുറഞ്ഞതും വളരെ നീണ്ടതുമാണ്. വാൾ പോലെ താഴേക്ക് അല്പം വളഞ്ഞ ഈ കൊക്കുകൾ മൂലമാണ് ഇതിന് വാൾക്കൊക്കൻ എന്ന പേരു കിട്ടിയത്. കാലുകൾക്ക് നീളവും ഒപ്പം കനവുമുണ്ട്.

മിക്കവാറും സംഘമായിട്ടാണ് സഞ്ചരിക്കുന്നത്. സംഘത്തിൽ എണ്ണം വളരെക്കുറവായിരിക്കും. ജലാശയങ്ങളിലും ചെളിയിലും ഇറങ്ങി നിന്നാണ് ഇരപിടിക്കുന്നത്. മുഖ്യാഹാരം മത്സ്യം തന്നെയാണ്. എന്നാൽ മറ്റു ജലജീവികളെയും പിടികൂടാറുണ്ട്. ഞണ്ടുകളെ പിടികൂടാനായി അവയുടെ മാളത്തിലേക്ക് ഈ പക്ഷി അതിന്റെ നീണ്ട കൊക്ക് കടത്തുന്ന കാഴ്ച രസകരമാണ്. കൊക്കിന്റെ മുക്കാൽ ഭാഗവും ഇപ്രകാരം ചളിയിലേക്കു കുത്തിത്താഴ്ത്താനും ഇരയോടൊപ്പം തിരികെ വലിച്ചെടുക്കാനും ഇതിനു കഴിയും.

വേഗത്തിൽ പറക്കാൻ വാൾക്കൊക്കന് സാധിക്കും. പറക്കുന്ന അവസരത്തിൽ ഇത് ശബ്ദിക്കാറുണ്ട്. കർല്ലൂ എന്നാണിത് നീട്ടിവിളിക്കുക. ഇംഗ്ലിഷ് വിളിപ്പേരിനു പിന്നിൽ ഈ വിളിയാണ്.

കൂടൊരുക്കൽ നടക്കുന്നത് കേരളത്തിലല്ല. പുല്ലുകൾക്കിടയിലോ വിള കൾക്കിടയിലോ ഉള്ള തറയിൽ വലിയ കുഴികളുണ്ടാക്കി, ഉണക്കപ്പുല്ലും തൂവലുകളും അകത്തു നിരത്തി അതിലാണ് മുട്ടയിടുക. ഒരു പ്രാവശ്യം 3-6 മുട്ടകളിടും. ഒരു മാസത്തോളമാണ് അടയിരിപ്പുകാലം. അടയിരിക്കാനും കുഞ്ഞുങ്ങളെ തീറ്റിപ്പോറ്റാനും ആണും പെണ്ണും സഹകരിക്കും. 32-38 ദിവസമാകുമ്പോൾ കുഞ്ഞുങ്ങൾ പറക്കമുറ്റും.

വിശറിവാലൻ ചുണ്ടൻ കാട
Common Snipe/Fan tailed snipe

ശാസ്ത്രനാമം: *ഗാല്ലിനാഗോ ഗാല്ലിനാഗോ*
Gallinago gallinago Linnaeus, 1758
കുടുംബം: സ്ക്കോലോപാസിഡേ

ഉത്തരയൂറോപ്പിലും ഉത്തരേഷ്യയിലും വ്യാപകമായി വിതരണം ചെയ്യപ്പെട്ടിരിക്കുന്ന ഒരു പക്ഷിയാണ് വിശറിവാലൻ ചുണ്ടൻകാട. ഇതിൽ, യൂറോപ്പിലുള്ളവ തണുപ്പുകാലം ചെലവിടാൻ ദക്ഷിണ യൂറോപ്പിലും ആഫ്രിക്കയിലും പോകും. എന്നാൽ, ഏഷ്യയിലുള്ളവ ദക്ഷിണേഷ്യയിലേക്കാണ് ദേശാടനം നടത്തുന്നത്. ദേശാടനക്കാലത്താണ് ഡിസംബർ-മേയ് മാസങ്ങളിലായി വളരെ വിരളമായി ഇവ കേരളത്തിലുമെത്തുന്നത്. ജലസസ്യങ്ങൾ നിറഞ്ഞ വിശാലമായ ചതുപ്പുകളിലാണ് ഇവയെത്തുക.

ഇവയിലെ ആൺ-പെൺ പക്ഷികളെ തിരിച്ചറിയാൻ പ്രയാസമാണ്. പ്രായപൂർത്തിയെത്തിയ പക്ഷിക്ക് 25-27 സെ.മീ. നീളം വരും. ചിറകു വിസ്താരം 44-47 സെ.മീറ്ററാണ്. 80-140 ഗ്രാമാണ് ശരാശരി ഭാരം. ഇതിന്റെ ദേഹത്തിന് പൊതുവെ തവിട്ടുനിറമാണ്. ഇതിൽ വയ്ക്കോൽ നിറമുള്ള ധാരാളം വരകളും പുള്ളികളും കാണാം. അടിവശം നരച്ച വെള്ളനിറമായിരിക്കും. ചിറകുകൾ കൂർത്തതാണ്. ചിറകുകളിലും തലയിലും അണ്ണാറക്കണ്ണന് കാണുന്നതുപോലെയുള്ള തവിട്ടു വരകളുണ്ടായിരിക്കും. ഇവ നിലത്തിരുന്നാൽ കണ്ടെത്താൻ വളരെ പ്രയാസമാണ്. പരിസരവുമായി അത്രയധികം സാമ്യമുള്ളതാണ് ഇവയുടെ നിറവിന്യാസം. ഇവയ്ക്ക് വലിയ കണ്ണുകളാണ്. കണ്ണിലൂടെ കടന്നുപോകുന്ന, ഇരുണ്ട തവിട്ടുനിറമുള്ള കൺപട്ടയും അതിന് മുകളിലും താഴെയുമായിക്കാണുന്ന വെളുത്ത പട്ടകളും ഇവയുടെ സവിശേഷതകളാണ്. കാലുകൾ കുറുകിയതും പച്ച കലർന്ന ചാരനിറത്തോടു കൂടിയതുമാണ്. വളരെ നീണ്ട, ബലമുള്ള, കൊക്കിന് ഇരുണ്ടനിറം. വളവില്ലാത്ത കൊക്കിന് മുൾവാലൻ ചുണ്ടൻകാടയുടെ കൊക്കുപോലെ ചില പ്രത്യേകതകളുണ്ട്. കൊക്കിന്റെ അറ്റത്ത് ധാരാളം ഞരമ്പുകളും രക്തധമനികളുമുണ്ട്.

ഇവ ഏകാന്തവാസികളാണ്. നാണംകുണുങ്ങികളായ ഇവ അധിക സമയവും പൊന്തകൾക്കുള്ളിൽ മറഞ്ഞിരിക്കുകയാണ് പതിവ്. ആൾ അടുത്തെത്തിക്കഴിഞ്ഞാൽ മാത്രമേ പറന്നുയരൂ. ഈ പക്ഷി പറക്കുമ്പോൾ വാലിനെക്കാൾ നീളത്തിൽ കാലുകൾ പിറകിലേക്ക് തള്ളി നില്ക്കും. പറക്കുന്ന അവസരത്തിൽ ശബ്ദിക്കാറുണ്ട്.

ചെളിയിലാണ് ഇവ ഇരതേടുക. കൊക്ക് ചെളിയിലേക്ക് കുത്തി താഴ്ത്തിയാണ് ഇരതേടുന്നത്. ചെളിയിൽ ഒളിഞ്ഞുകിടക്കുന്ന പ്രാണികളെയും വിരകളെയും മറ്റു ജലജീവികളെയും സ്പർശനം കൊണ്ട് മനസ്സിലാക്കി പിടികൂടുകയാണ് പതിവ്. കൊക്കിന്റെ അഗ്രഭാഗം യഥേഷ്ടം വളയ്ക്കാവുന്ന രീതിയിലായതിനാൽ ചെളിക്കകത്തുവച്ച് തന്നെ ഇരയെ പിടികൂടാൻ ഇവയ്ക്കു സാധിക്കും.

പ്രജനനം ഉത്തര യൂറോപ്പിലും റഷ്യയിലും ഐസ്ലാൻഡിലും മറ്റുമാണ്. പ്രജനനകാലത്ത് ആടിന്റെ കരച്ചിൽ പോലെയുള്ള ഒരു ശബ്ദം ഇവയുണ്ടാക്കും. അതിനാൽ, സ്കൈ ഗോട്ട്, ഫ്ളയിംഗ് ഗോട്ട്, ഹെവൻസ് റാം എന്നൊക്കെയുള്ള വിളിപ്പേരുകളിൽ ഇത് അറിയപ്പെടുന്നുണ്ട്. ചതുപ്പുകളിലും ചെളിക്കുണ്ടുകളിലും തുന്ദ്രകളിലും, കണ്ടെത്താൻ പ്രയാസമുള്ള യിടങ്ങളിൽ നിലത്താണിവ കൂടുണ്ടാക്കുക. ഒരു തവണ 4 മുട്ടകളിടും. ഇരുണ്ട ഒലിവ്നിറമുള്ള മുട്ടകളുടെ പുറത്ത് ഇരുണ്ട തവിട്ടു നിറമുള്ള ധാരാളം പുള്ളികളും പാടുകളുമുണ്ടാവും. 21 ദിവസമാണ് അടയിരിപ്പു കാലം. പെൺപക്ഷിക്കാണ് അടയിരിക്കുന്ന ജോലി. കുഞ്ഞുങ്ങളെ തീറ്റിപ്പോറ്റാൻ ആണും പെണ്ണും സഹകരിക്കും. 10-20 ദിവസമാകുമ്പോൾ കുഞ്ഞുങ്ങൾ പറക്കമുറ്റും.

വെള്ള അരിവാൾകൊക്കൻ/ കഷണ്ടിക്കൊക്ക്
Oriental white ibis/ Black headed ibis/ Indian white ibis/White ibis.

ശാസ്ത്രനാമം: ത്രെസ്ക്കിയോർണിസ് മെലനോസെഫാലസ്
Threskiornis melanocephalus Latham,1790
കുടുംബം: ത്രെസ്ക്കിയോർണിത്തിഡേ

ദക്ഷിണേഷ്യയിലും പൂർവ്വേഷ്യയിലും വളരെ വ്യാപകമായി വിതരണം ചെയ്യപ്പെട്ടിരുന്ന ഒരു നീർപ്പക്ഷിയാണ് വെള്ള അരിവാൾകൊക്കൻ. ഇപ്പോളിവ കടുത്ത വംശനാശത്തിന്റെ വക്കിലെത്തിനില്ക്കുന്നതായി വിലയിരുത്തപ്പെടുന്നു. ഇന്ത്യയിൽ മിക്കഭാഗങ്ങളിലും ജീവിക്കുന്നുണ്ടെങ്കിലും പൊതുവെ ഇവ വളരെ കുറവാണ്. കേരളത്തിൽ ഇവ ദേശാടനക്കാരായി

വരികയാണ് പതിവ്. ചതുപ്പുമേഖലകളാണ് ഇഷ്ടതാവളങ്ങൾ. നദീ തീരങ്ങളിലും വലിയ തടാകക്കരകളിലും കാണാം.

ഇതൊരു വലിയ പക്ഷിയാണ്. 65-75 സെ.മീ. നീളം വരും. ശരാശരി 130 സെ. മീറ്ററാണ് ചിറകുവിസ്താരം. ഇവയിൽ ആൺ-പെൺ പക്ഷി കളെ തിരിച്ചറിയാൻ ബുദ്ധിമുട്ടാണ്. തടിച്ച ശരീരത്തിന് തൂവെള്ളനിറം. കാലുകളും കൊക്കും തലയും കഴുത്തിന്റെ പകുതിയും കറുപ്പാണ്. തല യിൽ തൂവലുകളുണ്ടാവില്ല. അതിനാലാണ് കഷണ്ടിക്കൊക്ക് എന്ന പേരു വന്നത്. കൊക്ക് നീണ്ടതും അരിവാൾ പോലെ വളഞ്ഞതുമാണ്. വെളുത്ത ചിറകുകളുടെയറ്റത്ത് കറുത്ത തൂവലുകൾ കാണാം. കുറുകിയ വാലിന്റെ യറ്റത്തും കറുപ്പുനിറം കാണാം.

സംഘമായിട്ടാണ് സഞ്ചാരവും ഇരതേടലും. മാംസഭോജിയാണ്. മത്സ്യ ങ്ങൾ, തവളകൾ, ഒച്ചുകൾ, വിരകൾ, ക്രസ്റ്റേഷ്യനുകൾ, പ്രാണികൾ എന്നിവയാണ് ഇരകൾ. ചതുപ്പുകളിലെ ചെളിയിൽ ചുണ്ടുതാഴ്ത്തി പരതി യാണ് ഇരതേടുക. ആഴം കുറഞ്ഞ വെള്ളത്തിനടിയിലേക്ക് തല മുഴുവൻ താഴ്ത്തിയും ഇവ ഇരതേടാറുണ്ട്. ഇവ മിക്കവാറും നിശ്ശബ്ദരാണ്. കൂട്ടി ലിരിക്കുമ്പോൾ കുറുകാറുണ്ട്.

ഇവ കുമരകം പോലുള്ള മേഖലകിൽ വിരളമായി കൂടൊരുക്കിയിരു ന്നതായി ഗവേഷകർ കണ്ടെത്തിയിട്ടുണ്ട്. നവംബർ മുതൽ ഫെബ്രുവരി വരെയാണ് കൂടുകൂട്ടലും മുട്ടയിടലും. മരക്കൊമ്പുകളിലാണ് കൂടൊരു ക്കുന്നത്. ആൺപക്ഷി ചുള്ളികളെത്തിക്കുകയും പെൺപക്ഷി അവയെ അടുക്കി കൂടുണ്ടാക്കുകയുമാണ് ചെയ്യുന്നത്. ഒരു തവണ 2-4 മുട്ടകളിടും. 23-25 ദിവസം കൊണ്ട് ഇവ വിരിയും. വിരിഞ്ഞ് 40 ദിവസമെത്തുമ്പോൾ കുഞ്ഞുങ്ങൾ പറക്കമുറ്റും. കുഞ്ഞുങ്ങൾക്ക് ചാരനിറമുള്ള തലയും വെള്ള നിറമുള്ള കഴുത്തുമായിരിക്കും. 3 വർഷം പ്രായമെത്തിയാലേ സവിശേഷ നിറവിന്യാസം രൂപപ്പെടൂ.

വെള്ളക്കണ്ണി എരണ്ട
White eyed pochard/
Ferruginous pochard

ശാസ്ത്രനാമം: *ഐത്തിയ നൈറോക്ക*
Aythya nyroca Guldenstadt,1770

കുടുംബം: അനാറ്റിഡേ

യൂറോപ്പിന്റെ തെക്കും കിഴക്കും മേഖലകളിലും ഏഷ്യയുടെ തെക്കും പടിഞ്ഞാറും മേഖലകളിലും ഉത്തരാഫ്രിക്കയിലും പ്രജനനം നടത്തു കയും ശിശിരകാലം ചെലവിടാൻ തെക്കൻ മേഖലകളിലേക്ക് ദേശാടനം

നടത്തുകയും ചെയ്യുന്ന ഒരു പക്ഷിയാണിത്. കേരളത്തിൽ ഇവ അത്യപൂർവ്വമായി എത്താറുണ്ട്. ജലസസ്യങ്ങൾ നിറഞ്ഞ വിശാലമായ തടാകങ്ങളിലും ചതുപ്പ് പ്രദേശങ്ങളിലും കുളങ്ങളിലും കായലോരങ്ങളിലുമാണ് ഇവയെത്താറ്. കടുത്ത വംശനാശത്തിന്റെ വക്കിലെത്തി നില്ക്കുന്ന ഈ പക്ഷിയെ ഇപ്പോൾ കണ്ടെത്തുന്നത് വളരെ വിരളമായാണ്.

ഇതിന് 38-42 സെ.മീ. നീളം വയ്ക്കും. ശരീരമാകെ ചെമ്പിച്ച തവിട്ടു നിറമാണ്. മുതുകിന് കൂടുതൽ ഇരുണ്ട നിറമായിരിക്കും. വാലിനടിയിൽ ത്രികോണാകൃതിയിൽ വെള്ളപ്പാട് കാണാം. വയറും ഗുദവും തൂവെള്ളയാണ്. പൂവന്റെ കണ്ണുകളും വെള്ളയായിരിക്കും. പക്ഷിക്ക് പേര് ലഭിച്ചിരിക്കുന്നത് കണ്ണിന്റെ നിറവുമായി ബന്ധപ്പെട്ടാണ്. ചിറകുകളുടെ അരികുകളിൽ വെള്ളക്കരയുണ്ട്. പറക്കുമ്പോഴാണ് വെള്ളപ്പാടുകൾ നന്നായി കാണാൻ കഴിയുന്നത്. കൊക്ക് ചെറുതാണ്. അടഞ്ഞ കറുപ്പ് നിറം. പിടയ്ക്ക് അല്പം അടഞ്ഞ നിറമാണ്. ഇതിന്റെ കണ്ണുകൾക്ക് ഇരുണ്ട നിറമായിരിക്കും.

ഇവയെ ഒറ്റയായും ചെറു കൂട്ടമായും കാണാം. മിശ്രഭോജികളാണ്. ജലസസ്യങ്ങളും ജലത്തിലെ അകശേരുകികളും ചെറുമത്സ്യങ്ങളും ഉഭയജീവികളും വിത്തുകളുമൊക്കെയാണ് ആഹാരം. ജലത്തിൽ തലതാഴ്ത്തി നീന്തിയാണ് ഇരതേടുന്നത്.

ഏപ്രിൽ-ജൂൺ ആണ് പ്രജനനകാലം. ഇടതൂർന്നു വളരുന്ന സസ്യങ്ങളുടെയിടയിലെ നിലത്താണ് കൂടൊരുക്കുക. ആറ്റുവഞ്ചികളോ മറ്റു ജലസസ്യങ്ങളോ അടുക്കിവച്ചുണ്ടാക്കുന്ന പീഠമാണ് കൂട്. ഒരു സമയം 7-10 മുട്ടകളിടും. പെണ്ണു മാത്രമാണ് അടയിരിക്കുക. 25-28 ദിവസമാകുമ്പോൾ മുട്ടകൾ വിരിയും. 55-60 ദിവസം കൊണ്ട് കുഞ്ഞുങ്ങൾ പറക്കമുറ്റും. ആഗസ്റ്റ് സെപ്റ്റംബർ മാസത്തോടെ പ്രജനനമേഖല വിടുന്ന ഇവ അടുത്ത മാർച്ചോടെ തിരിച്ചെത്തും.

വെള്ളക്കൊക്കൻ കുളക്കോഴി

Common Coot/Bald coot/ White faced diver

ശാസ്ത്രനാമം: *ഫ്യൂലിക്ക അട്ര*

Fulica atra Linnaeus,175

കുടുംബം: റാലിഡേ

യൂറോപ്പിലും ഏഷ്യയിലും ആസ്ട്രേലിയയിലും ആഫ്രിക്കയുടെ ചില ഭാഗങ്ങളിലും വിതരണം ചെയ്യപ്പെട്ടിരിക്കുന്ന ഒരു തടിച്ച നീർപ്പക്ഷിയാണ്

വെള്ളക്കൊക്കൻ കുളക്കോഴി. കേരളത്തിൽ അപൂർവ്വമായി ഇവ ദേശാ ടനത്തിനെത്തുന്നു. ജലസസ്യങ്ങൾ നിറഞ്ഞ വിശാലമായ തടാകങ്ങളിലും നദികളിലുമാണ് ഇവയെത്തുക.

താറാവിനോട് സാമ്യമുള്ള പക്ഷിയാണിത്. ഒറ്റനോട്ടത്തിൽ കറുത്ത താറാവാണെന്ന് തോന്നും. 36-42 സെ.മീ. നീളം വയ്ക്കുന്ന ഇതിന് തടി ച്ചുരുണ്ട, കറുത്ത ദേഹമാണ്. മറ്റു നിറമോ, അടയാളങ്ങളോ ഉണ്ടാവില്ല. 70-80 സെ.മീ. ചിറകുവിസ്താരമുള്ള ഇവയ്ക്ക് 0.6-1.2 കി.ഗ്രാം ഭാരമാണു ണ്ടാവുക. കൊക്കുകൾക്ക് തൂവെള്ളനിറം. കൊക്ക് നീളം കുറഞ്ഞതും തടിച്ചതുമാണ്. കൊക്കിനോട് ചേർന്ന് നെറ്റിയിൽ തൂവെള്ള നിറത്തിലുള്ള ഒരു കവചം കാണാം. ഈ നിറവുമായി ബന്ധപ്പെട്ടാണ് പക്ഷിക്ക് വെള്ള ക്കൊക്കൻ കുളക്കോഴി എന്ന പേർ ലഭിച്ചത്. താറാവിനെപ്പോലെ ചെറിയ വാലാണ് ഈ പക്ഷിക്കുള്ളത്. കണ്ണുകൾക്ക് ചുവപ്പുനിറമായിരിക്കും. കാൽവിരലുകൾ ഭാഗികമായി ചർമ്മബന്ധിതമാണ്. കുഞ്ഞുങ്ങൾക്ക് നരച്ച തവിട്ടുനിറമാണ്. നെഞ്ചിൽ വെള്ള കലർന്ന നിറമായിരിക്കും. വെളുത്ത നെറ്റിപ്പട്ടയുണ്ടാവില്ല.

വലിയ കൂട്ടങ്ങളായാണ് സാധാരണ കാണാറ്. ജലാശയക്കരയിലൂടെ നടക്കുകയോ ജലാശയങ്ങളിൽ നീന്തിനടക്കുകയോ ചെയ്യുന്നത് കാണാം. നീന്തുമ്പോൾ തലയാട്ടുന്ന സ്വഭാവമുണ്ട്. നന്നായി പറക്കാൻ സാധിക്കു മെങ്കിലും പൊതുവെ പറക്കുന്നതിൽ ഇവ വിമുഖരാണ്. അവശ്യഘട്ട ങ്ങളിൽ ജലോപരിതലത്തിലൂടെ വെള്ളം തെറിപ്പിച്ചുകൊണ്ട് കുറെ ദൂരം ഓടിയ ശേഷമാണ് പറന്നുയരുന്നത്. കുറഞ്ഞ ദൂരങ്ങളിലേക്ക് പറക്കാതെ, ഇതേ രീതിയിൽ ഓടിയെത്തുന്നതും കാണാവുന്നതാണ്. ചെറിയ ദൂരം ഊളിയിട്ട് സഞ്ചരിക്കുന്നതും കാണാറുണ്ട്. ദേശാടനപ്പറക്കൽ മിക്കവാറും രാത്രിയിലാണ് നടക്കുന്നത്.

ജലസസ്യങ്ങളും ജലത്തിലെ അകശേരുകികളുമാണ് മിശ്രഭോജി കളായ ഇവയുടെ ഭക്ഷണം. ജലത്തിൽ മുങ്ങാംകുഴിയിട്ടാണ് ഇരതേടു ന്നത്. ഇരയെ ജലോപരിതലത്തിൽ കൊണ്ടുവന്ന ശേഷമാണ് വിഴുങ്ങു ന്നത്. ഇവ എപ്പോഴും ശബ്ദമുണ്ടാക്കുന്ന സ്വഭാവക്കാരാണ്. വിവിധ തരം ശബ്ദങ്ങളുണ്ടാക്കാറുണ്ട്.

കൂട് ജലാശയത്തിന്റെ കരയോടടുത്ത്, ജലസസ്യങ്ങൾക്കിടയിലാണ് ഒരുക്കുക. പുല്ലുകളും ആറ്റുവഞ്ചികളും ചേർത്തുവച്ചുണ്ടാക്കുന്ന കൂട്ടിൽ 6-9 മുട്ടകളിടും. ആണ്ടിൽ സാധാരണ രണ്ടു തവണയും ചിലപ്പോൾ മൂന്നു തവണയും മുട്ടയിടും. ആണും പെണ്ണും മാറിമാറി അടയിരിക്കും. 24 ദിവസമാണ് അടയിരിപ്പുകാലം. കുഞ്ഞുങ്ങളെ തീറ്റിപ്പോറ്റാനും ആണും പെണ്ണും സഹകരിക്കും. ശരാശരി 56 ദിവസമാകുമ്പോൾ കുഞ്ഞുങ്ങൾ പറക്കമുറ്റും. ആഹാരത്തിന് ക്ഷാമമുണ്ടായാൽ, തീറ്റ യാചിക്കുന്ന കുഞ്ഞു ങ്ങളെ ഇവ കൊത്തിക്കൊല്ലാറുണ്ട്.

വെള്ളവയറൻ കടൽപ്പരുന്ത്
White- bellied sea eagle/ White breasted sea eagle.

ശാസ്ത്രനാമം: *ഹാലിയേറ്റസ് ല്യൂക്കോഗാസ്റ്റർ*
Haliaeetus leucogaster Gmelin, 1788
കുടുംബം: ആക്സിപിട്രിഡേ

ഇൻഡ്യയിലും ശ്രീലങ്കയിലും തെക്കുകിഴക്കൻ ഏഷ്യ മുതൽ ആസ്ട്രേലിയ വരെയുള്ള പ്രദേശങ്ങളിലും സ്ഥിരവാസിയായ, പരുന്തു വർഗ്ഗത്തിലെ ഭംഗിയുള്ള ഒരു കടൽപ്പക്ഷിയാണ് വെള്ളവയറൻ കടൽ പ്പരുന്ത്. കേരളത്തിൽ കണ്ണൂർ, കാസർകോഡ് ജില്ലകളിലെ തീരപ്രദേശ ങ്ങളിലും വലിയ തടാകങ്ങളുടെ പരിസരങ്ങളിലും സുലഭമല്ലാതെ കാണാവുന്നതാണ്. കടുത്ത വംശനാശഭീഷണി നേരിടുന്ന ഒരു പക്ഷി യാണിത്.

ഇതിന് 66-70 സെ.മീ. നീളം കാണും. മുതിർന്ന പക്ഷിയുടെ തലയും ശരീരത്തിനടിവശവും വാലിന്റെ അഗ്രവും തൂവെള്ളനിറമാണ്. മുകൾ ഭാഗവും ചിറകുകളിലെ വലിയ തൂവലുകളും സ്ലേറ്റുനിറം. പറക്കുന്ന അവ സരത്തിൽ വ്യക്തമായി കാണാനാവുന്ന ഈ നിറവിന്യാസം കൊണ്ട് ഈ പക്ഷിയെ വേഗത്തിൽ തിരിച്ചറിയാവുന്നതാണ്. 1.75-2.2 മീറ്ററാണ് ഇവ ചിറകുവിരിക്കുമ്പോഴുള്ള അകലം. ഇവയുടെ കൊക്ക് കൂർത്ത് വളഞ്ഞിരിക്കും. നീല കലർന്ന ചാരനിറമുള്ള ഇതിന്റെ അഗ്രത്തിന് കൂടു തൽ ഇരുണ്ട നിറമായിരിക്കും. കണ്ണുകൾക്ക് ഇരുണ്ട തവിട്ടു നിറം. കാലു കൾ ചാരനിറം. നീണ്ട വിരലുകൾ കറുപ്പ്. കാലുകൾ തൂവൽ പൊതിഞ്ഞ വയല്ല. ആൺ-പെൺ പക്ഷികളെ തിരിച്ചറിയാൻ പ്രയാസമാണ്. പെൺ പക്ഷി താരതമ്യേന വലുതായിരിക്കും. ഇതിന് 80-90 സെ.മീ. നീളവും 2.5-4.5 കി.ഗ്രാം തൂക്കവും വരും. ആണിന് 65-80 സെ.മീ. നീളവും 1.5-3 കി.ഗ്രാം തൂക്കവുമാണ് കാണുക. കുഞ്ഞുങ്ങൾക്ക് വെള്ളനിറം വളരെ കുറവായിരിക്കും. ഇവയുടെ ദേഹത്ത് വരകളും പുള്ളികളും ഉണ്ടായി രിക്കും.

ഏകാന്തവാസിയായിട്ടാണ് ഈ പക്ഷിയെ കാണപ്പെടുന്നത്. ഇണ ചേരൽ കാലത്ത് പെൺപക്ഷിയോടൊപ്പം കാണും. കടലോരങ്ങളിലെ വൻമരങ്ങളിലാണ് ഇവയുടെ ആവാസം. മാംസഭോജിയാണിത്. മത്സ്യ ങ്ങൾ, കടൽപ്പാമ്പുകൾ ഉഭയജീവികൾ എന്നിവയാണ് പ്രധാന ഇരകൾ.

പ്രജനനകാലം ഒക്ടോബർ- ഡിസംബർ. വൻമരങ്ങളിലാണ് കൂടൊ രുക്കുന്നത്. ചുള്ളികളും മറ്റും കൂടിനായി ഉപയോഗിക്കുന്നു. ഒരേ കൂടു തന്നെ അടുത്ത വർഷവും ഉപയോഗിക്കുന്നതായി തെളിഞ്ഞിട്ടുണ്ട്. രണ്ടു

മുട്ടകളാണ് പതിവ്. മുട്ടയ്ക്ക് അടഞ്ഞ വെള്ളനിറം. 6 ആഴ്ചയാണ് അടയിരിപ്പുകാലം. 70-80 ദിവസം പ്രായമെത്തിയാലേ കുഞ്ഞുങ്ങൾ കൂടുവിട്ട് പറക്കൂ. ഏകദേശം 6 മാസത്തോളമോ അടുത്ത പ്രജനനകാലം വരെയോ ഇവ മാതാപിതാക്കളുടെ പരിസരത്തു തന്നെ കഴിയും.

പണ്ട് കടൽത്തീരത്തിനടുത്തുള്ള കാവുകളിലാണ് വെള്ളവയറൻ കടൽപ്പരുന്ത് കൂടൊരുക്കിയിരുന്നത്. കാവുകളുടെ നാശവും തീരത്തിനോട് ചേർന്ന് വൻമരങ്ങളുടെ കുറവും ഈ പക്ഷിയുടെ പ്രജനനത്തെ പ്രതികൂലമായി ബാധിച്ചു. അതു തന്നെയാണ് ഇവയുടെ വംശനാശത്തിന് കാരണമായതെന്ന് ശാസ്ത്രലോകം വിലയിരുത്തുന്നു.

വെൺകൊതുമ്പന്നം/വെൺബകം

Great white pelican/ Rosy pelican/ White pelican.

ശാസ്ത്രനാമം: *പെലിക്കാനസ് ഓനോക്രോട്ടാലസ്*
Pelecanus onocrotalus Linnaeus, 1758

കുടുംബം: പെലിക്കാനിഡേ

തെക്കുകിഴക്കൻ യൂറോപ്പിലെയും ഏഷ്യയിലെയും ആഫ്രിക്കയിലെയും ചതുപ്പുകളിലും ആഴം കുറഞ്ഞ ജലാശയങ്ങളിലും കാണപ്പെടുന്ന ഒരു പക്ഷിയാണിത്. കേരളത്തിൽ ഇവ വളരെ വിരളമാണ്. എന്നാൽ, കർണാടക, മഹാരാഷ്ട്ര, തമിഴ്നാട് എന്നിവിടങ്ങളിലെ വിശാലമായ കുളങ്ങളിലും മറ്റു ജലാശയങ്ങളിലും കണ്ടെത്തിയിട്ടുണ്ട്. വംശനാശഭീഷണി നേരിടുന്ന ഒരു ദേശാടനപ്പറവയാണ് വെൺകൊതുമ്പന്നം.

ഇതൊരു വലിയ നീർപ്പക്ഷിയാണ്. ഇതിന്റെ ഏറ്റവും പ്രകടമായ സവിശേഷത വലിയ, പരന്ന സഞ്ചിക്കൊക്കുകളാണ്. നീണ്ട കട്ടിയുള്ള കൊക്കിന് നീലനിറമാണ്. കൊക്കിന് നടുവിലൂടെ ഒരു ചുവന്ന വര കാണാം. അറ്റത്ത് ചുവന്ന നിറത്തിലുള്ള ഒരു ചെറിയ കൊളുത്തുണ്ടാവും. കൊക്കിന്റെ കീഴ്ഭാഗം കടും മഞ്ഞനിറത്തിൽ തൊണ്ട വരെ നീളുന്ന ഒരു സഞ്ചിയായി രൂപപ്പെട്ടിരിക്കും. ഇലാസ്തികതയുള്ള ഈ സഞ്ചിക്കകത്ത് ധാരാളം മത്സ്യങ്ങളെ ഉൾക്കൊള്ളാനാകും. ഇതിന്റെ ശരീരത്തിന് വെളുപ്പുനിറമാണ്. ചിറകുകളിലെ പുറംതൂവലുകൾക്ക് കറുപ്പുനിറം. നീളം കുറഞ്ഞ മഞ്ഞനിറമുള്ള കാലുകൾ. കാൽവിരലുകൾ ചർമ്മബന്ധിതമാണ്. നീന്താൻ ഇത് സഹായകമാണ്. കണ്ണു മുതൽ കൊക്കുവരെയുള്ള മുഖചർമ്മത്തിൽ തുവലുകളുണ്ടാവില്ല. പ്രായപൂർത്തിയെത്തിയ ആണിന് ഈ ഭാഗം പിങ്കുനിറത്തിലും പെണ്ണിന് ഓറഞ്ചു നിറത്തിലുമായിരിക്കും കാണുക. തലയിൽ നീണ്ട വെള്ളത്തൂവലുകളുള്ള

ശിഖ കാണാം. നീണ്ട കഴുത്ത് എസ് ആകൃതിയിൽ വളഞ്ഞ് കാണും. വലുപ്പമുള്ള ചിറകുകളാണിതിന്. 225-360 സെ. മീറ്ററാണ് ശരാശരി ചിറകുവിസ്താരം. ഭാരക്കൂടുതലുള്ളതിനാൽ പറക്കാൻ അല്പം ബുദ്ധി മുട്ടുണ്ട്. എങ്കിലും ചിറകടിച്ച് നന്നായി പറക്കും. ആൺപക്ഷികൾ പെൺ പക്ഷികളെക്കാൾ ശരീരനീളത്തിലും കൊക്കിന്റെ നീളത്തിലും ശരീര ഭാരത്തിലും മുന്നിലാ യിരിക്കും. ഇവയ്ക്ക് 175 സെ.മീ. നീളവും 35-45 സെ.മീ. കൊക്കുനീളവും 9-15 കി.ഗ്രാം ഭാരവും കാണും. പെൺപക്ഷി കളിൽ ഇത് യഥാക്രമം 150 സെ.മീ., 30-40 സെ.മീ., 5-9 കി.ഗ്രാം എന്നി ങ്ങനെ ആയിരിക്കും. കുഞ്ഞുങ്ങൾക്കു ചാരനിറവും ഇടയ്ക്കു പിങ്ക് നിറവു മുണ്ടായിരിക്കും. ഇവയുടെ കൊക്കിനു ചാരനിറമായിരിക്കും.

ഇവയെ കൂട്ടമായാണ് കാണാറ്. വലിയ മത്സ്യങ്ങളാണ് മുഖ്യാഹാരം. ചെറു ജലജീവികളെയും ഭക്ഷിക്കാറുണ്ട്. അതിരാവിലെയാണ് ഇരതേടൽ. അതിനുശേഷമുള്ള പകൽസമയം മുഴുവൻ മുങ്ങിക്കുളിച്ചും തൂവൽ കോതിയും ചെലവഴിക്കും. ഇരതേടലും കൂട്ടമായാണ്. 8-12 പക്ഷികൾ കുതിരലാടത്തിന്റെ ആകൃതിയിൽ നിരന്ന് മത്സ്യങ്ങളെ ആഴം കുറഞ്ഞ യിടങ്ങളിലേക്ക് പായിക്കും. ഇതിനിടയിൽ ഇവയെ കൊക്കിലെ സഞ്ചി യിലാക്കും. ഇര സഞ്ചിയിൽപ്പെട്ടു കഴിഞ്ഞാലുടൻ കൊക്ക് മുകളിലേക്ക് ലംബമായുയർത്തി അവയെ വിഴുങ്ങും.

ചെറു കൂട്ടമായിട്ടാണ് കൂടുകൂട്ടുന്നത്. ചുള്ളികൾ കൊണ്ട് കരയി ലാണ് കൂടുണ്ടാക്കുക. 2 മുട്ടകളാണ് പതിവ്. മുട്ടയ്ക്ക് ക്രീംനിറം. 29-36 ദിവസമാണ് അടയിരിപ്പുകാലം. 65-75 ദിവസമാകുമ്പോൾ കുഞ്ഞുങ്ങൾ പറക്കമുറ്റും. കുഞ്ഞുങ്ങളെ മാതാപിതാക്കൾ ചേർന്ന് തീറ്റിപ്പോറ്റും.

വെൺബകം
White stork

ശാസ്ത്രനാമം: *സിക്കോണിയ സിക്കോണിയ*
Ciconia ciconia Linnaeus, 1758

കുടുംബം: സിക്കോണിഡേ

കേരളത്തിലെ നെൽവയലുകളിലും തണ്ണീർത്തടങ്ങളിലും ശിശിരകാലം ചെലവഴി ക്കാനെത്തുന്ന ഒരു കൊറ്റിവർഗ്ഗ പക്ഷിയാണ് വെൺബകം. ദീർഘദൂര ദേശാടകരായ ഇവ ആഫ്രിക്കയിലെ സഹാറ പ്രദേശത്തു നിന്നാണ് ഇൻഡ്യാ ഉപഭൂഖണ്ഡത്തിലെത്താറ്.

ഇതൊരു വലിയ ജലപക്ഷിയാണ്. 110-115 സെ.മീ. നീളവും 2.5-4.5 കി.ഗ്രാം ഭാരവും 155-215 സെ.മീ. ചിറകുവിരിപ്പും വരും. ആണും പെണ്ണും

കാഴ്ചയ്ക്ക് ഒരുപോലെയാണ്. ശരീരത്തിലെ പ്രധാന നിറം വെളുപ്പാണ്. ചിറകുകളുടെ അറ്റത്തെ പകുതി കറുപ്പുനിറമായിരിക്കും. നീണ്ട കാലുകളും കൊക്കുകളും ചുവപ്പുനിറമാണ്. കണ്ണ് കറുപ്പ്. കണ്ണിനു ചുറ്റും ഒരു കറുത്ത പട്ട കാണാം. കുഞ്ഞുങ്ങൾക്ക് അടഞ്ഞ തവിട്ടു നിറമായിരിക്കും. ഇവയുടെ കൊക്കിന് കറുപ്പുനിറവും കാലുകൾക്ക് നരച്ച തവിട്ടുനിറവുമാണ് കാണുക.

ഇത് നിശ്ശബ്ദമായാണ് വിഹരിക്കുക. ഒറ്റയ്ക്കും ഇണയോടൊപ്പവും കാണും. മാംസഭോജിയായ ഇത് നിലത്തും ചെറുചെടികൾക്കിടയിലും ആഴം കുറഞ്ഞ ജലത്തിലും ഇരതേടും. പ്രാണികൾ, ഉരഗങ്ങൾ, ഉഭയജീവികൾ, ചെറുസസ്തനികൾ, ചെറുപക്ഷികൾ, മത്സ്യങ്ങൾ എന്നിങ്ങനെ കിട്ടുന്നവയൊക്കെ ഇതിന് ഇരയാണ്.

നിലത്താണ് കൂടൊരുക്കുക. ആണും പെണ്ണും ചേർന്ന് ചുള്ളികളുപയോഗിച്ച് ഒരു വലിയ കൂടുണ്ടാക്കും. ചില കൂടുകൾക്ക് 2 മീ. വിസ്താരവും 3 മീ. കുഴിയും കണ്ടെത്തിയിട്ടുണ്ട്. ഇത് വർഷങ്ങളോളം ഉപയോഗിക്കാറുണ്ട്. ആണ്ടിലൊരിക്കലാണ് മുട്ടയിടുക. 4 മുട്ടകളാണ് പതിവ്. മുട്ടകൾക്ക് അടഞ്ഞ വെള്ളനിറം. മുട്ട വിരിയാൻ 33-34 ദിവസം വേണം. ആണും പെണ്ണും മാറിമാറി അടയിരിക്കുകയും കുഞ്ഞുങ്ങളെ തീറ്റുകയും ചെയ്യും. 58-60 ദിവസം പ്രായമാകുമ്പോൾ കുഞ്ഞുങ്ങൾ കൂടു വിടുമെങ്കിലും 10-20 ദിവസം കൂടി മാതാപിതാക്കളിൽ നിന്ന് തീറ്റ സ്വീകരിക്കും.

മഴക്കൊച്ച/സന്ധ്യക്കൊക്ക്
Chestnut bittern/Cinnamon bittern
ശാസ്ത്രനാമം: ഇക്സോബ്രിക്കസ് സിന്നമോമിയസ്
Ixobrychus cinnamomeus Gmelin, 1789
കുടുംബം: അർഡിഡേ

ഏഷ്യയിലെ ഉഷ്ണമേഖലാ-മിതോഷ്ണമേഖലാ രാജ്യങ്ങളിൽക്കാണുന്ന ഒരിനം കൊച്ചയാണിത്. ഇന്ത്യ മുതൽ ചൈനയും ഇന്തോനേഷ്യയും വരെ ഇവയെക്കാണുന്നുണ്ട്. ഇവ മിക്കവാറും സ്ഥിരവാസികളാണ്. എന്നാൽ, വടക്കൻ പ്രദേശങ്ങളിലുള്ളവ ഹ്രസ്വദൂര ദേശാടനക്കാരാണ്. പാടങ്ങളിലും കുറ്റിക്കാടുകൾ നിറഞ്ഞ പുഴയോരങ്ങളിലും ചതുപ്പുകളിലും മറ്റുമാണ് ഇവയുടെ ആവാസസ്ഥാനങ്ങൾ. പൊതുവെ വിരളമാണ്.

കുളക്കൊക്കിനെക്കാൾ വലുപ്പം കുറവായ ഇവയ്ക്ക് 38 സെ.മീ. വരെ നീളം വയ്ക്കും. ഒതുക്കമുള്ള ദേഹവും കുറിയ വാലും നീണ്ട കൊക്കും

കാലുകളുമാണ് ഇവയുടെ പ്രത്യേകതകൾ. ഇവയുടെ ദേഹം പൊതുവെ ചെമ്പിച്ച തവിട്ടുനിറമാണ്. പെൺപക്ഷിക്ക് മൂർദ്ധാവിലും മുതുകിലും ഇരുണ്ട തവിട്ടുനിറമായിരിക്കും. ഇവിടെ അടഞ്ഞനിറമുള്ള വെള്ളവരകളും കാണും. ആണിനെയും പെണ്ണിനെയും തിരിച്ചറിയാം. കുഞ്ഞുങ്ങൾ പെൺപക്ഷിയെപ്പോലെതന്നെയാണ്.

വെയിലുള്ളപ്പോൾ ഇവ കൈതക്കാടുകളിലോ പാടത്തെ നെല്ലിനിടയിലോ ഒളിക്കും. പ്രത്യേക നിറവിന്യാസം മൂലം നെല്ലിനിടയിൽ നിന്നാൽ ഇവയെ കണ്ടെത്താൻ ബുദ്ധിമുട്ടാണ്. വെയിൽ കുറഞ്ഞിരിക്കുന്ന സമയങ്ങളിലാണ് ഇവ പുറത്തുവരിക. സന്ധ്യാനേരങ്ങളിലും മഴക്കാലത്തുമാണ് ഇവയെ കൂടുതലായി കാണുക. അതിനാലാണ് ഇവയ്ക്ക് സന്ധ്യക്കൊക്കെന്നും മഴക്കൊച്ചയെന്നും വിളിപ്പേര് ലഭിച്ചത്. ഇവ മിക്കവാറും നിശ്ശബ്ദരാണ്. നന്നായി ശ്രദ്ധിച്ചാൽ മാത്രമേ ശബ്ദം കേൾക്കാനാവൂ.

മത്സ്യങ്ങൾ, തവളകൾ, പ്രാണികൾ, ഉഭയജീവികൾ തുടങ്ങിയവയാണ് ഇവയുടെ ആഹാരം. കൈതക്കാടുകളിലും പാടങ്ങളിലുമാണ് ഇരതേടൽ.

മഴക്കാലത്താണ് കൂടൊരുക്കുന്നത്. സസ്യങ്ങളുടെ ഇല കൂട്ടി അതിലാണ് മുട്ടയിടുന്നത്. 3–5 മുട്ടകളുണ്ടാവും.

മംഗോളിയൻ മണൽക്കോഴി

Lesser sand plover/Mongolian sand plover

ശാസ്ത്രനാമം: *ചാരാഡ്രിയസ് മംഗോളസ്*

Charadrius mongolus Pallas, 1776

കുടുംബം: ചാരാഡ്രിഡേ

ഹിമാലയൻ മേഖലകളിലും സൈബീരിയയിലും പ്രജനനം നടത്തുകയും തെക്കൻ ഏഷ്യ, കിഴക്കൻ ആഫ്രിക്ക എന്നിവിടങ്ങളിലേക്ക് ദേശാടനം നടത്തുകയും ചെയ്യുന്ന ഒരു പക്ഷിയാണ് മംഗോളിയൻ മണൽക്കോഴി. കേരളത്തിൽ ഒക്ടോബർ-മാർച്ച് മാസങ്ങളിൽ ശിശിരകാല സന്ദർശകരായാണ് ഇവയെത്തുന്നത്. അഴിമുഖങ്ങളിലും, വലിയ നദികളുടെയും തടാകങ്ങളുടെയും തീരങ്ങളിലുമാണ് ഇവയെത്തുക.

നാട്ടുമൈനയോളം വലുപ്പമുള്ള ഇതിന് 20 സെ.മീ. നീളവും 40–80 ഗ്രാം ഭാരവും 45–48 സെ.മീ. ചിറകുവിസ്താരവും വരും. വലിയ മണൽക്കോഴി (ചാരാഡ്രിയസ് ലെഷ്നോൾട്ടി) യുമായി ഇതിന് വളരെ

സാമ്യമുണ്ട്. ദേഹം ചെറുതാണെങ്കിലും ഉരുണ്ടു തടിച്ചതാണ്. നരച്ച, ചാരം കലർന്ന തവിട്ടുനിറം. താടിയും തൊണ്ടയും അടിവശവും മങ്ങിയ വെള്ളനിറമായിരിക്കും. നെറ്റിയും കൊക്കും കറുപ്പ്. നീളമുള്ള കാലുകളും കൊക്കുകളുമാണ്. കാലുകൾക്ക് നരച്ച ചാരനിറമോ, നേർത്ത പച്ചനിറമോ ആയിരിക്കും. പ്രജനനകാലത്ത് ഇതിന്റെ തലയുടെ മുകൾഭാഗത്തിനും വക്ഷസ്സിനും ഓറഞ്ചുകലർന്ന ചുവപ്പ് നിറവും കവിളുകൾക്ക് കറുപ്പ് നിറവുമാകും. കഴുത്തിലെ വെള്ളനിറത്തിനും നെഞ്ചിലെ ചുവപ്പു നിറത്തിനുമിടയിൽ ഒരു കറുത്ത വരയും പ്രത്യക്ഷമാകും. വലിയ മണൽക്കോഴിയിൽ നിന്ന് ഇതിനെ വ്യത്യസ്തമാക്കുന്നത് ഈ സവിശേഷതയും ഇതിന്റെ വലുപ്പക്കുറവുമാണ്.

സംഘമായിട്ടാണ് ഇവയുടെ സഞ്ചാരം. പറക്കുന്ന അവസരത്തിൽ കാലുകൾ വാലിനു പുറത്തേക്ക് കാണാറില്ല. കുളിക്കുന്ന സ്വഭാവമുണ്ട്. ചീ... ചീ... ചീ... എന്നാണ് കൂജനം.

വിരകളും മത്സ്യങ്ങളും മറ്റു ജലജീവികളുമാണ് ഇതിന്റെ ഭക്ഷണം. ഈർപ്പമുള്ള നിലത്ത് നടന്നാണ് ഇരതേടുന്നത്. വെള്ളത്തിലും ചളിയിലും ഇറങ്ങിനിന്ന് ഇരതേടുകയും ചെയ്യും.

ഇവ കേരളത്തിൽ കൂടൊരുക്കാറില്ല. വെറും നിലത്താണ് മുട്ടയിടുന്നത്. കന്നു കാലിക്കുളമ്പടികളിലും ഇവ മുട്ടയിടുന്നതായി കണ്ടെത്തിയിട്ടുണ്ട്. മൂന്ന് മുട്ടകൾ കാണും. 22-24 ദിവസമാണ് അടയിരിപ്പ്കാലം. അടയിരിക്കുന്നതിലും കുഞ്ഞുങ്ങളെ പരിപാലിക്കുന്നതിലും ആൺകിളിയാണ് കൂടുതൽ ഉത്തരവാദിത്തം ഏറ്റെടുക്കുന്നത്.

മീൻകൊത്തിച്ചാത്തൻ
White breasted kingfisher/ White throated kingfisher

ശാസ്ത്രനാമം: ഹാൽസിയോൺ സ്മിർനെൻസിസ്

Halcyon smyrnensis Linnaeus, 1758

കുടുംബം: ഹാൽസിയോണിഡേ

ഏഷ്യയിൽ തുർക്കി മുതൽ ഇൻഡ്യാ ഉപഭൂഖണ്ഡത്തിലൂടെ ഫിലിപ്പൈൻസ് വരെയുള്ള രാജ്യങ്ങളിൽ വ്യാപകമായി കണ്ടുവരുന്ന ഒരിനം മീൻകൊത്തിയാണ് മീൻകൊത്തിച്ചാത്തൻ. കേരളത്തിൽ സുലഭമായി കാണപ്പെടുന്ന ഈ പക്ഷി സ്ഥിരവാസിയാണ്. പശ്ചിമബംഗാളിന്റെ സംസ്ഥാന പക്ഷിയാണിത്. നദീതീരങ്ങളിലും തണ്ണീർത്തട പരിസരങ്ങളിലുമാണ് വാസമെങ്കിലും മറ്റു സ്ഥലങ്ങളിലും ഇവയെത്താറുണ്ട്. ജലസാന്നിധ്യം നിർബന്ധമില്ലാത്ത ഒരിനം മീൻകൊത്തിയാണിത്. നാട്ടിൻ

പുറങ്ങളിലും പട്ടണങ്ങളിലും ഇവയെക്കാണാം. കുറ്റിക്കാടുകളിലും തേക്കിൻതോട്ടങ്ങളിലും വീട്ടുവളപ്പുകളിലും ഇവയെത്തും.

ഇതിന് 28 സെ.മീ. നീളം വരും. തലയും കഴുത്തും ശരീരത്തിനടിവശവും ചോക്കലേറ്റ് നിറമാണ്. കഴുത്തിന്റെ അടിഭാഗം, നെഞ്ച് എന്നിവയ്ക്കു തൂവെള്ളനിറം. ദേഹത്തിന്റെ മുകൾവശവും ചിറകിന്റെ ഏതാനും ഭാഗങ്ങളും വാലും നീലനിറം. നീളമുള്ള കൊക്കിനും കാലിനും ചുവപ്പു നിറം. ആകെക്കൂടി ആകർഷകമായ വർണ്ണവിന്യാസമാണിതിന്. ആണും പെണ്ണും ഒരുപോലെയാണ്. കുഞ്ഞുങ്ങൾക്ക് അടഞ്ഞ നിറമായിരിക്കും.

പൊതുവെ ഇവയുടെ സഞ്ചാരം ഒറ്റയ്ക്കാണ്. പ്രജനനകാലത്ത് ഇണ ഒപ്പമുണ്ടാവും. ക്ലൈ... ക്ലൈ... ക്ലൈ... എന്നാണ് ചിലയ്ക്കൽ. പ്രജനനകാലത്ത് ശബ്ദത്തിന് വ്യത്യാസമുണ്ടാവും. കൃത്യമായി കുളിക്കുന്ന സ്വഭാവമുണ്ട്.

മാംസഭോജിയാണിത്. മീനാണ് ഇഷ്ട ഇരയെങ്കിലും ഗൗളി, പാറ്റ, പഴുതാര, പുൽച്ചാടി, ഓന്ത് തുടങ്ങിയവയെയും പിടികൂടി ശാപ്പിടും. ഏറെ നേരം ക്ഷമയോടെ കാത്തിരുന്നാണ് ഇരയെ കണ്ടെത്തുന്നത്. കണ്ടെത്തിയാൽ നിമിഷം കൊണ്ട് പറന്നു താഴ്ന്ന്, അതിനെ കൊക്കിലാക്കി തിരികെയെത്തിയ ശേഷം വിഴുങ്ങുകയാണ് രീതി.

വേനൽക്കാലത്തിന്റെ ആരംഭത്തിലാണ് പ്രജനനം. മിക്കവാറും ജലാശയക്കരകളിലെ മൺതിട്ടയിലാണ് കൂട് കാണുന്നത്. ജലാശയങ്ങളിൽ നിന്ന് മാറിയും കൂട് കണ്ടെത്തിയിട്ടുണ്ട്. മണൽത്തിട്ടയിൽ, ആൺ-പെൺ പക്ഷികൾ ചേർന്ന് കൊക്കുകൊണ്ടാണ് മാളം കൊത്തിയുണ്ടാക്കുന്നത്. 50 സെ.മീറ്ററോളം നീളം വരുന്ന മാളമാണുണ്ടാക്കുക. ഒരു സമയം 3-6 മുട്ടകളുണ്ടായിരിക്കും. ഉരുണ്ട മുട്ടകൾക്ക് വെള്ളനിറമായിരിക്കും. 20-22 ദിവസം കൊണ്ട് മുട്ടവിരിയും. 20 ദിവസം പ്രായമാകുമ്പോൾ കുഞ്ഞുങ്ങൾ പറക്കമുറ്റും.

മീൻകൊത്തിച്ചിന്നൻ/മേനിപ്പൊന്മാൻ

Oriental dwarf kingfisher/Black-backed kingfisher

ശാസ്ത്രനാമം: *സീക്സ് എറിത്താക്കസ്*

Ceyx erithacus Linnaeus, 1758

(*സീക്സ് ട്രൈഡാക്റ്റൈലസ്*

Ceyx tridactylus Linnaeus, 1758)

കുടുംബം: അൽസീഡിനിഡേ

ഇൻഡ്യാ ഉപഭൂഖണ്ഡത്തിലെ മിക്കവാറും പ്രദേശങ്ങളിലും ദക്ഷിണ പൂർവ്വേഷ്യയിലും കണ്ടുവരുന്ന ഒരു ചെറിയ സ്ഥിരവാസി പക്ഷിയാണിത്.

ഇത് കേരളത്തിലെ ഏറ്റവും ചെറിയ മീൻകൊത്തിയിനമാണ്. ഇന്ത്യയിൽ കണ്ടുവരുന്ന 12 ഇനം മീൻകൊത്തികളിൽ ഏറ്റവും ചെറുതും ഇതുതന്നെയാണ്. മഴക്കാടുകളാണ് പൊതുവെ ഇവയുടെ ആവാസമേഖലകൾ. വിരളമായി മറ്റു വനമേഖലകളിലും കാണുന്നുണ്ട്. ഇടതൂർന്ന കാടുകളിലെ നദീതീരങ്ങളിലാണ് ഇവയുടെ ആവാസസ്ഥലങ്ങൾ. അപൂർവ്വമാണിത്. കുറച്ചുനാൾ ഇവയെക്കുറിച്ച് ഒരു റിപ്പോർട്ടും ഇല്ലായിരുന്നു. എന്നാലിപ്പോൾ, തട്ടേക്കാട് പക്ഷിസങ്കേതത്തിലും മറ്റും ഇവയുടെ സാന്നിദ്ധ്യം കണ്ടെത്തിയിട്ടുണ്ട്.

ഇതിന് പരമാവധി 14 സെ.മീ. നീളമേ വരൂ. ഇതിന്റെ ദേഹത്തിന്, മുകളിൽ തിളങ്ങുന്ന കറുപ്പുനിറമാണ്. ഇതിനിടയിൽ തിളങ്ങുന്ന നീലനിറം കാണാം. ദേഹത്തിന്റെ താഴെ മഞ്ഞനിറമാണ്. തലയും കഴുത്തും ഓറഞ്ചുനിറം. തൊണ്ട വെള്ളനിറമാണ്. പ്രായപൂർത്തിയെത്തിയ പക്ഷിയുടെ കൊക്കിന് ഓറഞ്ചു കലർന്ന മഞ്ഞനിറമാണ്. എന്നാൽ, പ്രായപൂർത്തിയാകാത്തവയുടെ കൊക്ക് ചുവപ്പായിരിക്കും. ചിറകുകൾ ആരംഭിക്കുന്നഭാഗത്ത് ഒരു വെള്ളപ്പൊട്ടുകളുണ്ടാവും. കണ്ണുകൾ കറുപ്പാണ്. കാലുകൾ ഓറഞ്ചുനിറം. കുറിയ വാലിൽ പലതരം ചുവപ്പുനിറം കാണാം.

മാംസഭുക്കായ ഇതിന്റെ ഇരകൾ മീൻ, ഗൗളി, പാറ്റ, ചീവീടുകൾ, ഞണ്ട്, പുൽച്ചാടികൾ, ഓന്ത് തുടങ്ങിയവയാണ്.

തെക്കു പടിഞ്ഞാറൻ മൺസൂൺ തുടങ്ങുന്ന കാലത്താണ് മുട്ടയിടൽ. മണ്ണിലു ണ്ടാക്കുന്ന ഒരു മീറ്റർ വരെ നീളമുള്ള തുരങ്കങ്ങളിലാണ് മുട്ടയിടുക. 2–4 മുട്ടകളുണ്ടാവും. 17 ദിവസമാണ് അടയിരിപ്പ്. ആണും പെണ്ണും അടയിരിക്കും. 20 ദിവസം പ്രായമാകുമ്പോൾ കുഞ്ഞുങ്ങൾ പറന്നുപോകും. സന്താനനഷ്ടം ഉണ്ടാകുന്ന ഒരു പക്ഷിയാണിവ. പാമ്പും കീരിയും മറ്റും കുഞ്ഞുങ്ങളെയും മുട്ടകളെയും തട്ടിയെടുക്കാറുണ്ട്. ചിലപ്പോൾ ഒരു കുഞ്ഞുപോലും രക്ഷപ്പെടാത്ത അവസ്ഥയും ഉണ്ടാകാറുണ്ട്.

മീൻപരുന്ത്

Grey-headed fish eagle/Tank eagle

ശാസ്ത്രനാമം: ഇക്തിയോഫാഗ ഇക്തിയേറ്റസ്

Ichthyophaga ichthyaetus Horsfield, 1821

കുടുംബം: ആക്സിപിട്രിഡേ

ദക്ഷിണപൂർവ്വേഷ്യയിൽ സ്ഥിരവാസിയായ ഒരിനം വലിയ പ്രാപ്പിടിയൻ പക്ഷിയാണിത്. ഇതിന്റെ ശാസ്ത്രനാമം സൂചിപ്പിക്കുന്നത്

മത്സ്യങ്ങളോടുള്ള ഇതിന്റെ പ്രതിപത്തിയാണ്. ശുദ്ധജലാശയങ്ങളുടെ കരയിലാണ് ഇവയെ സാധാരണയായി കാണുക. ജലസംഭരണികളുടെ പരിസരങ്ങളിൽ ഇവയെ കാണുന്നതിനാലാണ് ടാങ്ക് ഈഗിൾ എന്ന് വിളിക്കുന്നത്. കേരളത്തിൽ ഇവ വിരളമാണ്. പെരിയാർ, പീച്ചി, പറമ്പിക്കുളം, നെയ്യാർ, എന്നിവിടങ്ങളിൽ കണ്ടെത്തിയിട്ടുണ്ട്. ഇവ കടുത്ത വംശനാശഭീഷണി നേരിടുന്നതായി ഐ.യു.സി.എൻ. കണ്ടെത്തിയിരിക്കുന്നു.

ചക്കിപ്പരുന്തിനെക്കാൾ അല്പം കൂടി വലുപ്പമുള്ള ഈ പക്ഷിക്ക് 60-75 സെ.മീ. നീളവും 155-170 സെ.മീ. ചിറകുവിസ്താരവും കാണും. ആണും പെണ്ണും കാഴ്ചയ്ക്ക് വ്യത്യസ്തരാണ്. പെണ്ണിന് ആണിനെക്കാൾ വലുപ്പവും തൂക്കവും കൂടുതലായിരിക്കും. ഇതിന് 2.5-2.75 കിലോ ഗ്രാം തൂക്കം വരുമ്പോൾ ആണിന് 1.5 കി.ഗ്രാം തൂക്കമേ കാണൂ.

ഇതിന്റെ കഴുത്തിനും തലയ്ക്കും കൊക്കിനും ചാരനിറമാണ്. പിടലിയും പുറവും തവിട്ടുനിറം. കണ്ണുകൾ ഇളം മഞ്ഞ. ചിറകിലെ തൂവലുകൾ കറുപ്പ്. ഉദരം വെള്ളനിറം. വാലിലെ തൂവലുകൾക്ക് ഒരേ നീളമാണ്. വാലിന്റെ അഗ്രഭാഗം കറുപ്പും ബാക്കി വെളുപ്പുമാണ്.

പൊതുവെ ഒറ്റയ്ക്കാണ് വിഹരിക്കുക. പ്രജനനകാലത്ത് ഇണയോടൊപ്പം കാണും. ജലാശയക്കരകളിലെ മരങ്ങളിലാണ് വിശ്രമം. ഉച്ചത്തിൽ ആക്രോശിക്കുന്നതു പോലെയാണ് ശബ്ദം.

പേരുസൂചിപ്പിക്കും പോലെ ഇവയുടെ ഇഷ്ടവിഭവം മീൻ തന്നെയാണ്. എന്നാൽ, ഇവയെ തടാകക്കരകളിലും നദിതീരങ്ങളിലും കാണുന്നതിനാൽ ശുദ്ധജലമത്സ്യങ്ങളാണ് ഇവയ്ക്ക് പ്രിയമെന്ന് കരുതാം. മത്സ്യങ്ങളെക്കൂടാതെ ഉഭയജീവികളും ഉരഗങ്ങളും ചെറുസസ്തനികളും പക്ഷിക്കുഞ്ഞുങ്ങളുമൊക്കെ ഇവയുടെ ഇരയാകാറുണ്ട്.

നവംബർ-മാർച്ചാണ് പ്രജനനകാലം. ഉയരമുള്ള മരങ്ങളിലാണ് കൂട് നിർമ്മിക്കുക. ചുള്ളികൾ കൊണ്ടുണ്ടാക്കുന്ന വലിയ കൂടിന് 1.5 മീറ്റർ വരെ വ്യാസവും 2 മീറ്റർ വരെ ആഴവും കണ്ടെത്തിയിട്ടുണ്ട്. കൂടിനകത്ത് ഇലകൾ അടുക്കിയിരിക്കും. ഒരേ കൂട് തന്നെ വീണ്ടും വീണ്ടും ഉപയോഗിക്കും.

വെള്ളനിറമുള്ള ഒന്നോ രണ്ടോ മുട്ടകളാണ് പതിവ്. 40-50 ദിവസമാണ് അടയിരിപ്പ്. 70 ദിവസം പ്രായമെത്തുമ്പോൾ കുഞ്ഞുങ്ങൾ പറന്നകലും. അടയിരിക്കാനും കുഞ്ഞുങ്ങളെ തീറ്റിപ്പോറ്റാനും ആണും പെണ്ണും സഹകരിക്കും.

മുങ്ങാങ്കോഴി
Little grebe/Dabchick

ശാസ്ത്രനാമം: ടാക്കിബാപ്റ്റസ് റൂഫികോളിസ്
Tachybaptus ruficollis Pallas, 1764
(*പോഡിസെപ്സ് റൂഫികോളിസ്*
Podiceps ruficollis Pallas, 1764).
കുടുംബം: പോഡിസിപ്പെഡിഡേ

വിവിധ ഏഷ്യൻ രാജ്യങ്ങളിലും ആഫ്രിക്കൻ രാജ്യങ്ങളിലും കാണപ്പെടുന്ന ഒരു നീർപ്പക്ഷിയാണ് മൂങ്ങാങ്കോഴി. കേരളത്തിൽ സ്ഥിരവാസിയാണ്. ധാരാളം ജലസസ്യങ്ങ ളുള്ള കുളങ്ങളിലും തടാകങ്ങളിലുമാണ് ഇവയെ സാധാരണ കാണുക. കേരളത്തിലെ ഏറ്റവും ചെറിയ നീർപ്പക്ഷിയാണിത്.

നാട്ടുമൈനയെക്കാൾ അല്പം കൂടി വലുപ്പം വരുന്ന ഇവയ്ക്ക് 25–29 സെ.മീറ്റർ നീളമാണ് കാണുക. ആണും പെണ്ണും കാഴ്ചയ്ക്ക് ഒരുപോലെയാണ്. ചെറിയ താറാവാണെന്ന് തെറ്റിദ്ധരിക്കാനിടയുള്ള രൂപമാണിതിന്. പ്രജനനകാലത്ത് ഇതിന് ദൂരെ ക്കാഴ്ചയിൽ ദേഹമാസകലം കറുപ്പു നിറമാണെന്ന് തോന്നും. എന്നാൽ, കഴുത്തിന്റെ വശങ്ങളിലും തൊണ്ടയിലും ചെങ്കൽ നിറമുണ്ടായിരിക്കും. ദേഹത്തിന്റെ വശങ്ങളിൽ നരച്ച തവിട്ടുനിറമായിരിക്കും. പിന്നറ്റത്തെത്തുമ്പോൾ നിറം ഏറെക്കുറെ അടഞ്ഞ വെള്ളയാകും. ചിറകുകളുടെ മുകളിൽ കറുപ്പാണ്. അടിവശം വെള്ള. പറക്കുമ്പോഴാണ് ഇത് ദൃശ്യമാകുക. കറുത്ത കൊക്ക് കൂർത്തതാണ്. കൊക്കിന്റെ കോണുകളിൽ പ്രകടമായ ഒരു മഞ്ഞപ്പാട് കാണാം. വാലില്ലാത്തതുപോലെയാണ് തോന്നുക. പിൻഭാഗം അല്പം പൊങ്ങി നില്ക്കും. പ്രജനനകാലം കഴിയുമ്പോൾ ഇവയുടെ ശരീരത്തിന്റെ മുകൾ വശം നരച്ച തവിട്ടുനിറവും അടിവശം നരച്ച മഞ്ഞയുമാകും. നീന്താനും മുങ്ങാംകുഴിയിടാനും യോജിച്ച തരത്തിൽ പരന്ന് പങ്കായം പോലുള്ള കാലുകളാണിതിന്. നീന്തുമ്പോൾ കാലുകൾ പിറകിലേക്ക് നീട്ടിവച്ചിരിക്കും.

ഒറ്റയ്ക്കും ഇണകളായും ഇവയെക്കാണാം. ഇവയ്ക്ക് കരയിലൂടെ സഞ്ചരി ക്കാൻ ബുദ്ധിമുട്ടാണ്. അതിനാൽ, വിരളമായേ ഇവ കരയിൽ കയറാറുള്ളൂ. പേര് സൂചിപ്പിക്കുന്നതു പോലെ ഇവയ്ക്ക് ജലാശയത്തിൽ മുങ്ങാംകുഴിയിടുന്ന സ്വഭാവമുണ്ട്. ഒരിടത്ത് വേഗത്തിൽ മുങ്ങിയ ശേഷം മറ്റൊരിടത്ത് ഉയരുകയാണ് രീതി. മുങ്ങുന്ന സ്ഥലത്തു നിന്ന് 5–10 മീറ്റർ

വരെ ദൂരെയായിരിക്കും പൊങ്ങുക. ഭയപ്പാടുണ്ടായാൽ, പറക്കുന്നതിനു പകരം വെള്ളത്തിൽ ഊളിയിട്ട് രക്ഷനേടുകയാണ് പതിവ്. പറക്കൽ വേഗത്തിലാണ്. ഒരു തടാകത്തിൽ നിന്നും മറ്റൊന്നിലേക്ക് പറക്കുന്നത് പതിവാണ്. 300–600 കിലോമീറ്റർ ദൂരം വരെ ഇത്തരത്തിൽ ഇവ സഞ്ചരിക്കും. മിക്കവാറും സന്ധ്യയ്ക്കാണ് ഇത്തരം യാത്രകൾ നടത്തുക. അതിനാൽ ഒരു പ്രദേശത്തും ഇവയെ തുടർച്ചയായി കാണാറില്ല. ഇത് ഉച്ചത്തിൽ ബീീ... യീീപ്... എന്ന് ശബ്ദമുണ്ടാക്കും. ജലജീവികളാണ് ഇവയുടെ ഭക്ഷണം. വെള്ളത്തിൽ മുങ്ങിയാണ് ഇരതേടുന്നത്.

ജൂലൈ–ആഗസ്റ്റ് ആണ് പ്രജനനകാലം. വെള്ളത്തിൽ മുങ്ങിക്കിടക്കുന്ന ജലസസ്യങ്ങളുമായി ബന്ധിപ്പിച്ച്, പൊങ്ങിക്കിടക്കുന്ന രീതിയിലാണ് കൂട് കാണുന്നത്. കൂട് നിർമ്മാണത്തിന് ജലസസ്യങ്ങളും ചപ്പുചവറുകളും ചെറുകമ്പുകളുമൊക്കെ ഉപയോഗിക്കും. ഒരു തവണ 4–6 മുട്ടകൾ കാണും. വെള്ളനിറമുള്ള മുട്ടകളുടെ നിറം ക്രമേണ മാറുന്നത് കാണാറുണ്ട്. ആണും പെണ്ണും മാറിമാറി അടയിരിക്കും. ശത്രുക്കളെക്കണ്ടാൽ ചവറുകൾ കൊണ്ട് മുട്ടകളെ മറച്ചുവയ്ക്കുന്ന സ്വഭാവം ഇവയ്ക്കുണ്ട്. അതിനാൽ, കൂട്ടിൽ മുട്ടയുള്ളതായി തോന്നുകയില്ല. എങ്കിലും, സന്താനനഷ്ടം സംഭവിക്കാറുണ്ട്. കുഞ്ഞുങ്ങൾക്ക് മൊളസ്കുകളും ക്രസ്റ്റേഷ്യനുകളും ചെറുമത്സ്യങ്ങളുമാണ് ഇരയായി നൽകുക. ഇവയുടെ തോടുകളും മുള്ളുകളും മൂലം വയറിന് പ്രശ്നമുണ്ടാകാതിരിക്കാൻ ഇവ കുഞ്ഞുങ്ങൾക്ക് ചെറുതൂവലുകളും ഇരയോടൊപ്പം നൽകാറുണ്ടത്രെ! കുഞ്ഞുങ്ങളെ തോളിലേറ്റി കൊണ്ടുനടക്കുന്ന ശീലവും കാണാറുണ്ട്.

മുഴയൻ താറാവ്
Comb duck

ശാസ്ത്രനാമം: സാർക്കിഡിയോർണിസ് മെലനോട്ടസ്
Sarkidiornis melanotos Pennant, 1769
കുടുംബം: അനാറ്റിഡേ

ഉഷ്ണമേഖലാ നീർത്തടങ്ങളിൽ വസിക്കുന്ന ഒരു സവിശേഷയിനം താറാവാണിത്. സാർക്കിഡിയോർണിസ് എന്ന ജനുസ്സിലെ ഒരേയൊരംഗമാണിത്. കേരളത്തിൽ വളരെ വിരളമായിട്ടാണ് ഇവയെ കാണുന്നത്. വിശാലമായ ജലാശയങ്ങളാണ് ഈ പക്ഷിയുടെ ആവാസമേഖലകൾ.

കാട്ടുകോഴിയോളം വലുപ്പമുള്ള ഈ വലിയ ജലപക്ഷിക്ക് താറാവുകളോട് സാമ്യമുണ്ട്. ഇതിന് 55–75 സെ.മീ. നീളവും 1–3 കി.ഗ്രാം ഭാരവുമുണ്ടാകും. 115–145 സെ.മീറ്ററാണ് ചിറകുവിസ്താരം. ഇവയുടെ ശരീരത്തിൽ വെള്ളയും കറുപ്പും നിറങ്ങളാണ് കാണുക. നീല കലർന്ന കറുപ്പോ പച്ച കലർന്ന കറുപ്പോ നിറമുള്ള മുതുകുഭാഗവും ചിറകുകളും വാലും വെള്ളനിറമുള്ള നെഞ്ചും ഉദരവും നരച്ച ചാരനിറമുള്ള വശങ്ങളുമാണ് ഇവയുടെ പ്രത്യേകതകൾ. പിൻകഴുത്തും തലയുടെ മുകൾഭാഗവും കറുപ്പാണ്. തലയുടെ മറ്റു ഭാഗങ്ങൾ വെള്ള. ഇവിടെയും മുൻകഴുത്തിലും ധാരാളം കറുത്ത പുള്ളികൾ കാണും. പ്രജനനകാലത്ത് തലയുടെ വശങ്ങളിലും കഴുത്തിലും മഞ്ഞനിറം പ്രത്യക്ഷപ്പെടും. കണ്ണുകൾ ഇരുണ്ട തവിട്ടുനിറം.കാലുകളും കൊക്കും കറുപ്പാണ്. കാലുകൾ ചർമ്മബന്ധിതമാണ്. മാറിടത്തിലൂടെ ഒരു കറുത്ത പട്ട മുഴുമിപ്പിക്കാതെ നീളത്തിൽ കടന്നുപോകുന്നുണ്ട്. ആണിന്റെ കൊക്കിന് മുകളിൽ സാമാന്യം വലിയ ഒരു ഇരുണ്ട, മാംസളമായ മുഴയുണ്ടായിരിക്കും. ഇത് പ്രജനനകാലത്ത് ഒന്നുകൂടി വലുതാകും. ഈ പക്ഷിക്ക് മുഴയൻതാറാവെന്ന പേര് ലഭിച്ചത് ഇതിനാലാണ്. പ്രായപൂർത്തിയാകാത്ത പക്ഷികൾക്കും പെൺപക്ഷികൾക്കും ഈ മുഴയുണ്ടാവില്ല. പെൺപക്ഷി ആൺപക്ഷിയെക്കാൾ വളരെ ചെറുതായിരിക്കും. തിളക്കം കുറഞ്ഞ തൂവലുകളും നെഞ്ചിൽ വ്യക്തത കുറഞ്ഞ പട്ടയും മഞ്ഞനിറമില്ലാതെ, കൂടുതൽ പുള്ളികളുള്ള തലയുമാണ് ഇതിനുണ്ടാവുക. ശരീരം ഏറെക്കുറെ വെള്ളനിറമാണെന്ന് പറയാം.

ഇണയുമൊത്താണ് മിക്കവാറും സഞ്ചാരം. പ്രജനനകാലത്ത് ചെറുസംഘമായിക്കാണാം. ഇവയ്ക്ക് നന്നായി പറക്കാൻ സാധിക്കും.

മുഖ്യഭക്ഷണം ജലസസ്യങ്ങളും പുൽവിത്തുകളും ധാന്യങ്ങളുമൊക്കെയാണ്. ഇവയോടൊപ്പം, മീൻ ഉൾപ്പടെയുള്ള ജലജീവികളെയും ഇരയാക്കാറുണ്ട്. താറാവിനെപ്പോലെ, നീന്തിയാണ് ആഹാരം സമ്പാദിക്കുന്നത്.

മിക്കവാറും മഴക്കാലത്തോടടുപ്പിച്ചാണ് പ്രജനനകാലം. ജലസാമീപ്യമുള്ള സ്ഥലങ്ങളിലെ മരങ്ങളിലെ വലിയ പോടുകളിലും ആൾപ്പാർപ്പില്ലാത്ത കെട്ടിടങ്ങളുടെ ഭിത്തികളിലും മറ്റു പക്ഷികൾ ഉപേക്ഷിച്ച കൂടുകളിലും ചിലപ്പോൾ തറയിലും ഇവ കൂടൊരുക്കും. ചെറുചില്ലകളും ദൃഢതയുള്ള പുല്ലുകളും കൊണ്ട് നിർമ്മിക്കുന്ന കൂടിനകത്ത് പുല്ലുകളും തൂവലുകളും ഇലകളും അടുക്കിയിരിക്കും. ആണിന് ഒന്നിലധികം ഇണകളുണ്ടാകും. ഒരു പെൺപക്ഷി 7–15 മുട്ടകളിടും. മുട്ടകൾക്ക് മഞ്ഞ കലർന്ന വെള്ളനിറം. ഒന്നിലധികം പക്ഷികൾ ഒരേ കൂട്ടിൽത്തന്നെ

മുട്ടയിടാറുള്ളതിനാൽ 50 മുട്ടകൾ വരെ ഒരുമിച്ച് കണ്ടെത്തിയിട്ടുണ്ട്. 28-30 ദിവസമാണ് അടയിരിപ്പ്. പെൺപക്ഷി മാത്രമാണ് അടയിരിക്കുക. മുട്ട വിരിഞ്ഞിറങ്ങുന്ന കുഞ്ഞുങ്ങൾ രണ്ടു ദിവസം കഴിയുമ്പോൾത്തന്നെ തള്ളപ്പക്ഷി വിളിക്കുമ്പോൾ ചലിച്ചുതുടങ്ങും. 8-10 ആഴ്ച കഴിയുമ്പോൾ ഇവ പറക്കമുറ്റും. ഈ പക്ഷിക്ക് സന്താനനഷ്ടം പതിവാണ്. മറ്റ് പക്ഷികൾ, പാമ്പുകൾ, ഇരപിടിയൻമാർ എന്നിവയെല്ലാം മുട്ടകളെയും കുഞ്ഞുങ്ങളെയും അപഹരിക്കാറുണ്ട്. പ്രായപൂർത്തിയാകുന്നത് ഒന്നോ രണ്ടോ മാത്രമായിരിക്കും. കേരളത്തിൽ ഇവ കൂടുകൂട്ടുകയോ മുട്ടയിടുകയോ ചെയ്യുന്നതായി വിവരമില്ല.

മുൾവാലൻ ചുണ്ടൻകാട

Pintail snipe/Asiatic snipe

ശാസ്ത്രനാമം: *ഗാലിനാഗോ സ്റ്റെന്യൂറ*

Gallinago stenura Bonaparte, 1831

കുടുംബം: സ്കോലോപാസിഡേ

ദക്ഷിണേഷ്യയിൽ പ്രജനനേതര കാലം ചെലവഴിക്കുന്ന ദേശാടകരാണ് മുൾവാലൻ ചുണ്ടൻകാടകൾ. റഷ്യയുടെ വടക്കൻ മേഖലകളിലാണിവ പ്രജനനം നടത്തുക. അതിനുശേഷം പാക്കിസ്ഥാൻ മുതൽ ഇൻഡോനേഷ്യ വരെയുള്ള രാജ്യങ്ങളിലേക്ക് ദേശാടനം നടത്തും. ദക്ഷിണേന്ത്യയിലും ശ്രീലങ്കയിലും തെക്കുകിഴക്കനേഷ്യയിലും ഇവയെ വ്യാപകമായി കാണാം. ജലസസ്യങ്ങൾ നിറഞ്ഞ വിശാലമായ ചതുപ്പുകളാണ് ഇവയുടെ ആവാസമേഖലകൾ. ഡിസംബർ-മേയ് മാസങ്ങളിലാണ് ഇവ ദേശാടനത്തിന്റെ ഭാഗമായി കേരളത്തിലെത്തുക.

ഇതിന് 25-27 സെ.മീ. നീളവും 85-125 ഗ്രാം ഭാരവുമുണ്ടാകും. ഈ പക്ഷിയുടെ ദേഹത്ത് വെള്ളനിറവും തവിട്ടുനിറവുമാണ് കാണുന്നത്. ചിറകിലും തലയിലും മറ്റും അണ്ണാറക്കണ്ണന് കാണുന്നതുപോലുള്ള വരകളുണ്ടായിരിക്കും. കാലുകൾ കുറുകിയതാണ്. പറക്കുമ്പോൾ വാലിനെക്കാൾ നീളത്തിൽ കാലുകൾ തള്ളിനില്ക്കും. വലിയ കണ്ണുകൾ. കണ്ണിലൂടെ കടന്ന് പോകുന്ന കൺപട്ടയും മുൾവാലൻ ചുണ്ടൻകാടയുടെ സവിശേഷതയാണ്. കൊക്ക് ബലമുള്ളതും നീണ്ടതുമാണ്. കൊക്കിന്റെ അറ്റത്ത് ധാരാളം ഞരമ്പുകളും രക്തധമനികളുമുണ്ട്. ചെളിയിൽ ഒളിഞ്ഞുകിടക്കുന്ന പ്രാണികളെയും വിരകളെയും സ്പർശനം കൊണ്ട് സാന്നിധ്യം മനസ്സിലാക്കി പിടിക്കൂടുകയാണ് പതിവ്. കൊക്കിന്റെ അഗ്രഭാഗം യഥേഷ്ടം വളയ്ക്കാവുന്ന രീതിയിലാണ്. അതിനാൽ, മണ്ണിനകത്തു

വച്ച് തന്നെ ഇരയെ പിടികൂടാൻ ഇവയ്ക്കു സാധിക്കും. ഇതിന്റെ വാലിൽ 26 തൂവലുകളുണ്ടാവും. ഇതിന്റെ ഇരുവശത്തും ഏറ്റവും പുറത്തുള്ള 8 തൂവലുകൾ ശബ്ദമുണ്ടാക്കാൻ കഴിയുന്ന രീതിയിൽ ക്രമീകരിച്ചവയാണ്. മുള്ളുപോലുള്ള ഈ തൂവലുകൾ നേർത്ത് ദൃഢമായതും ബലവത്തുമാണ്. ഇതിന്റെ വിറപ്പിക്കൽ വഴിയാണ് ഇവ പറക്കുമ്പോഴുണ്ടാകുന്ന സ്വരമുണ്ടാകുന്നത്.

ഇവ ഏകാന്തവാസികളാണ്. പരിസരവുമായി വളരെ ഇണങ്ങുന്ന നിറമായതിനാൽ ഇവ നിലത്തിരുന്നാൽ കണ്ടെത്താൻ വിഷമമാണ്. പറക്കുന്ന അവസരത്തിൽ ശബ്ദിക്കാറുണ്ട്.

മൊളസ്കുകളും പ്രാണികളുമാണ് മുഖ്യാഹാരം. മണ്ണിര, ക്രസ്റ്റേഷ്യനുകൾ എന്നിവയെയും തിന്നും. മിതമായി സസ്യഭാഗങ്ങളും വിത്തുകളും അകത്താക്കാറുമുണ്ട്. കൂർത്ത കൊക്കുകൊണ്ട് മണ്ണിൽ കുത്തി നോക്കിയാണ് ഇരതേടുന്നത്. മിക്കവാറും രാത്രിയിലാണ് ഇരതേടുക. വിരളമായി പകലും തീറ്റതേടിയിറങ്ങാറുണ്ട്.

പ്രജനനം കേരളത്തിനു പുറത്താണ്. മണ്ണിലുണ്ടാക്കുന്ന കുഴികളിലാണ് മുട്ടയിടുന്നത്. ചതുപ്പുകളിലെ ചെടികളുടെയിടയിൽ പെട്ടെന്ന് കണ്ടെത്താൻ കഴിയാത്ത തരത്തിൽ വെറും നിലത്തുണ്ടാക്കുന്ന ചെറുകുഴികളിലാണ് മുട്ടയിടുക.

കെ. സജുരാജ്

പ്രൊഫഷണൽ ഫോട്ടോഗ്രാഫർ. ജനനം 1982-ൽ തിരുവനന്തപുരം ജില്ലയിലെ കാലടിയിൽ. 2008 മുതൽ സ്വന്തമായി കൈരളി സ്റ്റുഡിയോ എന്ന സ്ഥാപനം നടത്തുന്നു. കേരളത്തിലെ വിവിധ വനമേഖലകൾ പലതവണ സന്ദർശിച്ചിട്ടുണ്ട്. മലയാള മനോരമ, മനോരമ ഇയർബുക്ക്, ഡിസി ഇയർബുക്ക്, കലാകൗമുദി, കൂട് മാസിക തുടങ്ങി വിവിധ ആനുകാലികങ്ങളിൽ പ്രകൃതിസംബന്ധമായ ചിത്രങ്ങൾ പ്രസിദ്ധീകരിച്ചിട്ടുണ്ട്. ഡോ.ടി.ആർ.ജയകുമാരിയും ആർ. വിനോദ്കുമാറും ചേർന്ന് തയ്യാറാക്കിയ കേരളത്തിലെ വൃക്ഷങ്ങൾ എന്ന ബൃഹത് പുസ്തകത്തിനു വേണ്ടി വൃക്ഷങ്ങളുടെ മാത്രം 1000ത്തിലധികം ചിത്രങ്ങൾ പകർത്തി ശ്രദ്ധേയനായി. ഇവരുടെ മിക്ക പുസ്തകങ്ങളുടെയും പരിസ്ഥിതി സംബന്ധമായ ചിത്രങ്ങളെല്ലാം ഇദ്ദേഹത്തിന്റെ സംഭാവനയാണ്. തിരുവനന്തപുരം കേന്ദ്രമായി പ്രവർത്തിക്കുന്ന സഹ്യാദ്രി നാച്ചുറൽ ഹിസ്റ്ററി സൊസൈറ്റിയിലെ അംഗമാണ്.

ഇമെയിൽ: ksajuraj@gmail.com

അശോകൻ മാഷ്

വന്യജീവി നിരീക്ഷകനും പരിസ്ഥിതി പ്രവർത്തകനും. 1959-ൽ തൃശൂർ ജില്ലയിലെ കൊടുങ്ങല്ലൂരിൽ ജനനം. അതിരപ്പള്ളി സംരക്ഷണ സമരത്തിന് നേതൃത്വം വഹിച്ചിട്ടുണ്ട്. ഗ്രീൻ കമ്മ്യൂണിറ്റി സ്ഥാപകാംഗം. ആലപ്പുഴ നാച്ചുറൽ ഹിസ്റ്ററി സൊസൈറ്റിയുടെ സെക്രട്ടറി. വനം വകുപ്പിനുവേണ്ടിയും തപാൽവകുപ്പിനുവേണ്ടിയും പരിസ്ഥിതി സംബന്ധമായ ആഡിയോ വിഷൽ ക്വിസ്സ് പ്രോഗ്രാമുകളും ക്ലാസ്സുകളും ചെയ്തിട്ടുണ്ട്. 'കണ്ടൽക്കാടുകൾ ഭൂമിയുടെ ശ്വാസകോശങ്ങൾ' എന്ന ഡോക്യുമെന്ററി ചെയ്തിട്ടുണ്ട്.

ഈ ഡോക്യുമെന്ററിക്ക് തിരുവനന്തപുരം ആസ്ഥാനമായി പ്രവർത്തിക്കുന്ന സഹ്യാദ്രി നാച്ചുറൽ ഹിസ്റ്ററി സൊസൈറ്റിയുടെ പരിസ്ഥിതി ചലച്ചിത്ര പുരസ്കാരം 2016-ൽ ലഭിക്കുകയുണ്ടായി. ഇപ്പോൾ കേന്ദ്ര തോട്ടവിള ഗവേഷണ കേന്ദ്രത്തിന്റെ പ്രാദേശിക വിഭാഗത്തിൽ ടെക്നിക്കൽ ഓഫീസറായി ജോലിനോക്കുന്നു.

ഇ മെയിൽ: asokan.mash@ gmail.com

പ്രവീൺ എളായി

1986-ൽ മലപ്പുറം ജില്ലയിലെ വണ്ടൂരിൽ ജനനം. ഫിസിക്സിൽ ബിരുദം നേടിയ ശേഷം കേരള പ്രസ് അക്കാദമിയിൽ നിന്ന് പത്രപ്രവർത്തനത്തിൽ പി ജി ഡിപ്ലോമ നേടി. കോളേജ് പഠന കാലം മുതൽ ഫോട്ടോഗ്രാഫിയിൽ ശ്രദ്ധിക്കുന്നു. നാഷണൽ ജ്യോഗ്രഫി വെബ്സൈറ്റിൽ രണ്ടു ചിത്രങ്ങൾ പ്രസിദ്ധീകരിച്ചിട്ടുണ്ട്. 2010-ൽ എ.കെ.പി.എ നടത്തിയ സംസ്ഥാന പരിസ്ഥിതി ഫോട്ടോഗ്രാഫി മത്സരത്തിൽ മൂന്നാം സ്ഥാനം ലഭിച്ചിട്ടുണ്ട്. ദക്ഷിണേന്ത്യയിലെ വിവിധ വനമേഖലകളിൽ പലതവണ സഞ്ചരിച്ചിട്ടുണ്ട്. 20 ഹോളിഡേ ട്രിപ്സ് എന്ന പുസ്തകം പ്രസിദ്ധീകരിച്ചിട്ടുണ്ട്. ഇപ്പോൾ മലയാള മനോരമ ഫാസ്റ്റ് ട്രാക്ക് മാസികയുടെ സബ് എഡിറ്റർ.

ഇ മെയിൽ: praveenelayi@live.com

www.ingramcontent.com/pod-product-compliance
Lightning Source LLC
LaVergne TN
LVHW041847070526
838199LV00045BA/1480
9789387331679